டூரிங் டாக்கீஸ் !

சேரன்

டூரிங் டாக்கீஸ்!	:	வாழ்வனுபவங்கள்
ஆசிரியர்	:	சேரன்
எழுத்தாக்கம்	:	ரா. கண்ணன்
	:	© ஆசிரியருக்கு
முதல் பதிப்பு	:	ஆனந்த விகடன்
வம்சியின் முதல் பதிப்பு	:	டிசம்பர் 2019
அட்டை வடிவமைப்பு	:	பி.எஸ். வம்சி
வெளியீடு	:	வம்சி புக்ஸ்
		19, டி.எம்.சாரோன்,
		திருவண்ணாமலை - 606 601
		9445870995, 04175 - 235806
அச்சாக்கம்	:	மணி ஆப்செட், சென்னை - 600 077
விலை	:	₹ 250/-
ISBN	:	978-93-84598-76-1

Dooring Takies	:	Life Experiences
Author	:	Cheran
Penned by	:	Ra. Kannan
	.	© Author
First Edition	:	Aanandha Vikatan
First Edition from Vvamsi Books	:	December - 2019
Wrapper Design	:	B.S. Vamsi
Published by	:	Vamsi books
		19.D.M.Saron,
		Tiruvannamalai - 606 601
		9445870995, 04175 - 235806
Printed by	:	Mani Offset, Chennai - 600 077
	:	₹250/-
ISBN	:	978-93-84598-76-1

www.vamsibooks.com - e-mail: vamsibooks@yahoo.com

தெய்வானை அம்மாச்சிக்கு
பேரன் சேரனின் படையல்.

உதிர்ந்த இலைகள் சருகாகி உரமாகின்றன...

மரத்திலிருந்து உதிர்ந்த இலைகள் திரும்ப கிளைகளுடன் இணைய முடிவதில்லை.

மரத்தின் அடியில் இருக்கும் வேர்கள் மறுபடி இன்னொரு மரத்திற்கு வேர்களாக உருமாற முடிவதில்லை.. இது அனைத்து உயிரினங்களுக்கும் பொருந்தும்..

இப்பிரபஞ்சத்தில் மனித உயிர்கள் மட்டுமே முன்னும் பின்னும் எல்லா நிலைகளையும் உணர்ந்து பார்க்க, நினைத்துப் பார்க்க அதில் ஆசுவாசமாய் பயணப்பட முடிந்த ஒரு உயிரினம்.

எந்நிலையிலும் வாழ்ந்த வாழ்வை, கடந்த தங்களின் வாழ்க்கையை மனத்திரையில் முன்னும் பின்னும் மாறி மாறி ஓடிக்கொண்டிருக்கும் ஒரு நீண்ட திரைப்படத்தின் ஊடாகவே தங்களின் நிகழ்கால வாழ்வை வாழும் இனம் மனிதர்குலமே.

உருவான இடத்தில் தேங்கி நின்றவர்கள் .

உருவான இடத்திலிருந்து வெகுதூரம் கடந்து வந்தவர்கள் என ஒவ்வொருவரின் பயணத்தையும் தூரத்தையும் வாழ்க்கையும் அவரவர் ஆசைகளின் பிம்பங்களாக பிரதிபலிக்கிறது..

கனவுகளுக்கு சிறகுகளை பொருத்த தெரிந்த மனிதர்கள் வெகுதூரம் உயர பறக்கிறார்கள்..

களைப்பில் ஓய்வில் கண்மூடி அசைபோடும் பறவைகளாக மாறும் நிமிடம் மீண்டும் ஒரு பட்டாம்பூச்சியாய் உருவாகும் அடுத்த பயணத்திற்கு...

அப்படித்தான் என் வாழ்க்கையும்..

நான் பிறந்து வளர்ந்தது ஒரு கிராமம் ..

எவ்விதமான ஆசைகளையும் எனக்கு வளர்க்காமல் கிராமத்து மனிதர்களின் அன்போடும் பழக்கவழக்கங்களோடும் பொய்யில்லா சிரிப்போடும் பொழுது புலர பறக்கும் பறவைக்கூட்டத்தோடும் சில்லென்று உறைந்து கிடந்த வெதுவெதுப்பான குளத்தோடும் வாழ்க்கை துவங்கிய போது

ஒரு கண்சிமிட்டும் வேளையில் 30க்கு 40ல் அச்சாகியிருக்கும் ஒரு சுவரொட்டியும் இரண்டு விரல்களின் இடுக்கில் பிடித்து சூரிய ஒளியில் வைத்து பார்த்த ஒரு சினிமா காட்சித்துண்டான ஒரு பிரேமும் முடிவுசெய்தது என் கனவை.

அந்த கனவு நனவான, அடுத்தடுத்த கனவுகளை விதைத்த, அதை நனவாக்கும் பாதையில் எனக்கு கிடைத்த சுவையான அற்புதமான அலாதியான அனுபவங்களை பற்றித்தான் இந்த புத்தகம் உங்களோடு பகிர்ந்துகொள்ளப்போகிறது...

இதை எதனால் நீங்கள் படிக்கவேண்டும்..

என் வாழ்க்கையை படிக்கச் சொல்வதில் உங்களுக்கு என்ன லாபம் அல்லது எனக்கு என்ன கிடைக்கப்போகிறது என யோசிக்கலாம்..

அனுபவங்களும் அது கிடைக்க காரணமான நிகழ்ச்சிகளும் வேறுவேறாக இருக்கலாம்.

ஆனால் உணர்வுகளும் அது பெறும் சந்தோசங்களும் அல்லது வலிகளும் கிட்டதட்ட ஒன்றுதான்..

சில நேரம் இந்த புத்தகம் படிப்பவர்களுக்கு நம்மைப்போலவே இவர் என உணரலாம்..

இல்லையெனில் இது நமக்கான குழப்பத்திற்கு விடை என தோணலாம்.. அல்லது நானும் இப்படியாகலாம் என உங்களுக்கான கனவை விதைக்கலாம்..

சுருக்கமாக சொல்லவேண்டுமெனில் வாசிப்பவர்களை அடுத்த இலக்கிற்கு இப்புத்தகம் நகர்த்தும்.. அது உறுதி..

இதில் என்னுடைய வெற்றிகளை விட சந்தோசங்களை விட அதை அடைவதற்கு நான் கண்ட காட்சிகளை நான் உணர்ந்த உணர்வுகளை எனக்கு கிடைத்த அற்புதமான மனிதர்களை அவர்களும் காலமும் தந்த ஊக்கத்தை அதிகம் பகிர்ந்திருக்கிறேன்..

இப்போதும் நான் மிக அழகான உலகில் மிக அழகான ஊரில் மிக மிக அழகான உறவுகளோடு நண்பர்களோடு பிறந்திருப்பதாக வாழ்ந்துகொண்டிருப்பதாக உணர்கிறேன். அவர்கள் இன்னும் எனக்கான வாழ்க்கைக்கு என்னை செதுக்கிகொண்டே இருக்கிறார்கள்..

நாளை ஏதோ ஒரு வேளையில் இப்புத்தகம் வாசித்த ஒருவருக்கு மீண்டும் இதை வாசிக்க தோன்றினாலோ அல்லது இதைப்போல ஒரு புத்தகம் எழுத எனக்கும் வாழ்க்கை அனுபவங்கள் இருக்கிறது என உணர்ந்தாலோ அதுவே இப்புத்தகத்தின் அடையாளம்.. வெற்றி..

இது ஏற்கனவே விகடன் குழுமத்தில் வெளியிடப்பட்டது.. இப்போது வம்சி புக்ஸ் இதை வெளியிடுகிறது..

ஒரு தரமான பள்ளியில் ஆசிரியராக பணிபுரிவது பெருமை.. அதேபோல தரமான புத்தக வெளியீட்டார்களுடன் நான் பயணிப்பது மகிழ்ச்சி...

உங்கள் கண்களுக்கும் மனதிற்கும் இதமானதாக அமையட்டும் இத்தருணம்..

அன்புடன்

சேரன்

அண்ணனாக... தந்தையாக... நண்பனாக...
சேரன்...

தொண்ணூறுகளின் தொடக்கத்தில் மிக மென்மையாக தொடங்கி வீரியமிக்க, அதிரடி படைப்புகளை தன் வயப்படுத்திய இயக்குனர். 'பாரதி கண்ணம்மா'வில் அவருடைய கிளைமாக்ஸ் காட்சி பார்வையாளர்களை உறைய வைத்தது. அதன் பிறகான நாட்களில் சொந்த ஊருக்குக்கூட போக முடியாமல் அவர் பட்ட சிரமங்கள் சொல்லி மாளாதது. அப்போதுதான் திருவண்ணாமலைக்கு இளம் இயக்குனராக பேச அழைத்தோம். அன்று தொடங்கிய நட்பு, இன்று வரை குடும்பமாய் தொடர்கிறது.

அதன் பிறகான நாட்களில் அவர் அடைந்த உயரம் என்னை மட்டுமல்லாமல் எல்லோரையும் அண்ணாந்து பார்க்க வைத்த உயரம். தமிழ் சூழலுக்காக எடுத்த உலகத்தரமிக்க படங்கள், அவரை வந்தடைந்த தேசிய விருதுகள் என அவருடைய தொப்பியில் புதிய புதிய இறகுகளை சேமித்தவண்ணமே இருந்தது.

அதன் பிறகான பதினைந்து ஆண்டுகள் பெரிய அளவில் தொடர்பில்லாமல்தான் இருந்தோம். அவர் இயக்கிய படங்கள் மூலமும் நடித்த படங்கள் மூலமும் தொடர்ந்தபடியிருந்தோம். அப்படியான ஒரு இரவின் ஆழத்தை கலைத்தபடி ஒரு தொலைபேசி அழைப்பு. பவா அதை எடுக்கிறார். அந்த பக்கம் எதனாலும் மறுக்க கூடாதென்பதை திடமாய் வலியுறுத்தி சேரன் பேசுகிறார்.

‘‘பவா ‘ஜே.கே.எனும் நண்பனின் வாழ்க்கை குறித்து’ ன்னு ஒரு படம் முடிக்கற நிலமையில இருக்கு. அதில ஒரு காட்சி, இதய நோய் வந்த ஒரு பொண்ணுக்கு மாற்று இதயம் வேணும். ஒரு தம்பதியோட மகன் விபத்தில அடிபட்டு மூளைச் சாவடைந்து கோமாவில் இருப்பான். அந்த பையனோட இதயம் இந்தப் பொண்ணுக்கு கொடுத்து பொருந்தியும் போகும். அப்ப கதாநாயகி அந்த பெற்றோருக்கு நன்றி சொல்லும் காட்சி. அதுக்கு எனக்கு எவ்ளோ யோசிச்சும் துணை நடிகர்களைப் போட்டு எடுக்க முடியல பவா. லட்சிய தம்பதிகளான நீங்களும் ஷைலஜாவும் வந்தேயாகணும், முடியாதுன்னு மட்டும் சொல்லிடாதீங்க’’

பவா, என்ன சொல்லிவிட முடியும். நட்புக்கே முதலிடம். என்னை மிகவும் வற்புறுத்தியே அழைத்துப் போகிறார்.

சுட்டெரிக்கும் வெயிலில் குளிரூட்டப்பட்ட மிகப் பெரிய மருத்துவமனையில் மதியமாக இந்த காட்சி படமாக்கப்படுகிறது. பவா எங்கோ பேசிக்கொண்டிருக்க சேரன் என்னிடம் காட்சியை விளக்குகிறார்.

‘‘நித்யா மேனன், அவங்க அம்மாவோடயும் நண்பனோடயும் வருவாங்க, நீங்க எழுந்து நின்னு உங்க பையனோட இதயத்திலதான் அந்த பொண்ணு இன்னும் உயிரோட இருக்கறாங்கற மொத்த உணர்வையும்...’’

என் கண்ணீர் அவரின் பேச்சை இடை நிறுத்துகிறது.

‘‘என்னப்பா ஆச்சு என்ன?’’ என பதறுகிறார்.

என்னை மெல்ல தேற்றிக் கொண்டு,

‘‘இல்லங்கண்ணா அப்படி விபத்தில இழந்து போன மகனுக்கான வலியெல்லாம் எனக்கு புதுசா யோசிச்சு நான் நடிக்க வேண்டாம். அந்த

வலி என் உடல் முழுக்க, குருதி முழுக்க நரம்புகள் முழுக்க வியாபித்திருக்கிறது என்று என் மூத்த மகனை இழந்ததைப் பற்றி சொன்னேன். இந்த நாட்களைப் போன்ற வசதி வாய்ப்புகள் இருந்தால் என் மகன் ‘சிபி’ கூட சிலரை வாழ வைத்திருப்பான். அப்படி அமையலண்ணா'' என்கிறேன்.

அவருக்கு ஒன்றுமே புரியவில்லை. என்னம்மா, என்னம்மா என்று கேவுகிறார். அப்ப, இப்ப இருக்கறது சிபி இல்லையா, நான் கொஞ்ச நாளா வீட்டுக்கு வராம போனதில எதையெல்லாமோ நான் இழந்திட்டேனா, உங்கூடயும் பவா கூடயும் ஆறுதலா இருக்க வேண்டிய நேரத்தில, இல்லாம தவறிட்டேனே என்று கரைகிறார்.

மொத்த படப்பிடிப்புக் குழுவும் எங்களை அப்படியே வேடிக்கை பார்த்தபடி உறைந்து போய் நிற்கிறது.

''இது தெரியாம உங்கள வரச்சொன்னதுக்கு என்ன மன்னிச்சிடும்மா'' என்கிறார்.

''அய்யோ! என்ன அண்ணா! இப்படி பேசறீங்க, வாங்க படப்பிடிப்புக்குப் போகலாம். நிழலுலகிலாவது என் மகன் சிபியை இப்படி வாழ வைக்க முடிகிறதாவென பார்ப்போம்''

நான்தான் அவரைத் தேற்றிக் கொண்டு வந்தேன்.

மாலை படப்பிடிப்பு முடிந்து குழுவினரை வட்டமாக நிற்கவைத்து, எங்களை கை தட்டிப் பாராட்டி வாசல் வரை வந்து காரில் ஏற்றி அனுப்பி வைத்ததெல்லாம் ஒரு இயக்குனரின் மனதிலிருந்து மட்டுமே வந்ததல்ல.

பரிதி பதிப்பகத்திலிருந்து நண்பர் இளம்பரிதி ''அப்பா'' என்ற தொகுப்பை கொண்டு வந்தார். தமிழில் தன் அப்பாவைப்பற்றி பல ஆளுமைகளிடம் எழுதச்சொல்லி தொகுத்த புத்தகம் அது. அதன்

வெளியீட்டு விழாவில் புத்தகத்தை மதிப்பிற்குரிய பேரா.ம.ராஜேந்திரனும் ப்ரியத்திற்குரிய கவிஞர். கலாப்ரியாவும் வெளியிட மகனாக சேரனும் மகளாக நானும் பெற்றுக் கொண்டோம். ப்ரியங்கள் எங்கிருந்தெல்லாம் கசிந்து தன்னை உருக்கி வார்க்குமென்று தெரியாமல் நாங்கள் அன்றிலிருந்து அண்ணன் தங்கையானோம்.

ஒவ்வொரு செயலிலும் இந்த பிரபஞ்சம் சரியான கணக்கைத்தான் எழுதி மேல் செல்கிறது.

ஆனந்தவிகடனிலிருந்து அவர்கள் பதிப்பில் நிறுத்திய சில முக்கியமான புத்தகங்களை மறுபதிப்பாகக் கொண்டு வரலாமென பேசிக்கொண்டிருந்த வேளையில் திடீரென விகடனில் ஆசிரியர் பொறுப்பிலிருந்த நண்பர்.கண்ணன் ''டூரிங் டாக்கீஸ்'' புத்தகம் பற்றி பேசுகிறார். நான் அப்படியே சேரன் அண்ணனைக் கூப்பிட்டு அனுமதி கோருகிறேன்.

''அதுக்குப்போய் என்னப்பா இருக்கு, தாராளமா போடலாமே'' என்று சொன்னதோடல்லாமல் அட்டைக்கான புகைப்படங்கள், மறுபதிப்பிற்கான முன்னுரை என அனுப்பினார். அது மட்டுமல்லாமல் தட்டச்சு செய்ய புத்தகம் கிடைக்காமல் திணறிக் கொண்டிருந்த வேளையில் அண்ணனின் அப்பா (!) அதை எனக்கு அனுப்பி வைத்து கூப்பிட்டு பேசவும் செய்தார்.

இவர்கள் எல்லோருக்கும் நன்றி சொல்லி பிரித்துவிடாமல் இன்னும் சேர்த்தணைத்து அன்பினை பாதுகாக்கிறேன். என்றென்றும் அது கைகளிலிருந்து சிந்திப் போகாது.

எளிமையான அன்போடு,

கே.வி.ஷைலஜா

உள்ளே...

1. அது கார்த்திகை மாதம்! 15
2. அத்தை இல்லை... ஆத்தா! 22
3. ஆத்தா மடிதேன் கட்டிலு அப்பன் தோளுதான் தொட்டிலு! 31
4. பயாஸ்கோப்! 38
5. எரிந்தது குடிசை... எழுந்தது வீடு! 45
6. சிவாஜி ரசிகன்! 54
7. பாப்பாத்தி கருப்பாயி! 63
8. முதல் தேவதை! 72
9. சிவாஜியும எம.ஜி.ஆரும்! 81
10. ஆட்டோகிராஃப்! 89
11. காளையப்பா! 97
12. சிறு தெய்வங்கள்! 107
13. தர்ம அடி! 117
14. பாலச்சந்தர்... பாரதிராஜா! 126
15. பச்சைக்கிளி! 136

16.	தலைநகரம்!	144
17.	கிளிக்!	152
18.	பிழைப்புக்கான நகரம்!	162
19.	மே ஜ கமின்?	172
20.	காதல் வந்தல்லோ!	182
21.	மிஸ்டர். மின்னல்!	192
22.	முதல் முயற்சி!	201
23.	விடிந்தது!	210
24.	விதி எனும் விஷப்பாம்பு!	219
25.	புது டைரக்டரா சார்!	229
26.	ரெண்டுல ஒண்ணு!	238
27.	என் மனைவி!	247
28.	அம்மாச்சி!	256
29.	அப்பா!	266

அது கார்த்திகை மாதம்!

"ஒரே ஒரு ஊருக்குள்ள

ஒரே ஒரு அம்மா அப்பா!

ஒத்தப் புள்ள பெத்தாங்கடா

அது யாரு... உங்க அப்பா!

பொத்திப்பொத்தி வளத்தாங்க

பாசத்தை ஊட்டி

எனக்கு வாங்கித் தர்றேன்னாங்க

நிலாவக் காட்டி

நடந்து பழகச் சொன்னாங்களே

நட வண்டி ஓட்டி

மவராசன் நீதான்னாங்க

அம்பாரியாட்டி

நான் படிக்க நெனச்சதெல்லாம்

நீங்க படிக்க வேணும்

என்னுடைய கவலைகளை நீங்க

போக்க வேணும் - உங்களப்

பெத்தது சந்தோஷம் - நான் உங்களப்

பெத்தது சந்தோஷம்!''

ஏவி.எம் மில் எடிட்டிங் டேபிள் முன் அமர்ந்திருக்கிறேன். 'தவமாய் தவமிருந்து...' படத்தின் பாடல் காட்சியைச் செதுக்கிக்கொண்டு இருக்கிறேன்.

ஒரு எளிய குடும்பம்... தீபாவளிக்கும் திருநாளுக்கும்கூட காசு இல்லாமல் கையைப் பிசைகிற அப்பன். பிள்ளைகளைத் தவிர வேறெதுவும் அறியாத அம்மா. பள்ளிக்கூட 'டூர்' போகக் காசு இல்லை. ஏங்கி ஏங்கி அழும் சின்னவனையும், எதுவும் பேசாமல் நிற்கும் பெரியவனையும் சமாதானப்படுத்த ஒரு சைக்கிளில் ஏற்றிக்கொண்டு அம்மாவும் அப்பாவும் கிராமத்துக்குச் செல்கிற வழியில் கசிகிறது பாடல்...

ஊர்க் கண்மாயில் குளிக்கிறார்கள். குலசாமியைக் கும்பிடுகிறார்கள். அட்டைக் கத்தி கட்டபொம்மனாக ஆடுகிறார்கள். நொங்கு கீறி ருசிக்கிறார்கள். மரக்கிளையில் ஊஞ்சல் கட்டி ஆடுகிறார்கள். தாயின் மாரிலும் தகப்பன் தோளிலுமாக விளையாடுகிறார்கள் பையன்கள்.

''எத்தனை எத்தனை சந்தோஷம்

சிங்கத்தைப் பெத்ததில் சந்தோஷம்!''

எத்தனை எத்தனை முறை அந்தக் காட்சியை ஓட்டிப் பார்த்தாலும் திமுக்கென கண்ணீர் பூத்துவிடுகிறது எனக்கு!

இது யாரோ ஒரு அப்பன் ஆத்தா கதை இல்லை. இந்தத் தமிழ் மண்ணில் ஒவ்வொரு அப்பன் ஆத்தா கதையும் இதுதான். பிள்ளைகள் வயிறு நிறைவதைப் பார்த்து, பெற்றவர்கள் மனசு நிறைகிற மண் இது! ஒவ்வொரு தாயும் தகப்பனும் கூடி மகிழ்ந்து ஒரு உயிரை மட்டும் படைப்பதில்லை... உலகத்தையே படைக்கிறார்கள். தாய் சுரக்கிற

ஒவ்வொரு துளி தாய்ப்பாலும், கனவு விதைக்குத் தெளிக்கிற கருணை மழைத்துளி. குடும்பத்தின் ஜீவிதத்துக்கு தகப்பன் சிந்துகிற ஒவ்வொரு துளி வியர்வையும், ஒரு புதிய பிருந்தாவனத்துக்கான தியாக மழைத்துளி!

என் அம்மா - அப்பா முகத்திலும் அந்த சந்தோஷத்தை நான் பார்த்தேன். அது டிசம்பர் - 12... 2001.

ஆக்ரா - யமுனை நதிக்கரை - வெண்மையும் பெண்மையும் பேரன்பும் பெருங் காதலும் பேசும் தாஜ்மகால்! உறைந்த குளிர் உருகியோட அதிகாலையின் வெளிச்சமும் வெப்பமும் பரவத்தொடங்கியிருந்த நேரம்...

இந்திய தேசத்தின் ஆகப்பெரிய காதல் சின்னத்தைத் தரிசிக்க என் சின்ன உலகத்தின் சிறந்த காதலர்களான அம்மாவையும் அப்பாவையும் அழைத்துப் போயிருந்தேன்.

'சேரா எம்புட்டுப் புள்ளைகளுக்கு இந்த தாஜ்மகால் பத்தி பாடம் சொல்லிக்குடுத்திருப்பேன். ஆனா என் ஜென்மத்துல இதக் கண்கொண்டு பாப்பேன்னு கெனாக்கூட கண்டதில்லடா!" பரவசமாக என் கைகளைப் பற்றிக்கொண்டு, பட்டுப்புடவை சரசரக்க நடந்து வருகிறாள் என் தாய்... கமலா டீச்சர்!

'பாத்தியா... புள்ள பெரும பேசிக்கிட்டு, புருஷன மறந்துட்டேல்ல?" விழிகள் நிறைய வியப்பு வழிய, வேட்டி சட்டை மொடமொடக்க, கிண்டல் சிரிப்புடன் கூடவே வருகிறான் என் தகப்பன் டூரிங் டாக்கீஸ் ஆபரேட்டர் பாண்டியன்!

அன்று நாங்கள் வடக்கே வந்திருந்தது ஒரு விழாவுக்காக.. 'வெற்றிக் கொடி கட்டு' படத்துக்காக 'சிறந்த சமூகப் பார்வையுள்ள படம்' என்று ஜனாதிபதியிடம் தேசிய விருது பெறுவதற்காக!

அதுபற்றிய அறிவிப்பு வந்தபோதே முடிவு செய்துட்டேன்... விழாவுக்கு அம்மாவையும் அப்பாவையும் அழைத்துச் செல்வதென்று.

பழையூர்பட்டி... என் மண். மதுரை மேலூர்ப் பக்கம் ஓரமாக விழுந்து கிடக்கிற சின்னஞ்சிறு கிராமம்.

'உழைத்தால்தான் பிழைப்பே' என ஒவ்வொரு நாளும் வியர்வை சிந்துகிற வெள்ளந்திக் கூட்டத்துக்கு நடுவே இருந்தது எங்களது குடிசை வீடும். அப்படி ஒரே ஒரு ஊருக்குள்ள... ஒரே ஒரு அப்பா அம்மாவுக்குப் பிறந்த ஒரே ஒரு சிங்கக்குட்டி நான். பாசமலர்களாய் இரண்டு தங்கைகள். காலச் சக்கரத்தில் கனவுச் சங்கிலிகள் இழுபட்டு, அந்தப் பட்டிக்காட்டுச் சிறுவன்... இன்று திரைப்பட இயக்குனராக, தேசிய விருது வாங்க டெல்லி வந்திருக்கிறான்.

'இன்னிக்கு தேதி டிசம்பர்-12, நீ விருது வாங்கற நாளும்... உம் பொறந்த நாளும் ஒரே நாளு. சந்தோஷமா இருக்குப்பா...'' சிரிக்கிறார் அப்பா. பதட்டத்திலும் பரபரப்பிலும் என் பிறந்த நாளை மறந்து போயிருந்த நான் பதறிப்போய்-தகப்பன் காலில் விழுந்து ஆசி வாங்குகிறேன்.

''இந்த டிசம்பர் -12 எனக்கு என்னிக்கும் ஞாபகம் இருக்கும். அந்த டிசம்பர் 12 எப்படி இருந்துச்சுப்பா?' எனக் கேட்கிறேன்.

அம்மாவின் முகத்தைப் பார்த்த படியே ஆனந்தமாகச் சொல்ல ஆரம்பிக்கிறார் அப்பா... 'அப்ப இவ நிறைமாசக்காரி. வாயும் வயிறுமா நிக்கிறா... பிரசவ நேரம். நான் வேலைக்குக் கிளம்பறப்ப என் கையப் பிடிச்சுக்குவா உங்கம்மா.

ஊருக்கெல்லாம் பாடம் சொல்லிக் குடுக்குற பொம்பளை உன்னைச் சுமந்துக்கிட்டு பச்சப்புள்ள மாதிரி பயத்தோட நிப்பா. அப்பல்லாம் சாமியக் கும்பிட்டுக்கிட்டுத்தேன் சைக்கிள் மிதிப்பேன்!'' - அப்பா சொல்லச் சொல்ல... அம்மாவின் கண்கள் பளபளக்கின்றன.

'அது கார்த்திகை மாசம்டா சேரா... வியாழக்கிழமை. இவரு வேலைக்குப் போயிட்டார். அம்மாச்சியும் நானுமா உட்கார்ந்திருந்தோம். திண்ணையில் இருந்தவ எந்திரிச்சேன். சுருக்குனு ஒரு வலி. 'யாத்தா!'னு வயித்தப் புடிச்சேன். அம்மாச்சி ஓடி வந்து என்னைப் புடிச்சுக்கிச்சு

ஆரம்பிச்சுட்டடா சேரா உன் அட்டகாசத்தை. வயித்தை அப்படியே பொரட்டுது. வலி தாங்க முடியாம அனத்த ஆரம்பிச்சுட்டேன். இவருக்கு சினிமா கொட்டாய்க்குத் தகவல் சொல்லிப்புட்டு, என்னைய வெள்ளலூர் ஆஸ்பத்திரிக்குக் குதிரை வண்டியில் தூக்கிட்டுப் போனாக!''

''இரு ஆத்தா நான் சொல்றேன்...'' என்கிற அப்பா, ''என்னைக்கு எப்போன்னு ஒவ்வொரு நிமிஷமும் உட்கார்ந்திருந்தாலும், 'வலியெடுத்துருச்சு'ன்னு தகவல் கேட்கிறப்பா மனசு தவிக்கும் பாருப்பா... ஆத்தி! உங்க ஆத்தாளுக்கு மேல நான் துடிச்சுப் போயிட்டேன். அன்னைக்கு 'காளையப்பா டூரிங் டாக்கீஸ்'ல மொத ஆட்டம் ஓட்டிக்கிருக்கேனப்பா. கேபின் ரூம விட்டு வெளியே வர முடியாது. ரீலு மாத்த வேற ஆளும் கிடையாது. வீட்ல ஆம்பளன்னு ஒருத்தன் இருந்தும் ஆத்திர அவசரத்துக்கு வந்து நிக்க முடியலியேன்னு அன்னிக்கு அழுதுக்கிட்டே ரீலு சுத்துனேம் பாரு... வாழ்க்கைக்கும் அழுததில்லடா அம்புட்டுக் கண்ணீரு!' - என் மொட்டைத் தலையைத் தடவியபடி சொல்கிறார் அப்பா.

''எம் புள்ளைக்கு என் வயித்தைவிட்டு வெளிய வர மனசில்லை போல. வெள்ளலூர் ஆஸ்பத்திரியில், 'சிக்கலா இருக்கு, மதுரைக்கு பெரியாஸ்பத்திரிக்குக் கொண்டு போயிருங்கன்னு சொல்லிட்டாங்க.

நான் அம்மாச்சி மடியில கெடக்கேன். நீ என் வயித்துக்குள்ள இருக்கே, வேன் மதுரைக்குப் போவுது. ஊர் உலகத்துல இருக்க எல்லாச் சாமியும் ஒத்தாசைக்குக் கூப்பிடுது அம்மாச்சி. எனக்கு உங்க அப்பா முகமும் வயித்துக்குள்ள உருள்ற உன்னையுமா மாறி மாறி நெனப்பு

வருது. ஆஸ்பத்திரிக்குப் போனதும் முக்கி முக்கி உன் முகம் பாக்கத் துடிச்சதும் ஞாபகம் இருக்கு. அப்படியே மயங்கிச் சரிஞ்சுட்டேன்டா' பெண்மையின் வெட்கமும் தாய்மையின் கருணையுமாக என் தாய் சொல்லச் சொல்ல... இன்னொரு முறை சிசுவாகிறேன் எனக்குள் நானே!

''படம் முடிச்சதும் அப்படியே ரோட்டுக்கு வந்து மதுரை போற லாரிய நிப்பாட்டி, கெஞ்சிக் கேட்டு தொத்தி ஏறி ஓடி வர்றேன்டா ஆஸ்பத்திரிக்கு. ஆத்தா அசந்துகெடக்கா. பக்கத்துல கெடக்கடா நீ பூவாட்டம்! அப்படியே அழுகையும் சிரிப்புமா பார்க்கிறா அம்மா. அவ கையப் புடிச்சவன் உன் காலைத் தொட்டேன். 'குலம் காக்க வந்த சாமியே!'ன்னு!' இப்போது சொல்லும்போதும் அழத்தான் வருகிறது அப்பாவுக்கு.

'அன்னிக்கு டூரிங் டாக்கீஸ்ல நான் ஓட்டுன படம் என்னன்னு நெனக்கிற 'தாயைக் காத்த தனயன்!' - சிரிக்கிறான். அப்பா... சிரிக்கிறார் அம்மா... தாஜ்மகாலின் பின்னணியில் என் தாய் - தகப்பனை அமரவைத்துப் படங்கள் எடுக்கிறேன்.

சரமாரியாக 'க்ளிக்' ஒலிகள். திடுக்கிட்டுத் திரும்பிப் பார்த்தால்... ஆறேழு வெள்ளைக்காரர்கள் கைகளில் காமெராக்களுடன் பட்டிக்காட்டுத் தாய் தகப்பனின் தோற்றமும் அவர்களைக் கவர்ந்திருக்கக்கூடும். பெற்றவர்களுடன் நானும் நிற்க, ஒரு வெள்ளைக்கார புண்ணியவான் எடுத்த புகைப்படம்தான் இங்கே!

'திடீர்னு நீ சினிமாவுக்கு போறேன்னு சொல்லாமக்கொள்ளாம மெட்ராசுக்கு ஓடிட்டயா? இத்தனை வருஷத்துல ரொம்பத் தவிச்சுட்டேம்ப்பா. 'டீச்சர் மகனும் தெருவுலதான் திரியறான்'னு ஊர்ல யார் யாரோ பேசக் கேக்கிறப்போ, யாருக்கும் தெரியாம அழுவேன் நானு'' என்கிறார் அம்மா.

‘எங்கே இருக்கோ... என்ன செய்யுதோ... தின்னுச்சோ... தூங்குச்சோ... என்ன நெனப்புல எந்தக் காட்டுல திரியுதோ எம்புள்ளை’ன்னு ஒவ்வொரு வாய்ச் சோறு திங்கிறப்பயும் தொண்டைக்குள்ள விக்குமப்பா’’ என்கிறார் அப்பா.

‘‘தியேட்டர்ல எழுத்துப் போடறப்ப உன் பேரு வந்ததைப் பாத்ததும் எனக்குத்திரையேதெரியலை.கண்ணுலதண்ணிமுட்டிபடமேபாக்கமுடியலை. எம் புள்ள பொழச்சுக்கிட்டான்னு அப்ப குளுந்திருச்சுடா என் வயிறு!’’

‘‘அப்பன் ஆபரேட்டரு... பையன் டைரக்டரு! சேரா... சினிமா எனக்கும் உள்ள இருந்துச்சுப்பா. ஆனா அது வெளிய வந்தது உன்கிட்டேதாம்ப்பா!’’

பெற்றவர்களின் அன்புக்கும் கருணைக்கும் தியாகத்துக்கும் அர்ப்பணிப்புக்கும், பிள்ளைகள் என்ன செய்துவிட முடியும் இது போன்ற சின்னச்சின்ன சந்தோஷங்களைவிட!

‘நாங்க எங்க புள்ளையோட வந்து நிக்கிற மாதிரி அடுத்தவாட்டி நீ இங்க வர்றப்ப உம் பொண்டாட்டி, புள்ளைகளோட வந்து நிக்கணும்டா‘ என்கிறார் அம்மா.

மகாலைச் சுற்றி வரும்போது ஏதோ யோசனையில் மௌனமாக வந்துகொண்டு இருந்த அப்பாவிடம், ‘என்னப்பா?’’- என்றேன்.

நிமிர்ந்து பார்த்தவர் சொன்னார்...

‘‘நீ கொடுத்து வைச்சவம்ப்பா !’’

புரியாத என் முகம் பார்த்து புரியும்படி அவரே சொன்னார். ‘‘ந்தா நீ உங்க அப்பனாத்தாளக் கூட்டி வந்து எம்புட்டுச் சந்தோஷப்படுத்தி அழகு பாக்குற... அந்தக் கொடுப்பினை எனக்கு இல்லியே... நான் எங்க அப்பன் ஆத்தா மூஞ்சியக்கூட பாத்தது இல்லயேப்பா!‘

அத்தை இல்லை... ஆத்தா!

’ஏ... ஆக்காட்டி... ஆக்காட்டி...

எங்கெங்கே முட்டையிட்ட?

எங்கெங்கே முட்டையிட்ட?’

’நான் கல்லத் தொளச்சு

கருமலையில் முட்டையிட்டேன்

நான் இட்டது நாலு முட்ட

பொறிச்சது மூணு குஞ்சு

அந்த மூணு குஞ்சுல

மூத்த குஞ்சுக் கெர தேடி

மூணு மலை சுத்தி வந்தேன்

நடுக்குஞ்சுக் கெர தேடி

நாலு மலை சுத்தி வந்தேன்

இளைய குஞ்சுக் கெர தேடப்

போகையிலே.... போகையிலே...

ஐயா, என்னைக்

கானாங் கொறத்தி மகன்

கண்டிருந்து கண்ணி போட்டான்...

என் காலுரெண்டும் கண்ணிக்குள்ள

றெக்கை ரெண்டும் மாரடிக்க

றெக்கை ரெண்டும் மாரடிக்க

நான் பெத்த மக்கா....

நான் அழுத கண்ணீரு

ஆறாப் பெருகி ஆன குளிப்பாட்ட...

குளமாப் பெருகி குதிரை குளிப்பாட்ட..

ஏரி பெருகி எருது குளிப்பாட்ட

பள்ளம் பெருகி பன்றி குளிப்பாட்ட

நான் பெத்த மக்கா... உங்களப்

பாதியிலவிட்டு நான் இப்போ

பரலோகம் போறேனே....

போறேனே... போறேனே...' ''ஆதியில் சாதி இருந்துச்சோ இல்லையோ, சாமி இருந்துச்சுப்பா. அப்பிடி நம்ம வீட்ல இருந்த சாமி - என் அத்தை, அதான் ஒன் அம்மாச்சி தெய்வானைதாம்ப்பா. அவ எனக்கு அத்தை இல்ல ஆத்தா!' கரகரப்பாய் அப்பா தன் கதை சொல்ல ஆரம்பிக்கிறார்.

‘‘எங்கப்பா பேரு சேது.. எங்கம்மா பேரு ஜானகி. எல்லாம் சொந்தபந்தம்... ஒண்ணுக்குள்ள ஒண்ணுதேன். கல்யாணமாகி ஆறே மாசம். எங்கம்மா வயித்துல புள்ளையைக் குடுத்துப்புட்டு, பொழப்பு தேடி எங்கப்பா கௌம்புனாராம். இப்ப பம்பாய், சவுதின்னு போற மாதிரி, அப்பல்லாம் பர்மாவுக்கும் சிலோனுக்கும் போவாக.

அப்பிடிக் கௌம்பிப் போனவரு போனவருதேன். எங்கே போனாரு, என்ன ஆனாருன்னு யாருக்கும் தெரியாது. அவரு செத்துப்போனாருன்னு யாரோ சொன்னாங்கனு ஊரு சொல்லுச்சு. பக்கத்துல புருஷன் இல்லாம, புள்ளையைப் பெத்தெடுத்த எங்க ஆத்தா, அந்த வேதனையிலயே நோயுல விழுந்து ஆறே மாசத்துல அவுகளும் போயிச்சேந்துட்டாக. அப்பன் மூஞ்சியப் பாத்தது இல்ல... ஆத்தா மூஞ்சியும் மனசுல இல்ல. அப்பிடி என்ன பசியோ.. முழுசா ஒரு வயசு முடியறதுக்குள்ள பெத்தவங்களை முழுங்கி நின்ன பய நானு. அப்ப என்னைத் தூக்கி வளத்தது என் அத்தை தெய்வானை.

பால்குடி மறவாத பிள்ளைய தொட்டுத் துடைச்சுத் தூக்கிச் சொமந்து திரிஞ்சுச்சாம். நான் தொட்டில்ல கெடந்ததவிட, அவ மடியிலயும் மனசிலயும் கெடந்ததுதான் அதிகம்.

அப்ப தெய்வானை அத்தைக்குக் கல்யாணம் பேசி இருக்காக. வீட்ல ஆரைக் காட்டுனாலும், கழுத்தை நீட்டுற பொம்பளைகதானே. ஆனா அத்தை ஒரே ஒரு வார்த்தை சொல்லுச்சாம், ‘வாக்கப்பட்டுப் போற வீட்டுக்கு நான் எம் புள்ளையையும் தூக்கிட்டுத்தேன் போவேன். அதுக்குச் சம்மதம்னா, நீங்க எது பண்ணாலும் எனக்குச் சம்மதம்’னு. அண்ணன் மகன் அனாதப் பயலாத் திரிஞ்சுரக் கூடாதுனு, எனக்கு ஆத்தாளா அவதாரம் எடுத்தா அத்தை.

அவுக அப்பா, பொன்னையா... அந்தக் காலத் திண்ணைப் பள்ளிக்கூட வாத்தியாரு. அவரு தேடிப் புடிச்சு, சொந்தத்துக்குள்ளயே ஒரு மாப்பிள்ள பாக்க கல்யாணம் முடிஞ்சது. 'புதுப் பொண்ணா வாரவ, கையில புள்ளையும் தூக்கிட்டு வாராளே'ன்னு ஊரே வேடிக்கை பாத்துச்சாம் அன்னிக்கு! எங்க மாமன் பேரு சுப்பிரமணியம். சந்தோஷமாத்தேன் இருந்திருக்காக. அவுகளுக்கு ரெண்டு புள்ளைங்க ஒண்ணு ஒங்கம்மா கமலா, இன்னொண்ணு சண்முகம். ரெண்டு புள்ளைக இருந்தாலும் மூத்த மவனா என்னையத்தேன் வளத்துச்சு அத்தை.

நல்லாத்தேன் இருந்திருக்காக... யாரு கண்ணுபட்டுச்சோ, என்ன சண்டசச்சரவோ, அத்தைய அத்துவிட்டுட்டுப் போயிட்டாரு எங்க மாமன். ஊரு கூடிப் பஞ்சாயத்துப் பண்ணியும், பிரிஞ்சவுக சேரவே இல்ல.

பொம்பள... பொம்பளன்னு வீட்டுக்குள்ளப் போட்டுப் பூட்டி, பொத்திப் பொத்தி வளக்குறாகளே... அவுகளுக்கெல்லாம் உன் அம்மாச்சி கதையத்தேன் சொல்லணும். அப்பிடி ஒரு வைராக்கியத்துல, தனியா ஒரு பொம்பள நின்னு, எங்க எல்லாத்தையும் வளத்திருக்கு.

கூலிக்கு களையெடுக்கப் போவாளாம். கூடையில் கெழங்கு சொமந்து விக்கப் போவாளாம். கொஞ்ச நாளு பொட்டிக் கடை வெச்சும் பொழச்சிருக்கு. தான் என்ன கஷ்டப்பட்டாலும் புள்ளைகளப் பொழைக்க வெச்சிரணும்னு போராடி இருக்கா. பள்ளிக்கூடம் போறதே அதிசயமா இருந்த பொருளாதாரத்துல, எங்கள வாத்தியாரு படிப்பு படிக்க வெச்சிரணும்னு அதுக்கு மனசுல ஒரு வைராக்கியம்.

நம்ம தாத்தன் வீடு, கிராமத்துல பெருங்கொண்ட வீடாம். வீட்டுக்குள்ள ஒரு ஊருக் கூட்டம் எப்பவும் திரியுமாம். திண்ணைப் பள்ளிக்கூட வாத்தியார் வீட்ல, எப்பவும் திண்ணையில் சோறு

இருக்குமாம். ஊருக்குள்ள யாரு வந்தாலும், ஒக்காந்து சாப்பிட்டுப் போலாம், அப்பிடி ஒரு பழக்கம். குடுக்கிற கையும் ஒரு நாளு கொறைஞ்சு போகும்ல?... அப்படி இருந்த சொத்து பத்தெல்லாம் கரைஞ்சு போச்சாம். மத்ததெல்லாம் போனாலும், மனசு இருக்குல்ல அத்தைக்கு அந்த ஈரம் அப்பிடியே இருக்கும் எப்பவும்.

ஊர்ல எங்கியாச்சும் புள்ள அழுகுற சத்தம் கேட்டுச்சுன்னா, 'என்னாடியாத்தா?'னு எந்திரிச்சுப் போயி, தூளிய ஆட்டிவிட்டு வரும். யாரு வீட்ல புள்ள பொறந்தாலும், போயி அதுக்கு மேலுகாலு குளுப்பாட்டிக் குடுத்துட்டு வரும். சுளுக்குனா வளிச்சுவிடும், சொகமில்லேன்னா மந்திரிச்சுவிடும். பசி பஞ்சம்னா சோறு கொழம்புனு தூக்குவாளி நெறயக் கொண்டுபோயிக் குடுத்துட்டு வரும். ஊருல இருக்கிற புள்ளைகளுக்கே அம்புட்டு கரிசனம் காட்டுச்சுன்னா தாம் புள்ளைகள் எப்பிடிப் பாத்துக்கும்னு சொல்லணுமா!

அதுலயும் தாம் புள்ளைகளுக்குக் களியோ கூழோ கரைச்சு வெச்சுட்டு, 'ஏம் புள்ளை'ன்னு எனக்கு மட்டும் நெல்லுச் சோறு வடிச்சுவெக்குமாம். தாயி தகப்பன் இல்லாத புள்ள, ஏங்கிறக் கூடாதேன்னு எனக்குத்தேன் எல்லாச் செல்லமும். நானும் உங்க ஆத்தாளும் இப்பிடி ஒரே வீட்ல வளந்தோமப்பா. ஒண்ணாத்தேன் பள்ளிக்கூடம் போவோம். ஒண்ணாத்தேன் விளையாடித் திரிவோம்.

உங்க ஆத்தா ஒரு நா வயசுக்கு வந்தப்போ, தாய் மாமனா எல்லாச் சடங்கையும் என்னப் பண்ணவெச்சுச்சு அத்தை. என்னையத்தேன் டீச்சர் டிரைனிங்குக்கு மொதல்ல சேத்துவிட்டாக, எனக்கோ சினிமா ஆச... 'ஆகா! நம்மள வாத்தியாராக்கி ஜென்மத்துக்கும் பெரம்புக் குச்சியோட நிப்பாட்டிருவாய்ங்களே'னு போக மாட்டேனுட்டேன். அப்புறம்தான் கமலாவை அனுப்பிவெச்சாக.

அந்தப் பக்கம் சிவகெங்கையில் இருந்த - பிரிஞ்சுபோன என் மாமனுக்கு மனசுக்குள்ள ஒரு புழுக்கம்... 'வயசுக்கு வந்த மகள் அப்பிடியே விட்டுட்டோம்னா, அவளைப் பாண்டியனுக்கே கட்டிக் குடுத்துருவா தெய்வானை. ஆளு பேரு இல்லாத பய... சொத்து சொகம் கிடையாது'னு என் மாமனுக்குத் தோணுச்சு போல! ஒரு நா அத்தை இல்லாத சமயமாப் பாத்து, திடீர்னு கமலாவை சிவகெங்கைக்குக் கூட்டிக்கிட்டுப் போயிட்டாரு. அவசர அவசரமா கமலாவுக்குக் கல்யாண ஏற்பாடும் பண்ணிட்டு இருந்திருக்காரு. சேதி தெரிஞ்சதும், இங்க வீட்ல அத்தை ஆடுச்சு பாரு ஒரு ஆட்டம்... பொம்பளையா இவ, இல்ல புலி சிங்கமான்னு பழையூர்பட்டியே அசந்துருச்சு அன்னிக்கு.

'நானே என் மருமகனுக்குப் பொண்ணு குடுக்கலைன்னா, பின்னே எந்த மூஞ்சியோட இன்னொரு வீட்டுப் படியேறி பொண்ணு கேப்பேன்? என் பொண்ணுக்கான புருஷனை இந்த வீட்டுக்குள்ளயே வளர்த்து வெச்சிருக்கேன். இத்தனை வருஷம் இல்லாத பாசம் எங்கிட்டிருந்துரா பொத்துக்கிட்டு வந்துச்சு?'னு வேகமா வண்டி எடுத்துக் கௌம்பிப்போச்சு அத்தை. போன வேகத்துல பொண்ணைத் தூக்கிட்டு வீடு வந்து சேந்திருச்சு.

ஊரே கிய்யாகிய்யான்னு வேடிக்கை பாக்குது. வீட்ல அழுகையும் சத்தமுமா அப்படி ஒரு கூட்டம். அன்னிக்கு ராத்திரி, ஊரு அடங்கிருச்சு... நம்ம வீட்ல மட்டும் உலையும் பொங்கலை. ஒரு சீவனும் ஒறங்கலை.

வாசத் திண்ணையில ஒக்காந்திருந்தேன் நானு... 'ஏ அய்யா பாண்டி!'ன்னு உள்ளுக்குள்ள அத்தை கூப்பிடுது. 'நா ஒண்ணு சொன்னா கேப்பியா சாமி?'ங்குது. என்னாத்தா, இப்பிடிக் கேக்குற?'னு எனக்குக்

குமுறி அழுக வருது. 'ஏ புள்ள, என்னப் பெத்தவளே, இப்பிடி வாம்மானு கமலாவைக் கூப்பிடுது. என்ன ஏதுன்னு ஒண்ணும் புரியாம, வந்து நிக்குறா உங்க ஆத்தா .

உள்ள போன அத்தை, ஒரு கயித்துல மஞ்சள் தடவி வந்து என் கையில குடுத்து, 'கட்றா தாலிய!'ன்னுச்சு. சும்மா ஒரு கற்பூரம் கொளுத்தி, அது துண்ணூர் தட்டோட நிக்க, அந்த ராத்திரியில், அதும் வீட்டுக்குள்ள, அண்ட சராசரத்துக்கும் சாட்சியா அத்தை மட்டுமே நிக்க, நான் கட்டினேனப்பா தாலிய உங்க ஆத்தா கழுத்துல!'' - பழைய நினைவுகள் பனித்துளியாய் கண்களில் வடிய, அப்பா சொல்லச் சொல்ல, அதே நினைவுகளின் வேகத்தைத் தாளமாட்டாமல், உள்ளுக்குள் உடைந்தாலும், வெளியே சிரிக்கிறார் அம்மா.

'மும்தாஜைக் கடத்தி வந்து கல்யாணம் பண்ணாராம் ஷாஜகான். உங்களுக்கு இன்னும் வசதியா, எங்க ஆத்தாவே கடத்திக்கொண்டு வந்துல்ல குடுத்துச்சு'' என்கிறார் அப்பாவைப் பார்த்து.

ஆகப் பெரிய அதிசயமான தாஜ்மகாலே, என் மனதில் சின்னக் கற்குவியலாகச் சிதறிப்போய்விட, நான் என் அப்பனை அதிசயமாகப் பார்க்கிறேன். ''ஏம்ப்பா, இவ்ளோ கதையையும் என்கிட்டே நீங்க இவ்வளவு நாளாச் சொல்லலை?'

'சொல்லலைன்னாலும், சொமந்துக்கிட்டுதானப்பா திரியுறோம். மனுஷனாப் பொறந்த ஒவ்வொருத்தனுக்கும் ஒரு வரலாறு இருக்குப்பா... வீடு, குடும்பம், ஒறவுன்னு ஆளாளுக்கு ஒரு கதை இருக்கு. நாம குலசாமின்னு கும்பிடறதே, நம்ம வீட்டுல வாழ்ந்த மனுஷங்களைத்தானே. நான் ஏன் இந்தக் கதையைச் சொல்லலைன்னு கேக்குறியே, என்னைக்காச்சும், 'உன் கதை என்னப்பா?'ன்னு நீ கேட்டிருக்கியாப்பா? இப்பிடித்தேன் இருக்கு, இங்க ஒவ்வொருத்தன்

பொழப்பும்'' என்கிறார், நினைவுகள் நெய் ஊற்றும் தீபச் சிரிப்புடன்

என் சின்ன வயதில், அம்மா கிண்ணத்தில் சோறுடன் குழம்பு மட்டுமல்ல, தினமும் ஒரு கதையையும் பிசைந்துதான் ஊட்டுவார். அப்பா அப்படி இல்லையே...! அம்மாவை எல்லாவற்றுக்கும் தேடுவோம். அப்பாவைத் தேடுவது காசு வாங்கவும், அசந்த சமயத்தில் அவரது பழைய சைக்கிளை எடுத்து ஓட்டவும்தானே. அப்படித்தான் இருந்துவிட்டது என் வாழ்க்கையும்.

''என்னப்பா செய்றது? எல்லா அப்பனோட சோகமும் இதுதேன். அம்மாக்காரி பாலு குடுப்பா, பொங்கிப்போடுவா. கதை சொல்லுவா, மேலு காலுக்கு சொகமில்லேன்னா பக்கத்துல ஒக்காந்து பாத்துக்குவா. ஆனா, அப்பனாகப்பட்டவன் ரோட்ல காட்ல சுத்தித் திரிஞ்சு காசு கீசு கொண்டுவந்தாத்தேன் வீட்ல அடுப்பெரியும்னு அதே நினைப்போட அலைவான். வெயில்லயும் மழையிலயும் திரியறவனுக்கு ஒடம்பும் மனசும் இறுகிப்போயிரும்ப்பா. பொழுதுசாய வீட்டுக்கு வர்றவனுக்கு கோபத்தைக் கொட்டத் தெரியுமே தவிர, பாசத்தைக் காட்டத் தெரியாதேப்பா.

அப்படி ஒரு அப்பன்தானே நானும்!'' - பளிங்கு மாளிகையின் முன் நின்று என்னென்னவோ பேசுகிற அப்பாவைப் பார்த்துக்கொண்டே நிற்கிறேன்.

''ஊர்ல நாட்ல ஒவ்வொரு வீட்லயும் பிரச்னை என்னன்னா, பெத்தவங்க மனசை பிள்ளைங்க புரிஞ்சுக்கிறதில்லை. பிள்ளைங்க மனசை பெத்தவங்க அறியறதில்லை. ஒலக வரலாறெல்லாம் அப்புறம்தாம்ப்பா. முதல்ல அவனவன் பாட்டன் பூட்டன் கதையைப் படிச்சாத்தான் வாழ்க்கை வெளங்கும்.

என் அத்தை... கெனாக் கண்டுச்சுப்பா... தாம் புள்ளைக நல்ல படிப்பு படிக்கணும்னு. ந்தா, இப்ப உன் மக நல்ல பள்ளிக்கூடத்துல படிக்கிறாளே... அது நம்ம குடும்பத்துல நடக்கிறதுக்கு நாலு தலைமுறை தேவைப்பட்டுச்சு. எவனோ வெதைக்கிற வெதைதேன்... ஆனா வெதைச்சவனுக்குத் தெரியாது ருசி. வெள்ளாமையைப் பாக்க, அவன் வம்சத்துக்குத்தேன் குடுத்து வெச்சிருக்கும்!'

இன்னமும் கிராமத்து மனுஷியாகவே இருக்கிற என் அம்மா, தன் கணவனின் கை கோத்து விரல்களைப் பற்றிக்கொண்டாள். என்னை மறந்து, தன்னை மறந்து அவர்கள் நடக்க, அந்தக் காதல் சின்னத்தின் பளிங்குப் பாதையில் என் கண் முன்னே பார்த்தேன், இரு காதல் பறவைகளை!

ஆத்தா மடிதேன் கட்டிலு
அப்பன் தோளுதான் தொட்டிலு!

'ஒருமுறைதான் ஒருமுறைதான்

மனிதனின் வாழ்க்கை ஒருமுறைதான்

ஒருமுறைதான் ஒருமுறைதான்

ஒருசில மகிழ்ச்சிகள் ஒருமுறைதான்

பெற்றவர்க்கு பிள்ளைகளால்

சந்தோஷம் சிலமுறைதான்

ஒருமுறைதான் ஒருமுறைதான்

ஒரு சில தவறுகள் ஒருமுறைதான்

ஒருமுறைதான் தவறியதால்

அடைகிற வேதனை பலமுறைதான்'

அதே டெல்லி... 'ஆட்டோ கிராஃப்' படத்துக்காக தேசிய விருது. இந்த முறை நான் செல்லவில்லை. என் சார்பில் விருதைப் பெற அப்பாவை மட்டும் அனுப்பி வைத்துவிட்டுக் காத்திருந்தேன்.

''ஏம்ப்பா, எனக்கு அந்த ஊரும் தெரியாது, பாஷையும்

புரியாதேப்பா'' எனத் தயங்கிய அப்பாவுக்குத் துணையாக ஒரு நண்பரையும் அனுப்பினேன். பதற்றமும் பரவசமுமாகக் கிளம்பிப் போனார் அப்பா.

எம்.ஜி.ஆர் - சிவாஜி முதல் எல்லாப் பிரபலங்களையும் ஆபரேட்டர் அறைக்கான சின்னச் சதுரத்தின் வழியே மட்டுமே தன் வாழ்நாளெல்லாம் திரையில் பார்த்து வந்த டூரிங் டாக்கீஸ் ஆபரேட்டர் பாண்டியன்... இந்த தேசத்தின் முதல் குடிமகனான பெரியவர் அப்துல்கலாமிடம் விருது வாங்கச் செல்கிறார்.

ஊர் திரும்பியதும், ஏ.வி எம்மில் ரீ-ரிக்கார்டிங்கில் இருந்த என்னைப் பார்க்க ஓடோடி வந்த அப்பா, அப்படியே இறுகக் கட்டிக் கொண்டார். 'சேரா! 'இதைக் கொண்டுபோய், உங்க பையன் கழுத்தில் நீங்களே போடணும்'னு அப்துல்கலாம் அய்யாவே சொல்லி விட்டாருப்பா'' என்று பதக்கத்தை என் கழுத்தில் அணிவித்து, அவரே தனியாளாய் கைதட்டினார்.

'எப்பிடி ஒரு சபை, எவ்ளோ பெரிய மனுஷங்க! அதுல ஒரு ஆளா என்னையும் ஒக்காரவெச்சுட்டியேப்பா! 'மாபெரும் சபைதனில் நீ நடந்தால் உனக்கு மாலைகள் விழ வேண்டும்'னு எம் ஜி ஆர் பாடுவார்ல அப்பிடிப் பண்ணிட்டியேப்பா!' - என டெல்லி கதைகளை அவர் சொல்லச் சொல்ல, அப்பாகூட இவ்வளவு பேசுவாரா என அதிசயமாகப் பார்த்தேன். இத்தனை ஆனந்தத்தில் என் அப்பனை நான் பார்த்ததே இல்லை. அந்த ஒரே ஒரு கணத்துக்காக, எத்தனை எத்தனை யுகம் வேண்டுமானாலும் ஒருவன் உழைக்கலாம். வாழ்க்கையில் ஒருமுறைதான் ஒருமுறை தான், ஒரு சில மகிழ்ச்சிகள் ஒருமுறைதான்!'

கனவுகளும் கற்பனைகளுமே, ஒவ்வொரு மனிதனின் வாழ்க்கைப்

பயணத்துக்கும், வண்டி மாடுகள். கஞ்சிக்கு வழி இல்லாதவன்கூட, தன் நெஞ்சுக்குள் மகாராஜாதான்!

'யாரு, நம்ம பாண்டியா... பாவம் அதுக்கு என்னா தெரியும்? 'போட்டாத் திங்கும், வெச்சா சொமக்கும்' என்பார்களாம். எங்கள் ஊரில் யார் என்ன வேலை சொன்னாலும் ஓடியாடிப் பார்க்கிற மனுஷன்.

தீவிரமான எம்.ஜி.ஆர் ரசிகர். திராவிட இயக்கங்களின் தாக்கம் தீவிரமாகப் பரவியிருந்த நேரம்... வெள்ளலூர்ப் பக்கம் தேர்தல் பிரசாரத்துக்கு எம்.ஜி.ஆர் வருகிறார் என்றதும், 'தலைவர்தான் எம் பிள்ளைக்குப் பேர் வைக்கணும்' என்று இரண்டு மாசக் குழந்தையான என்னைத் தூக்கிக்கொண்டு ஓடினாராம். கூட்டத்தில் சிக்கி, எம்.ஜி.ஆர் வந்த வாகனத்தைக்கூட நெருங்க முடியவில்லையாம். வண்டிகள் கிளம்பும்போது, எம்.ஜி. ஆர் வீசி எறிந்த சால்வை ஒன்று இவருக்குக் கிடைக்க, அந்தச் சால்வையை எனக்குப் போர்த்திப் பார்த்து அழகு பார்த்த அப்பாவித் தகப்பன்.

''ஏம் பேரு பாண்டியன்... அதுனால எம் புள்ள பேரு இளஞ்சேரன்' என்று எனக்குப் பெயர் சூட்டினாராம் பெருமையாக. எனக்குத் தம்பி பிறந்திருந்தால், நிச்சயம் அவன் பெயர் சோழன். மூவேந்தர் குடும்பமாகி இருப்போம்!

வார்த்தைகளுக்கு வாக்கப்பட்ட மக்கள். ஒருநாள் ஏதோ பேச்சில் எசகுபிசகாய் ஒரு வார்த்தை வந்துவிழ, கோபித்துக்கொண்டு கும்பகோணம் பக்கம் போய்விட்டது அம்மாச்சி. நானோ கைப்பிள்ளை. அதே நேரம், அம்மாவுக்கு திண்டுக்கல்லில் டீச்சர் டிரெயினிங் ஸ்கூலில் இடம் கிடைத்தது. அப்பாவுக்குத் தியேட்டர் வேலை. பிள்ளையை யார் பார்த்துக்கொள்வது?

வீம்பும் வைராக்கியமும் தானே, ஏழை மக்களுக்கு எப்போதும் இருக்கும் சொத்து. 'நானே பாத்துக்கிறேன்' என்று அப்பா சொல்ல, கண்ணீரில் என்னைக் குளிப்பாட்டிக் கொடுத்துவிட்டு, திண்டுக்கல்லுக்கு பஸ் ஏறினார் அம்மா .

கைக்குழந்தையான என்னை, அப்பா ஒரு கையில் அள்ளியபடி சைக்கிள் மிதிப்பாராம் தியேட்டருக்கு. ஆபரேட்டர் ரூமில், அந்த இருட்டு கேபினுக்குள் என்னை ஒரு துண்டு விரித்துத் தூங்கவைத்துவிட்டு, ஒவ்வொரு இரவும் படம் ஓட்டுவாராம்.

அப்போது நான் குடித்ததெல்லாம் தியேட்டர் கேண்டீன் பால். தாலாட்டு பாடத் தெரியாத அப்பா, எனக்குப் பாடியது அத்தனையும் சினிமாப் பாட்டுத்தான். இரவினில் இரண்டு ஆட்டம் முடித்து, அங்கேயே ஒரு ஓரமாக விடியும் வரை கிடந்துவிட்டு, பறவைகள் சிணுங்க ஆரம்பிக்கிற அதிகாலையில் என்னைச் சுமந்தபடி, வீட்டுக்கு வருவாராம்.

''ஒவ்வொருத்தனும் தாம் புள்ளையை தங்கத் தொட்டில்ல போட்டுத் தாலாட்டணும்னு துடிப்பான். இருக்கப்பட்டவன் செய்வான்... நம்மள மாதிரி இல்லாதப்பட்டவனுக்கு 'ஆத்தா மடிதேன் கட்டிலு, அப்பன் தோளுதேன் தொட்டிலு'ன்னு சொல்வாக.

தியேட்டர்ல கிறுகிறுன்னு ரீல் சுத்திக்கிட்டே இருப்பேன். திடீர்னு நீ அழுவே, பசிச்சு அழுகுறியோன்னு பாதியில் ஓடிப் போய் பால் வாங்கி வந்து ஆத்தி, பாட்டில்ல ஊத்திக் குடுப்பேன். அப்புறமும் அழுவே, எதுக்கு அழுகிறேன்னு புரியாதுப்பா. ஒன்னய அள்ளித் தோள்ல போட்டுக்கிட்டு 'ரேரேரேரேனு இங்கிட்டும் அங்கிட்டும் ஒலாத்துவேன். அழுகை நின்னுரும். சரின்னு படுக்கவெச்சா மறுபடியும் அழுவே, புள்ளைக்கு மேலு சரியில்லையோனு பதறும்.

இன்னிக்கு மாதிரி சினிமாவா அன்னிக்கு? நாலு இன்டெர்வெல் விடணும். நான் ஒருத்தனா ரீலு சுத்தணும். அங்கிட்டு நல்லா கறுப்பு யானை கெணக்கா நிக்கும் வெஸ்டெக்ஸ் மெசினு. இங்கிட்டு பச்சப்புள்ள நீ கெடப்பே. நான் பொழப்பப் பாப்பேனா, ஏம் பொறப்பப் பாப்பேனான்னு புரியாம ரெண்டு பக்கமும் தட்டழிவேன். நான் இங்கே ஒன்ன மடியில சொமந்து கெடக்கேன், அங்க திண்டுக்கல்ல ஒங்கம்மா நம்ம ரெண்டு பேரையும் மனசுல சொமந்துக்கிட்டுக் கெடப்பாளேன்னு நெனச்சாலே, கரகரன்னு கண்ணீரு ஊத்திரும்.

ரெண்டாம் ஆட்டம் முடிச்சு, எல்லா சனமும் கலைஞ்சுபோன பிறகு, அர்த்தராத்திரியில தனியாளா தியேட்டர்ல கெடக்கிறப்போ, எங்க அத்தை நெனப்பு வரும்... இப்பிடித்தான ஒரு காலத்துல, என்னையும் தூக்கி வளத்திருக்கும் ஒன் அம்மாச்சி!

'மிதிச்சா சேறு, தின்னா சோறு'னு வைராக்கியமா வாழ்றவுகள இப்பிடி விட்டுப்புட்டோமேன்னு மனசு கெடந்து அறுக்கும். 'மதுரைல நெனச்சா மெட்ராஸ்ல விக்கல் எடுக்கும்பாக. அப்பிடி அங்க அம்மாச்சிக்கும் ஒன்ன விட்டுட்டு இருக்க இருப்புக்கொள்ளல.

கெளம்பி வந்த அம்மாச்சி, 'கமலா படிச்சு முடிச்சு வர்றவரைக்கும் ஏம் பேரன் ஏங்கிட்டயே இருக்கட்டும்'னு ஒன்னய மட்டும் தூக்கிக்கிட்டு ஊருக்குப் போயிருச்சு. நான் தியேட்டர்ல, அம்மா திண்டுக்கல்ல, நீ மட்டும் அம்மாச்சியோட கும்பகோணத்துலன்னு கொஞ்ச நாளு ஓடுச்சு. அம்மா படிப்பு முடிச்சு வர்றப்ப, நீ மட்டும் தனியா வரலை. 'பேரனைப் பிரிஞ்சு இனிமே இருக்க முடியாது'ன்னு அம்மாச்சியும் மறுபடியும் வீட்டுக்கு வந்திருச்சு'' என அப்பா சொல்லி வரும்போதே, ''ஆமாமா சிவாஜி படம் மாதிரி!'' என்று அம்மா சிரிப்பார். எம்.ஜி. ஆர் ரசிகருக்கு கோபம் பொத்துக்கொண்டு வரும். சட்டையை மாட்டிக்கொண்டு சைக்கிளில் கிளம்பிவிடுவார்.

‘‘அம்மா, அம்மா! நீ சொல்லும்மா, அப்புறம் என்ன ஆச்சு?’’ என்பேன்.

‘அப்புறம் என்ன ஆச்சு... இப்பிடி ஊருக்கு ஒருத்தராப் பொழைக்கிறதை விட உள்ளூர்லயே ஆளும்பேருமா நின்னு ஒரு வழி தேடலாம்னு அம்மாச்சி சொல்லுச்சு!’’

'நானும் இல்லைன்னா, அப்புறம் எம்.ஜி.ஆருக்கு வேற யாரு இருக்கா?’ என்பது மாதிரி, அப்பா மட்டும் ஆபரேட்டர் வேலையை விடவே இல்லை. டீச்சர் வேலைக்கு அம்மா பதிவு செய்து வைத்தார். வீட்டிலேயே இட்லி, வடை, பணியாரம் சுட்டு விற்கலாம் என அம்மாச்சி சொல்ல, பழையூர்பட்டியின் முதல் ஃபைவ் ஸ்டார்’ ஓட்டல் ஆரம்பமானது இப்படித்தான்.

பொங்கலுக்கும் தீபாவளிக்கும் மட்டுமே ஆட்டுக்கல் சத்தம் கேட்கும் எங்களின் வீட்டில், தினம்தினம் இட்லி, தோசைக்கு மாவரைக்கும் இசை. அதிகாலையில், விழிப்பு வரும்போதே, சட்னி சாம்பார் வாசம் கமகமக்கும். அப்படியே எழுந்து ஓடிப் போய் அடுப்படியில் அம்மாச்சி மடியில் அமர்வேன்

அடுப்பில் ஒரு கண் இருக்க, எனக்கு தன் விரலாலேயே பயோரியா பல்பொடி தேய்த்துவிட்டு, இரண்டு பணியாரம் தரும். அம்மாச்சிக்கு கோபம் வந்தால் அது எப்போதும் சொல்லும்... ‘‘கூரை மேல சோத்த வெச்சா ஆயிரம் காக்கா!’’ கையில் திறமை இருந்தால், வாழ்க்கை தன் வாசலைத் திறந்துவைக்கும் என்பதைத்தான் அப்படி அழகாய்ச் சொல்வார்.

தினமும் மாலை நேரத்தில், அப்பா தியேட்டருக்குக் கிளம்பிச் செல்ல... இன்னமும் வேலைக்குப் போகாத அம்மா, ஊரில் உள்ள அத்தனை பிள்ளைகளுக்கும் எங்கள் வீட்டுத் திண்ணையில் உட்கார்ந்து பாடம் நடத்துவார்.

ஒரு நாள் அம்மா பாடம் நடத்துவதைப் பார்த்தபடியே ஆட்டுக்கல்லில் மாவரைத்துக் கொண்டு இருந்த அம்மாச்சி அழுததாம். ‘எம்மா! ஏன் அழுவுறே, ஏம்மா அழுவுறே?‘ என என் அம்மா ஓடிப்போய், அவரை உலுக்கிக் கேட்க,

‘‘நான் அழுவல கமலா, அங்கன திண்ணயில ஒக்காந்து பாடம் நடத்துறது நீதானா, இல்ல செத்துப்போன எங்க அய்யாதேன் சேலையைக் கட்டி வந்து ஒக்காந்திருக்காரான்னு நெனச்சேன், அந்த சந்தோஷந்தேன். இனி நாம பொழச்சிக்கிருவோம், புள்ள!’’ என என் அம்மாவைக் கட்டிக்கொண்டு அப்படி அழுததாம் அம்மாச்சி.

பழையூர்பட்டியில் பிறக்கிற அத்தனை பேரும் அரிச்சுவடியை ஆரம்பிப்பது என் அம்மா கமலா டீச்சரிடம்தான்!

ஊருக்கெல்லாம் என் அம்மா பாடம் சொல்லிக் கொடுத்தாலும், என் முதல் டீச்சர் மல்லிகா டீச்சர்!

பயாஸ்கோப்

‘ஒரு கோழி முட்டையைப் போடுவோமா... ஹை போட்டாச்சு. அப்பிடியே பாதி வட்டம் போட்டு... போட்டோமா... சரக்குனு அதைப் பாதியிலயே கிழிச்சு வெளியே கோடு இழுத்து, சர்ருன்னு குறுக்கால ஒரு கோடு போட்டோம்னா... அட, இதான் ’அ’!’’ - செம்மண்ணில், மல்லிகா டீச்சர் என் விரல் பிடித்து எழுதிக் காட்டுவார். ‘‘இவ்ளோ அழகா எழுதுறியே’’ என்பார்.

டீச்சரின் மடியில் கிடக்கிற எனக்குச் சிரிப்புச் சிரிப்பாய் வரும்.

‘‘எங்க, இப்ப நீயே எழுதுவியாம்’’ என என்னை எழுதவைப்பார். டீச்சர் என் விரல் பிடித்து எழுதிய ’அ’, நான் எழுதும்போது அதே அழகில் வருமா என்ன? எனக்கு அழுகை அழுகையாய் வரும். ‘‘நண்டூறுது, நரியூறுது’’ எனக் கிச்சுக்கிச்சுக் காட்டுவார் மல்லிகா டீச்சர். நான் எல்லாம் மறந்து சிரிப்பேன்.

பாரதியார் நடுநிலைப் பள்ளி - பழையூர்பட்டியின் பல்கலைக் கழகம். சுற்றுவட்டாரக் கிராமங்கள் அத்தனைக்கும் அதுதான் ஒரே கல்விச் சாலை!

லட்சுமியும் சரஸ்வதியும் எப்படி இருப்பார்கள் என்பதை தலைமுறை தலைமுறையாக அறியாத ஏழை உலகம்; தலைக்கு

எண்ணெய் தடவுவதே ஆடம்பரமாக இருந்த பொருளாதாரம்; எழுதப் படிக்கத் தெரிவதே, எட்டாத கனவாக இருந்த காலம்; வாய்க்கும் வயிறுக்கும் போராடித் திரியும் கூட்டத்தில், ஒரு சிறுவன் பள்ளிக்கூடம் செல்வது என்பதே, அதிசயமாக இருந்த சூழல்!

பள்ளிக்கூடத்துக்கு அப்போதெல்லாம் பல பேர் வருவதற்கு ஒரே காரணம், ஒரு வேளைச் சாப்பாடு நிச்சயம் என்பதால்தான். பையில் சிலேட் இருக்கிறதோ இல்லையோ, ஒரு ஈயத் தட்டு இருக்கும் ஒவ்வொரு பையனிடமும். மதிய உணவுத் திட்டத்தைக் கொண்டுவந்த தற்காக, காமராஜரை கடவுளாகக் கும்பிட்ட மக்கள், எம் மக்கள்!

வருடத்துக்கு ஒருமுறை தீபாவளிக்கு வாங்குகிற புதுத் துணியே, பள்ளிக்கூட யூனிஃபார்மாகத்தான் இருக்கும் பல வீடுகளில், அப்படி ஒரு கூட்டத்துக்குள் பட்டினி வயிறு இல்லாமல் பள்ளிக்கூடம் போன ஒரு சிலரில் நானும் ஒருவன்!

வீட்டுக்குள்ளேயே விளையாடித் திரிந்த எனக்கு, பள்ளிக்கூடம் என்பது பெரிய விளையாட்டு மைதானம். புதிய புதிய கூட்டாளிகள். வீட்டில் இருந்து டவுசர் பாக்கெட் நிறைய மக்காச்சோளம், கப்பக்கிழங்கு, வெல்லக் கட்டி என எதையாவது அள்ளிப் போய், ஆளும்பேருமாக தின்றபடி திரிவோம்.

கன்னத்துக்கும் கைக்குமாக சிலேட்டை அணைத்தபடி, டீச்சர் சொல்லச் சொல்ல, எதையாவது எழுதி, அது தப்பாக வரும்போ தெல்லாம் எச்சில் தொட்டு அழிப்போம். 'அய்யே, எச்சி பண்ணக் கூடாதுப்பா! தண்ணி தொட்டு அழிக்கணும்'' என ஈரத்துணி தருவார் டீச்சர்.

சிலேட்டை இன்னும் கருப்பாக்குகிறேன் என்று அடுப்புக் கரியை நொறுக்கி, ஊமத்த இலையைக் கசக்கிக் கலந்து கொசகொசவெனத் தேய்த்து, அப்படியே சட்டை டவுசரெல்லாம் கரி இழுவி நிற்போம்.

‘அச்சச்சோ’’ எனக் கூட்டிப் போய் முகம் கழுவிவிடுவார் டீச்சர். யாருக்காவது காய்ச்சல் என்றால், கிளாஸ் ரூமிலேயே ஓரமாகப் படுக்கவைத்து, விசிறிவிடுகிற டீச்சர், எங்க டீச்சர்! பழனி முருகனைக் கும்பிடப் போய் வந்த டீச்சர், கிளாஸில் எல்லோரையும் வரிசையாக நிற்கவைத்து நெற்றியில் திருநீறு பூசி, ஆளுக்கு ஒரு ஸ்பூன் பஞ்சாமிர்தம் தந்தார். வாங்கிய வேகத்தில் நக்கிவிட்டு, டவுசரில் கைதுடைத்தபடி மறுபடி வரிசையில் நின்ற பையன்கள் நாங்கள்.

ஒவ்வொரு மனிதனின் நெஞ்சிலும் நினைவிலும் முதல் விதை மிகச் சரியாக விழுந்துவிட்டால், அவன் வாழ்வு துளிர்த்துவிடும். கல்வியை வேலையாக அல்லாமல் சேவையாகச் செய்பவர்கள், ஆரம்பப் பள்ளிக்கூட ஆசிரியர்கள். சரஸ்வதி சாமி எப்படி இருக்கும் என்றால், வெள்ளைத் தாமரையும் வீணையுமாக இப்போதும் என் மனதில் நிற்பது மல்லிகா டீச்சர்தான்!

‘இன்னைக்கு என்னா சொல்லிக் குடுத்தாங்க?‘ - ஆசை ஆசையாய் அம்மாச்சி கேட்கும். ‘ஆங், ஒக்காரு, மொதல்ல கையக் கட்டு’’ என அம்மாச்சியை அதட்டி, தரையில் உட்காரவைத்து நான் திண்ணையில் ஏறிக்கொள்வேன்.

‘சொல்லு, ஓரொண்ணு ஒண்ணு’’ என்பேன் ராகமாக. அடக்கமுடியாத சிரிப்புடன், ‘ஒண்ணு’’ என்பார் அம்மாச்சி.

‘அப்பிடீல்ல, ஓரொண்ணு ஒண்ணுன்னு சொல்லு’’ எனத் திருத்துவேன். சினிமா ஓட்டக் கிளம்புகிற அப்பாவும், ‘ஓரொண்ணு ஒண்ணு, சரியா சார்?‘ என்பார், என் முன் பவ்யமாகக் கை கட்டிக்கொண்டு.

‘‘ம்ம், சிலேட்டுல அத பத்து தடவை எழுது, சரியா?‘ என்பேன் தோரணையாக.

‘எப்பிடிப் பேசுறாம் பாரு!‘ - என வாயில் கைவைத்து வாசலில் நின்றபடி ஆச்சர்யமாகப் பார்த்துக்கொண்டு இருப்பார் அம்மா. கண் முன்னால் ஒரு பிறை நிலவாகத் தங்கள் பிள்ளைக் கனவு வளர்வதை, பெற்றவர்கள் ரசிப்பது, வீட்டுக்கு வீடு தினம்தினம் நடக்கும் திருவிழாதானே!

இரண்டாம் ஆட்டம் முடிந்த பிறகு, அப்பா சைக்கிள் மிதித்து வீடு வந்து சேரும்போது, அது எங்களுக்கு மூன்றாம் சாமமாக இருக்கும். சைக்கிள் டயர், தெரு மண்ணை அரைத்தபடி வரும் ஓசையே ஒரு அலாரமாக என்னை எழுப்பிவிடும். ஆனாலும் அப்படியே கண் மூடிக் கிடப்பேன். ‘அய்யா, சேரா!‘ என்றபடி என் பக்கம் வருவார் அப்பா. ‘தூங்குற புள்ளையை உசுப்பாதீங்க‘ என அம்மா சொல்லும்போதே, போர்த்திப் படுத்திருக்கிற அம்மாச்சியின் பழைய சேலையை விலக்கி பளிச்செனச் சிரிப்பேன்.

‘‘எம் புள்ளையாவது தூங்குறதாவது?’’ என ஒரு மிக்சர் பொட்டலத்தைப் பிரித்துத் தருவார் அப்பா. அத்தனை ராத்திரியில் நான் மிக்சர் தின்னுகிற வேகத்தைப் பார்த்தால், ஊர்க் காவலுக்கு உலா வருகிற எல்லைச் சாமிகளுக்கே திகிலடிக்கும்!

‘‘நாளைக்கி என்னா படம்ப்பா வருது?‘

‘அது ஏதோ சுமாரான படந்தேம்ப்பா, வீரபாண்டிய கட்டபொம்மனோ என்னமோ?‘ என்பார் எம்.ஜி.ஆர் ரசிகர்.

அத்தனை இருட்டிலும் அம்மா முகம் ஒளிரும். ‘‘சொல்லவே இல்ல ? ஏங்க, சேரன்கூட சினிமா பாக்கணும்னு சொல்லிட்டே இருந்தான்‘ என சிவாஜி படம் பார்க்க பரவசமாவார் அம்மா .

‘ஏ கமலா! எந்திரிச்சுட்டியாம்மா? இப்ப அடுப்புல இட்லிய வெச்சா சரியா இருக்கும்ல‘ என அம்மாச்சி, தடுமாறி எழுந்து கூந்தலை

சத்சத்தென உதறிச்சுழற்றி கொண்டை போடும். அவ்வளவுதான், வீட்டுக்குள் அத்தனை சத்தமும் அடங்கிவிடும்.

அப்பா பக்கத்தில் படுத்தபடி அவர் காதுக்குள், ''பிலிம் கொண்டு வந்தியாப்பா?' எனக் கிசுகிசுப்பேன். ''சட்டைப் பையில இருக்குப்பா, காலையில எடுத்துக்க'' என்பார்.

''என்ன பிலிமு?'

''என்னான்னு பாக்கலியேப்பா!''

''எம்.ஜி.ஆர், சிவாஜியா ? இல்ல, வேற என்னாமோவா?''

''பாக்கலியே சேரா. ''

'ம். போப்பா! மொக்கத்தொர இருக்கான்ல, அவன்கிட்டே ஏழு எம்.ஜி. ஆர் பிலிம் இருக்கு. அதக் காட்டிக்காட்டி எனக்கு வக்கணம் காட்றான் தெரியுமா?'

'நாளைக்கித் தர்றேம்ப்பா. தூங்கு தூங்கு' - அணைத்த கை அப்படியே கிடக்க உறங்கிப்போவார் அப்பா.

எப்போதாவது அப்பா என்னையும் தியேட்டருக்குக் கூட்டிப் போனால், ஆபரேட்டர் மகன் என்பது அத்தனை பெருமையாக இருக்கும். இன்டெர்வல் விடும்போதோ, திடீரென பிலிம் அறுந்துவிடும் போதோ, டக்கென படம் நின்றுபோய், டாக்கீஸுக்குள் ஒரு குண்டு பல்பு மட்டும் பளிச்சென எரியும். எல்லோரும் ஆபரேட்டர் ரூமைத் திரும்பிப் பார்ப்பார்கள். அப்பா அவசரமாக எதையோ நோண்டி இழுத்து வெட்டி ஒட்டி என்னவோ பண்ணுவார். மறுபடியும் படம் ஆரம்பமாகிவிடும். என் மனதுக்குள் அப்போதெல்லாம் அப்பா, ஹீரோ மாதிரி தெரிவார். இரண்டு ஆட்டமும் பார்ப்பேன். இரவு வீடு திரும்பும்போது, கேபின் ரூமில் சிதறிக்கிடக்கும் துண்டு பிலிம்களை மறக்காமல் பொறுக்கிக்கொள்வேன்.

அப்போதெல்லாம் எங்கள் உலகத்தின் கரன்ஸியே துண்டு பிலிம், தீப்பெட்டிப் படம், சிகரெட் அட்டைகள்தான்.

ஜாக்சன் துரைக்கு எதிரே கட்டபொம்மனாக சிவாஜி நிற்கிற பிலிம், கப்பலில் வாளுடன் ஆயிரத்தில் ஒருவனாக எம்.ஜி.ஆர் நிற்கிற பிலிம் என அபூர்வமான பிலிம்கள் என்னிடம் சிக்க, பையன்கள் மத்தியில் நான் திடீர்ப் பணக்காரனானேன்.

பக்கத்து ஊரில் இருந்தெல்லாம் ஆறேழு பையன்கள் கூட்டமாக வந்து, அந்த துண்டு பிலிமைக் காட்டச் சொல்வார்கள். அதற்குக் கட்டணமாக இரண்டு தீப்பெட்டிப் படங்கள் வாங்குவோம். வந்த கூட்டம் பிலிமைப் பறித்து ஓடிவிட்டால் என்ன செய்வது என்ற பாதுகாப்பு உணர்வுடன் ஏழெட்டுப் பையன்களுடன் சேர்ந்து சென்றுதான் அவர்களை எதிர்கொள்வேன்.

ஒரு நாள், வீட்டுக்குள்ளேயே சினிமா காட்டுகிற விஞ்ஞானத்தைக் கற்றுக் கொண்டுவிட்டேன். ஃபியூஸாகிப் போன பழைய குண்டு பல்பின் அடிப் பக்கத்தை கவனமாகக் குடைந்து எடுத்து, அதற்குள் தண்ணீர் ஊற்றி ஒரு டப்பாவுக்குள் அதைச் சொருகிவைப்பேன். வாசலில் இருந்து உடைந்த கண்ணாடித் துண்டில் சூரிய ஒளியைச் சேகரித்து, ஜன்னல் வழியே அதை பல்பு மீது காட்டினால், தண்ணீருக்குள் அந்த வெளிச்சம் ஊடுருவி பக்கத்துச் சுவரில் பெரிதாக நீர்க்கோலம் காட்டும். பல்புக்கும் சுவருக்கும் நடுவே, ஒரு அட்டையில் சதுரமாகக் கீறி அதில் பிலிமை தலைகீழாகச் சொருகினால், எம்.ஜி. ஆரும் சிவாஜியும்தண்ணீரின்சலனத்துக்கேற்பசுவரில்நடனமாடுவார்கள்.

எங்கள் ஊரின் இரண்டாம் ஆபரேட்டர் இப்படித்தான் அவதரித்தான். அப்பா இரவெல்லாம் டாக்கீஸில் படம் ஓட்ட, நான் பகலில் பயாஸ்கோப் காட்டுவேன். எங்கள் வீட்டில் இரண்டு நல்ல

விஷயங்கள் நடந்தன. எனக்கு இரண்டு தங்கச்சிகள் பிறந்தார்கள். குட்டிப் பாப்பாக்களை நாளெல்லாம் பொழுதெல்லாம் கொஞ்சிக்கிடந்தேன். அம்மாவுக்கு டீச்சர் வேலை கிடைத்தது. அதுவும் பழையூர் பட்டி பாரதியார் பள்ளியிலேயே!

ஒரே ஒரு இடம்தான் காலியாக இருந்ததாம். எங்கள் ஊரின் அப்போதைய பஞ்சாயத்துத் தலைவர் குமராண்டி அம்பலம். அவரது மகன் சுவாமிநாதன், என் அம்மா என இருவர் அப்போது ஆசிரியர் பயிற்சி முடித்திருந்தனர். யாராவது ஒருவருக்குத்தான் வேலை என்று வந்தபோது, ‘ஆண்டவன் புண்ணியத்துல நமக்கு சொத்து சொகத்துக்குக் கொறச்சலில்லே. ஆனா, தெய்வானை குடும்பம் கண்ணு முன்னால கஷ்டப்பட்டுக்கெடக்குது. கமலாவுக்கு வேலை குடுத்தா, அவுக நல்லா இருப்பாக'' எனத் தன் மகனைத் தள்ளிவைத்துவிட்டு, என் அம்மாவுக்கு வேலை தந்தாராம் அந்தப் பெரிய மனிதர்!

அம்மாச்சி கும்பிட்ட அத்தனை சாமியும், அப்போதுதான் எங்கள் பக்கம் திரும்பிப் பார்த்தன. குடும்பத்தில் மகிழ்ச்சி குடியேறத் துவங்கி இருந்தது. அப்பாவின் சைக்கிளில் போய் வந்த நான், அம்மாவின் விரல் பிடித்து பள்ளிக்கூடம் போய் வர ஆரம்பித்தேன்.

ஒரு நாள் மதியம், பள்ளிக்கூடத்தில் இருந்தோம். யாரோ ஓடி வந்து ஏதோ சொல்ல, ‘அய்யோ ! ஏம் புள்ள உள்ள கெடக்காளே... ஆத்தா, ஏஞ் சாமி!'' அலறித் துடித்தபடி அம்மா ஓட ஆரம்பிக்க, பயத்தில் அழுதபடி நானும் பின்னால் ஓட, ஊரே ஓடி வந்தது எங்களோடு!

தூரத்திலேயே தெரிந்தது குபுகுபுவென வானத்தில் கரும்புகை ஏறும் வேகம்

‘கமலா டீச்சர் வீடு தீப்பிடிச்சு எரியுதாம்!''

ஒரே நாளில் நாங்கள் எல்லாம் தொலைத்த தினம் அது!

எரிந்தது குடிசை... எழுந்தது வீடு!

'ஓடியா, ஓடியா, ஏலா எல்லாரும் ஓடியாங்க, டீச்சர் வீடு தீப்புடிச்சு எரியுது!'' - யாரோ, எங்கேயோ அடிவயிறு துடிக்க அலறுகிற சத்தம், அந்தச் சாமிக்கே கேட்டிருக்கும்!

ஊருக்குள் ஒளிந்துகிடக்கும் எங்கள் குடிசை, அன்று தூரத்தில் வரும்போதே, 'நா இந்தா இருக்கேன்' என்பது போல், குபுகுபுவெனக் கிளம்பி பேயாட்டம் ஆடுகிறது புகை வட்டம். அம்மாச்சி ஊஞ்சலாடி, அம்மா பாண்டியாடி, தங்கச்சி தொட்டிலாடிக் கிடந்த குடிசையைத் தின்கிறது தீ நாக்கு!

''அய்யோ... அய்யய்யோ!'' - தலையிலும் நெஞ்சிலும் அடித்தபடி கதறி ஓடுகிறாள் அம்மா. நெஞ்சு நடுங்க நானும் அழுதபடி ஓடுகிறேன். ஓடி வந்த அம்மா, எரியும் குடிசையைப் பார்த்ததும், மடாரெனத் தரையில் விழுந்து மயக்கமாகிப் போனார்.

தீப்பிடிக்கும் குடிசைக்குள் தொட்டிலில் கிடந்த சின்னத் தங்கச்சியை, நெருப்புக்குள் ஓடி அள்ளி, நெஞ்சோடு அணைத்தபடி ஓடி வருகிறார் அப்பா. எட்டு ஆளுக்குச் சமம் என் அம்மாச்சி. தீ எரியும் கூரை மீது ஏறி, கிடுகுகளை வேறு பக்கமாய் வெட்டிச்சாய்க்கும்

இளந்தாரிகளுக்குச் சமமாக, சத்தக்சத்தக்கென அதுவும் வெட்டி எறிகிறது.

கண்மாய்க்கும் குடிசைக்குமாக ஊரே மனிதச் சங்கிலியாக மாறி நிற்க, பானை குடம் எனக் கைக்குச் சிக்கின அத்தனை வீட்டுப் பாத்திரங்களிலும் தண்ணீர் அள்ளி வீசி வீசி அணைக்கிறார்கள்.

பனைக் கிடுகுகளும், பரப்பின வைக்கோலுமாக இருக்கும் குடிசை, பரவும் நெருப்பை எப்படித் தாங்கும்? சின்னப் பிள்ளை கையில் இருந்த மிட்டாயை வெறிநாய் பிடுங்கித் தின்றது போல, பஸ்பமானது எங்கள் பழையூர் அரண்மனை!

எரிந்த மிச்சங்களும் கரிக் குப்பைகளுமாகச் சொதசொதவென நனைந்து கிடந்ததில், கடவுள் ஏதேனும் மிச்சம் வைத்திருப்பாரா என்று தேடிப் பார்த்து, பொறுக்கி வருகிறார் அம்மாச்சி. மயங்கிக்கிடந்த அம்மா, தெளிந்து உட்கார இரண்டு மணி நேரமாச்சு. தாயும், மகளும் அன்று தெருவில் கட்டிக்கொண்டு கதறிய காட்சி இன்றும் இருக்கிறது என் உயிர்க்கூட்டுக்குள்.

'நா சின்னக் குருவியாட்டம்

சிறு கூடு கட்டி வெச்சேன்

சித்தெறும்புக் கூட்டம்போல

கொஞ்சூண்டு சேத்துவெச்சேன்

தீ வேசம் போட்ட சாமி

எஞ் சோத்தத் தின்னுருச்சே''

- ஆறுதலாக ஆதரவாக வந்து நிற்கிற அத்தனை கிழவிகளையும் கட்டிக் கொண்டு கதறுகிறாள் எங்கள் தாய்க் கிழவி. காக்காய்க்கு

படையல் வைக்கிற வீடு, அன்று கடவுளுக்குப் படையல் வைத்தது போல கருகி, வெறும் கூடாய் மாறிக் கிடந்தது எங்களது குடிசை.

ஒரு வீட்டுத் திண்ணையில் பாத்திரங்களையும், பழைய துணிமணிகளையும் குமித்தோம். தெரு மரத்தில் சேலை கட்டி தொட்டிலில் கிடந்தாள் தங்கச்சி. காப்பித் தண்ணி ஒருவர் தர, எங்களுக்கும் சேர்த்து ஒரு வீட்டில் உலை கொதிக்க, அடுத்து என்ன செய்யலாம் என்று ஆளும்பேருமாகக் கூடி யோசிக்க, அன்றுதான் புரிந்தது. உறவுகளால் இயங்குகிறது உலகம்!

'வாழ்க்கை கஷ்டமா இருந்தாலும் வயித்துக்குப் பஞ்சம் வந்துரக் கூடாதுன்னு, இட்லி சுட்டு விக்கலாம். வித்தது போக மிச்சத்த தின்னுப் பசியாறலாம்னு நெனச்சேன். வீட்ல அடுப்பெரியும்னு பாத்தா, என் வீடே எரிஞ்சுபோச்சே...' அழுதபடியே கிடந்த அம்மாச்சிதான், அப்பாவைப் பார்த்துச் சொன்னது, 'ஏ அய்யா, எம் பொழப்பு ஆரம்பிச்ச இடத்துலதேன், எம் வம்சமும் பொழைக்கணும். நாம இங்கனக்குள்ளயே ஒரு வீடு கட்டணும் சாமி. அதும் ஓட்டு வீடு!''

ஒரு பெண், தேவதையாவதும் தெய்வமாவதும் அப்படி ஒரு அபூர்வ தருணத்தில்தான். தேவைதான் மனிதனைத் துரத்துகிறது. சிறிதான அகலை ஊதி அணைக்கும் அதே காற்றுதானே, பெரிதான நெருப்பை ஓங்கி வளர்க்கிறது. அம்மாச்சி நெஞ்சுக்குள் ஒரு அக்கினிக் குஞ்சு முளைக்க, அது எப்போது சிறகடிக்கும் என்று காத்திருந்தோம் எல்லோரும். எரிந்த வீட்டிலேயே கொஞ்சம் கீற்றுகளைப் போட்டு பேருக்கு அதை வீடாக்கி, அடுத்த அத்தியாயம் ஆரம்பித்தது எங்கள் வாழ்வில்!

'பொங்கிப் போட நா இருக்கேன், பொழைக்க நீயும் கமலாவும் இருக்கீங்க, ஆளும் பேருமா கூடி இழுத்தா, தேரு தன்னால நகந்து நம்ம

பக்கம் வந்துருமப்பு. நாளைக்குக் காலையில நா இட்லிக்கு அடுப்ப பத்தவெக்கப் போறேன்'' என்று சிரித்த அம்மாச்சியின் மடியில் புரண்டபடி, 'அப்ப நானு?' என்றேன், ஏதாவது என்னாலும் செய்ய முடியாதா என்ற ஏக்கத்தில், பாவமாக.

'உன்னைய விட்டுட்டு ஒரு எட்டு எடுத்துவெய்க்க முடியுமா இந்தக் கெழவியால, நாளைக்கு காலைல நீயும் யாவாரம் பண்ணப் போறே'' என முத்தமிட்ட அம்மாச்சியின் கன்னத்தைப் பிடித்தபடி, ''என்னா விக்கணும்?'' என்றேன்.

காவிப்பற்கள்சிரிக்க,என்காதில்சொன்னதுகாவியமாய்''பருத்திப்பால்!''

பருத்திக்கொட்டைகளை அரைத்துப் பிழிந்து பாலெடுத்து, அதில் மண்டவெல்லம் கலந்து, தேங்காய் துருவிப் போட்டு, நாலைந்து ஏலக்காய்கள் நொடித்துப் போட்டு, பதமாகக் காய்ச்சினால், அதுதான் பருத்திப்பால். ஏழை மக்களின் ஹார்லிக்ஸ்!

மறுநாள், அதிகாலை மூன்று மணிக்கே அடுப்பை மூட்டி அம்மாச்சி வேலையைப்பார்க்க ஆரம்பிக்க, தொட்டியில் நாலைந்து செம்புத் தண்ணீர் மொண்டு ஊற்றி நடுநடுங்கக் குளித்து தயாரானேன்.

ஒரு பெரிய தூக்குவாளி நிறைய பருத்திப்பாலும், ஒரு சின்ன டம்ளரையும் என் கையில் கொடுத்தார் அம்மா. 'மேலத் தெரு, கீழத் தெருன்னு வீதி வீதியாப் போ. 'பால் பால்... பருத்திப் பாலோய்'னு கூவு. ஒரு டம்ளருக்கு கா ரூவாக் காசு கணக்கா வாங்கிக்கணும். சரியா சாமி?' என்றது அம்மாச்சி.

'நாஞ் சொல்றேங் கேக்கிறியா'' என்று தொண்டையைச் செருமியபடி, 'பருத்திப் பாலோய்ய்ய்' என நான் கத்த, பாதித் தூக்கத்தில் கிடந்த அப்பா பயந்து எழுந்துவிட்டார்.

'பாண்டியனையே எழுப்பிட்டியே சேரா, அப்ப பழையூர்பட்டியே எந்திரிச்சிரும்' என அம்மாச்சி சொல்ல, அம்மா சிரிக்க, அப்பா முறைக்க, ஆரம்பமானது என் முதல் நாள் வியாபாரம்.

'கையி நோவுது, காலு வலிக்குதுன்னா, உடனே திரும்பி வந்துரணும், சரியா மொதலாளி?' என்று என் முகம் துடைத்து திருநீறு பூசி அனுப்பியது அம்மாச்சி. வாசலில் நின்று அம்மா டாட்டா காட்ட, பால் விற்கப் போகிற பையனை மௌனமாக அப்பா பார்க்க, பெரிய தூக்குவாளியைத் தூக்க முடியாமல் தூக்கிக்கொண்டு தெருவில் இறங்கினேன்.

- கோழி கூவுவதற்கு முன்பே 'பால்ல்ல் பாலோய்... பார்ர்ருருருருத்திப் பாலோய்ய்ய்ய் கோழி கூவுவதற்கு முன்பே கூவும் பழையூர்பட்டியின் சின்னச் சேவல், நான்.

அம்மாச்சி எது செய்தாலும் அம்புட்டு ருசியாக இருக்கும். அப்படி ஒரு தேன் சுவைப் பால் அது. கா ரூவா, எட்டணா என அந்தா இந்தாவென முக்கித்தக்கி ஒண்ணே முக்கால் ரூபாய்க்கு விற்றுவிட்டேன். சென்ற இடமெல்லாம் வென்று திரும்புகிற அலெக்சாண்டர் தி கிரேட் கூட, அத்தனை பெருமையாய் தன் வீடு திரும்பியிருக்க மாட்டான். அம்மாச்சி என்னை ஓடி வந்து அள்ளிக்கொண்டு, 'காலு வலிக்குதா?'' என என் கால் கைகளை அமுக்கிவிட்டது. விற்று வந்த மொத்தக் காசையும் ஒரு துணியில் முடிந்து, 'இது சாமி காசு'' என்று கற்பூரத் தட்டோரம் வைத்துக் கும்பிட்டார் அம்மா, வேப்பங் குச்சியால் பல் விளக்கிக்கொண்டு இருந்த அப்பா, 'சேரா, இங்க வாப்பா!' என்று தனியாக அழைத்தார். 'ஒன்னைய மொதலாளின்னுதான அம்மாச்சி சொல்லுச்சு, அத நம்பாத! ஏன்னா, நாம மொதலாளி இல்ல, தொழிலாளி!

இப்ப, எம்.ஜி. ஆர் ஒரு படத்துல ரிச்சா ஓட்றாரு. ஆனா, அதே எம் ஜி ஆரு, இன்னொரு படத்துல விஞ்ஞானி ஆவுறார் பாரு, அப்பிடி இருக்கணும் நாம். இப்ப, நான் யாரு... அப்பா எம்.ஜிஆரு. நீ யாரு... சின்ன எம்.ஜி.ஆரு! ஒரு படத்துக்கு ஆறு பாட்டுன்னு கணக்குப்பா. இது மொதப் பாட்டுன்னு நெனச்சுக்க...'' என்று என்னுடன் விளையாட ஆரம்பிக்க, ''ஏங்க, அவன் பள்ளிக்கோடம் போணுமா, வேணாமா? சேரா, வா வந்து சாப்பிடு!' - அம்மா கோபமாகக் கூப்பிடுவார்.

அப்பா விடமாட்டார். ''எந்தப் படத்திலயும் எம்.ஜி.ஆரு மொத அடி அடிக்கவே மாட்டாரு. டம்முனு ஒரு குத்து வாங்குவாரு. 'வேணாம்'னு எச்சரிக்கை பண்ணுவாரு, மறுபடியும் குத்திப்புடுவாய்ங்க. ஓரமா ஒதடு கிழிஞ்சு ஒத்தப் பொட்டு ரத்தம் எட்டிப் பாக்கும்ல, அப்ப தலைவருக்கு வரும் பாரு , ஒரு கோபம்! போட்டு மொக்குமொக்குன்னு மொத்தி, அவன் மூஞ்சியில மொய்யி எழுதாம விட மாட்டாரு. இப்ப நாமெல்லாம் எம்.ஜி.ஆரு கூட்டம்... ஒங்கம்மாதேன் நம்பியாரு!'' எனச் சிரிப்பார் அப்பா.

'அது சரி, அப்ப அடுப்புல ஒக்காந்திருக்கிறது யாரு?' என அம்மா கேட்க, ''பண்டரிபாய்னு வெச்சுக்கலாமா?'' எனச் சிரிப்பார் அப்பா.

வீட்டு வியாபாரத்தில் இட்லி, தோசை, ஆப்பம், பணியாரம் என விற்றது போக அன்றைக்கு என்ன மிச்சம் விழுகிறதோ, அதுதான் எங்களின் ஆகாரம். அவசரமாய் அம்மாவுடன் பள்ளிக்கூடம் கிளம்பும்போது, நைஸாக பத்து காசும், இரண்டு துண்டு பிலிமும் என் டவுசர் பாக்கெட்டில் திணிப்பார் அப்பா. நான் பரவசமாய் அவர் முகம் பார்க்க வெச்சுக்க ராசா, நான் சம்பாதிக்கிறது எல்லாம் ஒனக்காகத்தானடா!' என்பது போல பெருமிதமாய் ஒரு ரியாக்ஷன் காட்டுவார்.

அப்பா ஒரு நாள், ஒரு பொழுதுகூட டாக்கீஸுக்கு லீவு போட்டதில்லை. குளிர் காய்ச்சலில் கிடந்தாலும் ஒரு சட்டைக்குப் பதில் இரண்டு சட்டைகளை மாட்டிக்கொண்டு படம் ஓட்ட சைக்கிளில் கிளம்பிவிடுவார். அடுப்படியிலேயே கிடக்கும் அம்மாச்சி. கதகதவென அடுப்பின் இளஞ்சூடு எப்போதும் அதன் மீது இருக்கும். பள்ளிக்கூடத்தில் இருந்து வீடு திரும்பியதும், அம்மாச்சியை இடம் மாற்றிவிட்டு 'ரெட்டத் தோசை' போட ஆரம்பிப்பார் அம்மா.

ஒரு தோசை சுட்டு, அதன் மேல் வெல்லப் பாகு இழுவி, இன்னொரு தோசை போட்டு அதை மூடினால் அதுதான் ரெட்டத் தோசை. அதிகாலையில் பருத்திப் பால், அந்தி மாலை வேளைகளில் ரெட்டத் தோசை என தெருத்தெருவாக, வயல்வயலாக நடை நடையாய் ஓடியாடி விற்று காசு கொண்டு வருவேன்.

அம்மாச்சி ஒரு பசுமாடு வாங்கியது. அதன் பெயர் லட்சுமி! வீட்டில் இன்னொரு மகளாக அது வளர்ந்தது. தங்கச்சிப் பாப்பாக்களுக்கு அது பால் தர, எங்களுக்கு இன்னொரு அம்மாவாகவும் ஆனது.

பொழுதெல்லாம் அம்மாச்சி அதனுடன் பேசிக்கொண்டே இருக்கும். 'என்னவாம், உம்முனு நின்னுக்கிருக்க... புல்லும் திங்க மாட்டேங்கிற, புண்ணாக்கு கரைச்சாலும் குடிக்க மாட்டேங்கிறே! நீயி புள்ளத்தாச்சி. நல்லாத் தின்னு தெம்பா இருக்க வேணாமா?'' என்று கழுத்தைத் தடவிக் கொடுப்பார். அது பிள்ளை மாதிரி அம்மாச்சி முகத்தின் மீது முண்டும.

ஒரு நாள், லட்சுமிக்குப் பிரசவம். இரவெல்லாம் அது நிலைகொள்ளாமல் அலற, அரிக்கேன் விளக்குகளுடன் ஊர் ஆட்கள் வந்துவிட்டார்கள். நானும் அப்பாவும் லட்சுமி பக்கம் போய் நிற்க,

உள்ளே அம்மா, அம்மாச்சி முகங்களில் அப்படி ஒரு பதற்றம். சாமியைக் கும்பிட்ட அம்மாச்சி, லட்சுமியின் நெற்றியில் திருநீறு பூசிவிட்டார்.

லட்சுமி வயிற்றுக்குள் கை திணித்து ஒரு ஆள் பதமாய் இழுக்க ஆரம்பிக்க, அது விழிகள் பிதுங்க, உடம்பெல்லாம் நடுங்க, சிலிர்ப்புடன் தவிதவித்தது. ஒன்றரை மணி நேரப் போராட்டம்... தலை, கழுத்து, முன்னங்கால்கள் என வெளிவந்த குட்டி, பொளக்கென தரையில் விழுந்தது. விழுந்த சில நிமிடங்களில், அது தடுமாறி நொண்டியடித்து, நடையும் நாட்டியமுமாகத் தவிக்க, கொழகொழவென இருந்த அதன் உடம்பைத் துடைத்து, சீம்பால் குடிக்கவைத்து, லட்சுமியிடம் மிச்சப் பாலை கரந்து எல்லோருக்கும் காய்ச்சிக் கொடுத்தார் அம்மாச்சி. தாய்ப்பாலுக்கு ஈடான சுவை சீம்பாலுக்கும்!

'ஆத்தா, நீயும் கொஞ்சம் ஒத்தாசை பண்ணா, இந்த தெய்வானை, கொஞ்சம் எந்திரிச்சு நின்னுருவேனாத்தா'' என லட்சுமியிடம் கெஞ்சிக் கொஞ்சி பால் கறந்து விற்க ஆரம்பித்தார் அம்மாச்சி. இப்படி, அம்மாச்சி, அப்பா, அம்மா, நான், லட்சுமி என எல்லோரும் ஆளுக்கு ஒரு கை பிடித்துப் போராடிப் போராடி இழுத்ததில் தேர் தெருவுக்குள் வந்துவிடும் போல் இருந்தது.

''ஏனப்பா, இந்த ஓடு அது இதுன்னு எம்புட்டுச் செலவாகும்னு வெசாரிக்கலாம்ல' என்று அம்மாச்சி ஆரம்பிக்க, தொட்டுத் துடைத்து இருந்த காசு பணத்தையெல்லாம் அள்ளிப் போட்டு, ஓட்டு வீடு கட்ட ஆரம்பித்தோம். கஷ்டம் என்றால், அப்படி ஒரு கஷ்டம். இருந்த பணத்தையெல்லாம் போட்ட பிறகும், முழுசாய் வீடு எழுந்திருக்கப் போதுமானதாக இல்லை.

‘‘என்னா பண்றது?‘

யாருக்கும் புரியாமல், முழி பிதுங்கிக் கிடந்த நேரம், ‘‘லட்சுமிய வித்தோம்னா எம்புட்டுக் கிடைக்கும்?‘ என்றது அம்மாச்சி. ‘‘என்னம்மா சொல்றே?’’ என அம்மா பதற, ‘கொஞ்சம் கேட்டுப் பாருப்பா’’ என்றது அம்மாச்சி, அப்பாவைப் பார்த்து.

அப்படி ஒரு சிரமமான பொருளாதாரம். பால் கொடுக்கிற மாடு என்பதால், 1,500 ரூபாய் தர ஆள் வர, பணத்தை வாங்கிக்கொண்டார் அம்மாச்சி.

லட்சுமியின் மூக்கணாங் கயிற்றைக் கழற்றி, புதுக் கயிறு மாட்டினார்கள். வாங்கியவர் லட்சுமியை இழுக்க, திடுமென புது வேகங்கொண்டு திமிறியது லட்சுமி. வந்த ஆட்கள் வேகமாய் இழுக்க, கால்களை உதைத்து ஊன்றியபடி, ‘ம்ம்ம்ம்மா’ என்று அரற்றியது லட்சுமி. அதன் விழிகளில் இருந்து கரகரவென வழிகிறது கண்ணீர்.

மனசு தாளாமல் அம்மாச்சி ஓடிப்போய் அதைக் கட்டிக் கொண்டு அழ, ‘சரிம்மா, இன்னும் கொள்ளத் தூரம் போவணும் பொழு திருக்கப் பத்திட்டுப் போனாத்தான சரியா இருக்கும்’’ என வந்த ஆட்கள் அதன் வாலை முறுக்கினார்கள். முதுகில் அறைந்து, மூக்கணாங் கயிறை இழுக்க, ‘யப்பே சாமிகளா, அடிக்காமக் கூட்டிட்டுப் போங்கப்பே’’ என அம்மாச்சி கையெடுத்துக் கும்பிட்டபடி அழுதது. பாருங்கள், அதன் ஆயுசுக்கும் அப்படி ஒரு அழுகை அழுததில்லை !

ஆளாளுக்கு அழுது நின்ற தருணத்தில்தான், அம்மாச்சி சொன்னது... ‘எனக்கு என்னமோ பயமா இருக்குப்பா, விளக்கேத்துற நேரத்துல.. லட்சுமி நம்மள விட்டுட்டுப் போகுதுப்பா, எனக்குப் பயமா இருக்கு சாமி!’’

சிவாஜி ரசிகன்!

'விநாயகனே... வினை தீர்ப்பவனே வேழ முகத்தோனே, ஞான முதல்வனே விநாயகனே வினை தீர்ப்பவனே...' - வெள்ளலூரில், சாயங்காலம் டூரிங் டாக்கீஸின் முதல் ரிக்கார்டு போட்டால், அது பிளிறுவது சிலோன் வரை கேட்கும் என்பது ஒரு நம்பிக்கை!

அக்கம்பக்கத்து கிராமங்களில் இருந்து, சைக்கிள்களும் மாட்டு வண்டிகளும் காளையப்பா டாக்கீஸை நோக்கி விரைகிற அதே நேரத்தில், இங்கே எங்கள் வீட்டில் ஒரு சண்டை ஆரம்பிக்கும். டாக்கீஸில் இருக்கும் அப்பாவுக்கு ராத்திரி சாப்பாடு வீட்டிலிருந்து தூக்கு வாளியில் தினம் போகும். அதைக் கொண்டுபோக ஊருக்குள் பெரும் போட்டி நடக்கும். காரணம், ஆபரேட்டருக்கு சாப்பாடு கொண்டு சென்றால், ஓசியில் சினிமா பார்க்கலாம். இரண்டு டிக்கெட் ஃப்ரீ! போட்டா போட்டிக்கான இந்த சூட்சுமம் எனக்கு ரொம்ப காலம் தெரியாது!

எங்கள் பள்ளியில் 'இன்பச் சுற்றுலா' அழைத்துப் போனார்கள். சுற்றுலா என்றால், ஊட்டி, கொடைக்கானலெல்லாம் இல்லை... எங்கள் ஊரில் இருந்து பார்த்தாலே தெரியும் மன்றமலைக்கு!

புளிச் சோறு என்ற ஒரு வஸ்து இருக்கிறதே... அதற்கும் தமிழர்களின் வாழ்வுக்கும் அப்படி ஒரு பந்தம் உண்டு. நீல் ஆர்ம்ஸ்ட்ராங் மட்டும் தமிழனாக இருந்தால், நிலாவுக்குச் செல்லும்போது நிச்சயம் அவர் அம்மா புளிச் சோறுதான் கட்டிக் கொடுத்திருக்கும். என் இன்பச் சுற்றுலாவுக்கும் அதே புளிச் சோறு! வாழை இலையில் கொட்டி, நியூஸ் பேப்பர் சுற்றிக் கட்டி அன்று அம்மாச்சி கட்டிக் கொடுத்ததே ஒன்றரைக் கிலோ தேறும். "இது எனக்கா, இல்ல எங்க பள்ளிக்கூடத்துக்கே சேத்தா?' என சிணுங்கிய என்னை, "வளர்ற புள்ள, வழில பசிச்சா என்ன பண்ணுவ?" என செல்லங் கொஞ்சி அனுப்பிவைத்தது அம்மாச்சி.

இரண்டிரண்டு பேராக பள்ளிக்கூட யூனிஃபார்மில் ஒருவன் கை ஒருவன் பிடித்தபடி வரிசையாக நடப்போம். மூக்கொழுகும் முகங்கள், ஊக்கு குத்திய சட்டைகள், போஸ்ட் டப்பா டவுசர்கள், புழுதியேறிய கால்கள் எனப் பையன்கள். செவ்வந்தி, கனகாம்பரம் பூத்த தலைகள், கண் மை தடவிய விழிகள், பாசி மாலைகள், ரப்பர் வளையல்கள், பஃப் கை வைத்த சட்டைகள், அரைப் பாவாடைகள் எனச் சிறுமிகள். இருபது பிள்ளைகளுக்கு ஒரு டீச்சர் என சேலைப் படைப் பாதுகாப்பு. கையில் மணிப் பிரம்புடன் வாத்தியார் முன்னால் நடக்க, ஊர்வலம் புறப்பட்டது.

நடந்தேதான் பயணம். எல்.ஐ.சி உயரமே இருக்கும் மன்றமலைதான், அப்போது எங்களுக்கு இமயமலை! அங்கே ஒரு மூலையில் சுனை கசிந்து நீர் வழியும். அதுதான் எங்களின் குற்றாலம்!

வழியில், "டீச்சர், ஒண்ணுக்கு' என்பான் ஒருவன். "இப்பிடியே ஓரமாப் போடா" என்பார். அடுத்த செகண்டு, இன்னொருத்தன் "டீச்சர், நானும்" என்பான். ஒரே நேரத்தில் எப்படித்தான் அத்தனை பேருக்கும் வருமோ ஆளாளுக்கு ஓரங்கட்ட, ஊர்வலம் பாதியிலேயே நின்று விடும்.

'என்னடா, எல்லாரும் வந்தாச்சா? ஒண்ணு, ரெண்டு சொல்லுங்கடா?'' என ஆள் கணக்கெடுப்பார்கள். என்னுடன் படித்த செந்தில், ''எனக்கும் சேத்து நீயே சொல்லிர்றா, சேரா'' எனக் கெஞ்சுவான். ஏழு, எட்டுக்கு மேல் அவனுக்கு எந்த எண்ணும் தெரியாது. ''ஒண்ணு, ரெண்டு, மூணு'' என எல்லோரும் கை தூக்கிச் சொல்லி வருகையில், அவன் மட்டும் பேய் முழியுடன் நிற்பான்.

''முழுசா மூணு பொட்டலம் சோறு கொண்டாந்து திங்க மட்டும் தெரியுதுல்ல'' என அவன் மண்டையில் கொட்டுவார் டீச்சர். ''மண்டையில் அடிக்காதீங்க டீச்சர், மூளை கலங்கிரும்'' என்பான் கோபமாக.

''இவிங்க எதுக்கெடுத்தாலும் என்னயத்தேன் அடிக்கிறாய்ங்கடா. இன்னிக்கு எங்க வீட்டுக்கு விருந்தாடிக வந்திருக்காக கோழியடிச்சுத் திங்கிறாய்ங்க. அதெல்லாம் விட்டுப்புட்டு, பள்ளிக்கூட டூர்னு வந்தேம் பாரு, எனக்கு வேணும்டா'' என்று அழுதபடியே, மொச்சைப் பயறை அள்ளி மொச்சுமொச்செனத் தின்றபடி வருவான் செந்தில்.

மலை உச்சிக்குப் போய்ச் சேரும்போதே, ''அய்யோ, அம்மா, ஆத்தா' என நுரைதள்ளி விட்டது ஒவ்வொருவருக்கும். அங்கேயே மதியச் சாப்பாடு சிந்திச் சிதறி சாப்பிட்டு முடித்து, வீட்டில் இருந்து கொண்டுவந்திருந்த நெல்லிக்காய்கள், கடலை மிட்டாய்கள், கொய்யாப் பழங்கள் என ஒரு ரவுண்டு ஓட.. சுனையில் தண்ணீர் குடித்துவிட்டு, சற்று நேரம் இளைப்பாறல். மதியம் மறுபடியும் கீழே இறக்கி, வெள்ளலூர் கூட்டி வந்தார்கள். அதுவும், சினிமாவுக்கு!

எங்கள் ஊரில் சினிமா என்றாலே, அது இரவுக் காட்சிதான். அரிக்கேன் லைட் வெளிச்சமும், மாட்டு வண்டிகளும், சைக்கிள் பெல் சத்தமும், மினுமினு மிக்ஸர் வண்டிகளின் கிணிகிணி மணியும்,

ரிக்கார்டு பாட்டும், பீடிப்புகையும், மல்லிப்பூ வாசமுமாக இருந்தால் தானே அது டூரிங் டாக்கீஸ்! ஆனால், இங்கே மதியமே சினிமாவாமே?!

‘அது எப்பிடி டீச்சர், மத்தியானத்துல சினிமா காட்டுவாக?‘ என்றேன். ‘ஆமடா, ’சவாலே சமாளி’ படம்‘ என்றார் டீச்சர் ஆர்வமாக. ‘அதில்ல டீச்சர். மத்தியானம் இம்புட்டு வெயிலடிச்சா, சுவத்துல படம் காட்ட முடியாது டீச்சர். கதவு ஜன்னல்லாம் பூட்டிவெச்சாத்தேன் படம் தெரியும்’’ என்றேன். என்னளவிலான விஞ்ஞான ஆர்வம் புரியாத டீச்சர், ‘எதுக்கெடுத்தாலும் நொய்நொய்யின்னு பேசிக்கே வராத! ஒங்கப்பாதேன் படம் ஓட்டப் போறாரு , அவர்ட்டயே கேட்டுக்க’’ என்றார்.

அத்தனை பேரையும் தியேட்டருக்குள் பத்திக்கொண்டு போனார்கள். முன்னிரவின் மஞ்சள் வெளிச்சத்தில் நனைந்த டூரிங் டாக்கீஸ்தான் அதுவரை என் மனதில் படிந்திருந்த சித்திரம். மதியம், அது ஏதோ பேய் பங்களா போலவும் பழைய ரைஸ் மில் போலவும் இருந்தது. கூட்டத்தில் என்னைத் தேடி வந்தார் அப்பா. ‘படிக்கிற புள்ளைகள் சினிமாக்குக் கூட்டிட்டு வந்திருக்காய்ங்க, பாரு! அதுவும் சிவாஜி படம்! அது சரி, உங்க அம்மா வேலை பாக்கிற பள்ளிக்கூடந்தான, இப்பிடித்தேன் இருப்பாய்ங்க. ஹூம், என்ன இன்பமோ, என்ன சுற்றுலாவோ?‘ என முணங்கியவர் என் கையில் தன் பங்குக்கு சில அரிசி முறுக்குகளைத் திணித்தார்.

‘‘ஏம்ப்பா, எப்பிடிப்பா மத்தியானம் சினிமா காட்றே?’’ என்றேன் ஆச்சர்யம் தாங்காமல் ‘‘அதேன் அப்பா. இப்பப் பாரு’’ என்று எழுந்து போனவர், வாசல்களில் சுருட்டிவைக்கப்பட்டிருந்த சாக்குத் துணிகளை இழுத்துவிட்டு, அது காற்றில் பறக்காமல் இருக்க பெரிய பெரிய கற்களை அதன்மீது வைக்க, தியேட்டருக்குள் கும்மிருட்டு!

படம் பார்க்க அன்று ஏற்பாடு செய்திருந்தவர், சுவாமிநாதன். பிரசிடெண்ட் குமராண்டிஅம்பலத்தின் மகனான அவர், சிவாஜி ரசிகர். என் அப்பாவின் நண்பர். எம்.ஜி.ஆர் - சிவாஜி என்று வரும்போது மட்டும் இருவரும் இந்தியா - பாகிஸ்தான் மாதிரி.

சுவாமிநாதன் ஏற்கெனவே சொல்லி வைத்திருந்தார் - 'யேய், பசங்களா! சிவாஜி வர்றப்ப எல்லாரும் கை தட்டணும் சரியா?'' ஏற்கெனவே வியப்பில் இருந்த எனக்கு, அது இன்னும் ஒரு இன்ப அதிர்ச்சி. ''நெசமாவே சிவாஜி வர்றாரா?' என்று கேட்க, 'அடே, சபாஷ் பாண்டியன் மகனே... சிவாஜி சினிமால வர்றப்ப கை தட்டணும்டா!'' என்றார்.

படம் ஆரம்பமானது. 'சவாலே சமாளி'. பஞ்சாயத்துக் காட்சி. திடுமெனக் கூட்டத்தில் இருந்து எழுந்து நின்றார் சிவாஜி. படபடவெனக் கைதட்டினோம். ஒண்ணாங் கிளாஸ், ரெண்டாங் கிளாஸ் என எங்களுக்குள் கைதட்டுவதில் போட்டி கிளம்ப, ஸீனுக்கு ஸீன் சிவாஜி வரும்போதெல்லாம் கைதட்டல்கள். சில பையன்கள் விசிலே அடித்தார்கள்.

இடைவேளையின்போது, அப்பாவைப் பார்க்க ஓடினால், ரொம்ப சோகமாக உட்கார்ந்திருந்தார். இதுவரை வெள்ளலூரில் சிவாஜி படம் இவ்வளவு கைதட்டு வாங்கியதே இல்லை. எம்.ஜி.ஆருக்குப் போட்டியாக ஒரே நாளில் இவ்வளவு இளம் ரசிகர்களை சுவாமிநாதன் உருவாக்கிவிட்டானே என்ற கடுப்பு அவருக்கு. எனக்கோ, சிவாஜியின் மீது ஒரு சின்னப் பிரியம் முளைத்துவிட்டது.

படம் முடிந்து வந்தால், அப்பா என்னுடன் பேசவே இல்லை. நாங்கள் ஊருக்குப் போக வரிசை கட்டி நின்று நம்பர் சொல்ல ஆரம்பித்தோம். அப்போது உள்ளே ஒரு சைக்கிள் வர, அதில் இருந்து

தூக்கு வாளியுடன் குதித்தவர்கள் எங்கள் ஊர்ப் பையன்கள் கதிரேசனும் சங்கரும். என்னைப் பார்த்ததும் உற்சாகமாய்க் கையாட்டினார்கள். நான் மெள்ள கூட்டத்தில் இருந்து நழுவி, அவர்கள் பக்கமாய் 'அண்ணே'' என்று ஆசையாக ஓடினேன்.

'பாண்டியண்ணனுக்குச் சோறு குடுக்க வந்தோம்'' என்றான் சங்கர். 'ஆமா, சோறு குடுக்கிறோம், சினிமா பாக்கிறோம்'' எனச் சிரித்தான் கதிரேசன். ''ஆமா, நீ ஏண்டா சோறு குடுக்க வர மாட்டேங்கிறே? ஓசி சினிமா பாக்கலாம்ல! எங்கப்பா மட்டும் ஆபரேட்டரா இருந்தா, நாந்தேன் தினம் சோறு குடுக்க வந்திருப்பேன்'' என அவன் விவரம் சொல்லச் சொல்ல எனக்கு அதிர்ச்சி. ஆத்தி, அப்பாவுக்குச் சோறு கொண்டுவர ஆளாளுக்குப் போட்டி போடுவதன் ரகசியம் இதுதானா?

விடுவேனா...? மறுநாள் சாயங்காலம். ''அம்மா இன்னிக்கு நா ரெட்டத் தோசை விக்கப் போவல'' என்றேன். ''ஏனப்பா, மேலு சொகமில்லியா? காய்ச்சல் அடிக்குதாப்பா'' என அம்மா எழுந்துவந்து என் கழுத்தில் கை வைத்துப் பார்க்க, ''இல்லம்மா, இன்னிக்கு நாந்தேன் அப்பாவுக்குச் சோறு கொண்டுபோவேன்'' என்றேன்.

''அம்புட்டுத் தூரம் எப்பிடிப் போவே? அதுவும் தனியாளா?' என அம்மா யோசிக்க, ''போம்மா, எல்லாரும் சோறு கொண்டு போறேன்னுட்டு ஓசியில சினிமா பாக்கிறாய்ங்க. என்னைய மட்டும் நீ விடலேல்ல' என நான் விசும்பி விசும்பி அழ, சேலைத் தலைப்பால் என் முகம் துடைத்த அம்மா, ''சரிசரி, தொணைக்கு சந்திரசேகரைக் கூட்டிட்டு போப்பா'' என்று அனுப்பினார். ஊடுகால் போட்டு சைக்கிள் மிதித்தோம் வெள்ளலூருக்கு.

திருப்பதி மலை வாழும் வெங்கடேசா,

திருமகள் மனம் நாடும் ஸ்ரீநிவாசா

ஏழு மலைவாசா' - டூரிங் டாக்கீஸின் இரண்டாம் பாட்டு இங்கேயே கேட்டது. வேகவேகமாக சைக்கிள் மிதித்தோம். வயல்காடு தாண்டி மெயின்ரோட்டைத் தொடும் முன் ஆரம்பமானது அடுத்த பாட்டு

மருத மலை மாமணியே முருகய்யா...

தேவரின் குலம் காக்கும் வேலய்யா...ய்ய்ய்ய்யா,

ய்ய்யீய்ய்யா, ய்ய்யீய்ய்யா, ய்ய்யீய்ய்யா'' - ரிக்கார்டு சிக்கிவிட்டது. அதுதான் கடைசிப் பாட்டு. பாட்டு முடிந்ததும் படம் போட்டுவிடுவார்கள்.

தலைதெறிக்கப் புயல் வேகத்தில் டாக்கீஸுக்குள் நாங்கள் நுழைய, அப்பாவுக்கு அதிர்ச்சி. சுவாமிநாதனுக்கு ஆனந்தம். ''எலே, நீங்க எதுக்குடா சோறுகொண்டு வந்தீங்க?'' - என அப்பா கோபமாக, ''சேரன் மாதிரி ஒரு ரசிகனால் சிவாஜி படம் பாக்காம இருக்க முடியாதுல்ல பாண்டியா!'' என எரியும் நெருப்பில் எக்கச்சக்கமாய் சீமத்தண்ணி ஊற்றினார் சுவாமிநாதன்.

இரண்டாவது முறை 'சவாலே சமாளி'. சிவாஜியின் விழிகள் சிரித்தன, சிவந்த உதடுகள் துடித்தன, அவர் நடை [illegible] ஒரு நாட்டியம் போல் இருந்தது. பணக்காரர்களை அடக்கினார். தேர்தலில் நின்று ஜெயித்தார். ஜெயலலிதாவுடன் ஆடினார். ஏழையாக இருந்தாலும் சவால்விட்டு வென்றார். நான் சிவாஜியின் முழுமையான ரசிகனாகிவிட்டேன்.

'கமலா டீச்சர் வீட்டுக்கு கரண்ட்டு வருதாம்!'' - அப்போது சன் டி.வி. இருந்தால், ஃப்ளாஷ் நியூஸாக வந்திருக்கும் அந்தச் செய்தி!

எங்கள் வீட்டில் அதுவரை மின்சாரம் கிடையாது. சிம்னி விளக்கும்,

அரிக்கேன் விளக்கும்தான். ஆறு ஆறரையாகிவிட்டால், விளக்கேற்றுவது ஒரு தனி வேலை. அந்தி விழும் பொழுதிலேயே, பழைய துணி எடுத்து முந்தின நாள் எரிந்த கரிப்புகை படிந்த விளக்கின் கண்ணாடியைச் சுத்தமாகத் துடைக்க வேண்டும். பிறகு திரியைச் சரிசெய்து, சீமத்தண்ணி ஊற்றி, சரக்கென ஒரு தீக்குச்சி கொளுத்தி ஏற்றினால், பக்கென்று பற்றிக்கொள்ளும் விளக்கு. திரியைச் சின்னதாக்க வெளிச்சம் கசியும். எங்கள் வீட்டில் மட்டுமல்ல, ஏறத்தாழ பழையூர்பட்டிக்கே இதுதான் வழக்கம்.

இதோ, எங்கள் வீட்டுக்கு கரண்ட் வருகிறது. காக்கி டவுசர் போட்ட இரண்டு ஆட்கள் வயர்களுடன் வந்தார்கள். தெரு போஸ்ட்டில் இருந்து வயர் இழுத்து, பரபரப்பாக வேலை பார்த்து, மூன்று குண்டு பல்புகளை மாட்டினார்கள். பியூஸ் போட்டு சொட்டென ஸ்விட்சைத் தட்டினார்கள். பளிச்சென வெளிச்சம் பாய்ந்தது வீட்டுக்குள். எல்லோரும் கை தட்டிக் கொண்டாடுகிற அளவுக்கு அப்படி ஒரு மகிழ்ச்சி வெள்ளம்.

எப்பேர்ப்பட்ட சாதனை இது! வீடு கட்டியாச்சு, கரண்ட் கனெக்ஷன் கொடுத்து குண்டு பல்பும் போட்டாச்சு. எனக்குப் பெருமை தாளவில்லை. அம்மாச்சியும் அம்மாவும் புதுச் சேலை கட்டிக் கொண்டு நிற்க, வீட்டில் ஏதோ புதுசாக ஒரு பிள்ளை பிறந்தது போல, மின்சார விளக்கு போட்டதை ஊரே வந்து எட்டிப் பார்த்துப் போனது.

''ந்த சுச்சி இருக்குல்ல இத டப்புனு தட்னா, குப்புனு லைட்டு எரியும். ஹை எரியுதுல்ல, இப்பிடித்தேன்'' என நான்தான் டெமோ கொடுப்பேன். தாமஸ் ஆல்வா எடிசனைவிட, பெரிய விஞ்ஞானியாக என்னை நினைத்தது அம்மாச்சி. ''சேரன் நல்ல வெவரம், ஒருவாட்டி சொன்னா கப்புனு பிடிச்சுக்குவான்'' என என்னைக் கட்டிக் கொஞ்சியது.

ஒரு நாள் அம்மாச்சியும், அப்பாவும் உட்கார்ந்து ஏதோ கணக்கு பார்த்துக்கொண்டு இருந்தார்கள். ‘‘பாண்டி, நாம மூணு பேரு இருந்தோம், ஏதோ இருந்தத வெச்சு வண்டியை ஓட்னோம். இன்னிக்கு உனக்கே மூணு பிள்ளைகளாகிப் போச்சு. பொட்டப் பிள்ளைகள்...என்னைக்கிருந்தாலும் வேற வீட்டுக்குப் போறதுக. அதுகள கவுரவம் குறையாமக் கட்டிக் குடுத்துட்டாப் போதும்ப்பா. ஆனா, இருக்க கடனை அடைச்சோம்னாதான, அதுகளுக்குக் காதுல கழுத்துல போடுறதுக்கு என்ன செய்யணும்னு பாக்க முடியும்

சேரன எப்பிடியாச்சும் நல்ல படிப்பு படிக்க வெச்சிரணுமப்பு! ஊருக்கே குடுக்கிற கையா இருந்தாரு எங்கப்பன். அப்படி ஒருத்தனா சேரனும் வந்திரணும்ப்பா, அதேன் என் கனவு’’ என்றார் அம்மாச்சி ஆற்றாமையுடன்.

‘ஹூம், நானுந்தேன் கெனா காண்றேன், ஆனா வரவர உம் பேரன் போக்கே சரி இல்லியே! அந்தா அங்கன அவரு என்ன பண்ணிகிருக்காருன்னு பாரு‘ என்று எம்.ஜி ஆர் ரசிகர் கை காட்ட, திண்ணையில் அம்மாவையும் தங்கச்சிகளையும் அமரவைத்து, அவர்கள் முன்னால் தீபாவளி டிரெஸ் போட்டு, சிவாஜி ஸ்டைல் குருவி கூட்டுத் தலையுடன் நான் ஸ்டைலாக ஆடிப் பாடிக்கொண்டு இருந்தேன் அதுவும் ’சவாலே சமாளி’ பாட்டு!

‘‘சிட்டுக்குருவிக்கென்ன கட்டுப்பாடு

தென்றலே உனக்கேது சொந்த வீடு?

உலகம் முழுக்கப் பறந்து பறந்து

ஊர்வலம் வந்து விளையாடு! ’’

பாப்பாத்தி கருப்பாயி!

அது ஒரு காலம், பெருமழைக்காலம்! உள்ளங்கையால் பள்ளம் பறித்தாலே, நீர் ஊறும் பூமி. கைவிட்டு அள்ளும் அளவுக்குத் தண்ணீர் நிரம்பித்தளும்பும் கிணறுகள்.

பொட்டல்குளம்தான் ஏழைகள் எங்களின் நீச்சல் குளம். கண்ணுக்கெட்டிய தூரம் வரை தண்ணீர் ததும்பும் குளம். குடிதண்ணீருக்கு ஒரு கரை, குளிக்க ஒரு கரை. அதிலும் ஆண் துறை, பெண் துறை எனத் தனித்தனியே இருக்கும். ஆடு மாடுகளைப் பத்தியபடி ஆண்களும், அழுக்குத் துணிமணிகளையும் பானைகளையும் அள்ளிக்கொண்டு பெண்களுமாக குளக் கரையில் எப்போதும் கூட்டம் இருக்கும்.

இடுப்பளவு தண்ணீரிலேயே, எனக்குத் தொடை நடுங்கும். அம்மாவோ, பிரமாதமாக நீந்துவார். நடுக்குளத்தில் பூத்திருக்கும் தாமரையைக் கைகாட்டினாலும், அநாயசமாக நீந்திப்போய் பறித்துவரும் மீனம்மா. ''பொட்டச்சி நானே நீந்துறேன். ஆம்பள சிங்கம் அங்கனயே நிக்குறியே'' என என்னைத் தன் முதுகில் ஏற்றிக்கொண்டு நீந்துவார் அம்மா. 'எம்மா, எம்மா, பயமா இருக்கும்மா!' என அலறுவேன்.

ஒரு நாள், அம்மா குளத்தில் இறங்கிய பிறகும், தண்ணீ ரில் இறங்காமல், 'பயமா இருக்கும்மா'' என்றேன். மறுபடியும் 'எம்புட்டு நேரமானாலும் சரி, இன்னிக்கு நீ நீச்சப் பழகாம நாம வீட்டுக்குப் போறதில்ல'' என்று என் பக்கத்தில் வந்தார் அம்மா.

'இருட்டிருச்சுன்னா?'' என்றேன் புத்திசாலித்தனமாக. 'பொழுதே விடிஞ்சாலும் சரி, நாய் நரியெல்லாம் நீந்துற ஊர்ல, எம் புள்ளை தண்ணியப் பாத்துப் பயப்படுறதா?'' என்று பேசிக்கொண்டு இருந்தவர், சரேலென என்னை வாரி அள்ளி தண்ணீருக்குள் வீசி எறிந்தார். 'அய்ய்ய்யய்யோ!' எனச் சிதறிப்போய்த் தண்ணீரில் விழுந்தேன். கால் ஊன்றத் தரை தேடினால், ஆழம். தண்ணீருக்கு மேல் தலை வரும்போதெல்லாம், 'காப்பாத்துங்க' என்று கத்தினேன். கை கால் உதறி உயிருக்குப் போராடியதில், அரைக் குடம் தண்ணீர் குடித்துவிட்டேன்.

சில விநாடிகள் வேடிக்கை பார்த்த அம்மா, பாய்ந்து வந்து என்னை அள்ளினார். 'அய்யோ அம்மா' என அவரை இறுக்கிக் கட்டிக்கொண்டு மூச்சிரைத்தேன்

'அம்புட்டுத்தேன், இப்ப என்ன ஆயிருச்சுன்னு ஊரக் கூட்டுற. என் வயித்துக்குள்ள நீந்துன பய, குளத்துக்குள்ள நீந்தப் பயப்படுறியே! வாப்பா, அம்மா கத்துத் தர்றேன்'' என இரு கைகளிலும் என்னைத் தாங்கி, தண்ணீரின் மேல் தவழவிட்டார். 'அடி, கையையும் காலையும் ஒதறு. ந்தா இப்பிடி உள்ளங்கையால தண்ணிய அமுக்கினா, சல்லுனு அதுவா ஒன்ன மேல தூக்கிட்டு வந்திரும்'' என நுட்பங்கள் சொல்லித் தந்தார்.

தன் ஈரச் சேலையின் ஒரு முனையை என் இடுப்பில் சுற்றிக் கட்டிவிட, அருகில் அம்மா இருக்கும் தைரியத்தில் தத்தக்க பித்தக்கா என வட்டமடித்தேன் கொஞ்ச நேரம் 'ஆங், அதேன், அப்பிடித்தேன்''

என உற்சாகம் தந்தார். 'எங்க இப்பிடியே எம்புட்டுத் தூரம் போ முடியுமோ, போ அம்மா இருக்கேன்!' என்றார். மூன்று மணி நேரத்தில் பயம் போய்விட்டது. 'அம்மாவுக்கு பூ பறிச்சுத் தர்றியாப்பா?'' என அம்மா கிண்டலாக நடுக்குளத்தைக் காட்டிக் கேட்க, 'போம்மா!'' எனச் சிரித்தேன்.

தோளில் துவைத்த துணிகளும், இடுப்பிலும் தலையிலும் தண்ணீர்ப் பானைகளுமாக அம்மா நடக்க, கூடவே ஒரு குச்சியில் ஈரச் சட்டையை காற்றாட உலரவிட்டபடி, கதை பேசிச் சிரித்தபடி வந்தேன்.

களத்துமேட்டைத் தாண்டும்போது எதிரில் வந்த ஒரு பெரியம்மா, 'ஏ புள்ள, அடியே கமலா, என்னாடி ஓங் கழுத்துல கெடந்த தாலி எங்கடீ?' என்றார் அதிர்ச்சியாக. பதறிப்போய் அம்மா தன் கழுத்தைத் தடவிப் பார்க்க, தாலியைக் காணோம்.

'அய்யோ, சாமி!'' கையில் இருந்ததெல்லாம் அப்படியே போட்டுவிட்டு, குளத்தை நோக்கி அழுதபடி ஓடினார் அம்மா. வழியெல்லாம் தேடிப் பார்த்தும், தாலி கிடைக்கவே இல்லை.

''வெள்ளிக்கிழமையும் பொழுதுமா தாலியைத் தொலைச்சுப்புட்டேனப்பா. ஆத்தா பாப்பாத்தி, கருப்பாயி, காலம் பூரா ஒன் காலடியில் கெடக்குற குடும்பமாத்தா. எனக்கு எந்தக் கெடுதலும் குடுத்துராத சாமி' என தலையிலும் நெஞ்சிலும் அடித்துக் கொண்டு அம்மா அழ, ஆறுதலும் சொல்லத் தெரியாமல் அழுகிறேன் நானும்.

''என்ன தாயி அழுவுறே?'' - குரல் கேட்டு நிமிர்ந்தால், ஒரு பெரியவர். அசலூர்க்காரர் போல இருந்தார்.

''ஏந் தாலியக் காணோமய்யா!' என அம்மா விம்மி விம்மி அழ, ''அழாத தாயி, அது அங்கேயேதான் இருக்கு. போ போ, போய்

எடுத்துக்க!' என்று கடந்துபோனார். என்னவோ ஆவேசத்தில், அம்மா மறுபடியும் குளத்துக்கு ஓடினார், ஓடிய வேகத்தில் தண்ணீருக்குள் விழுந்தவர், எழுந்து நிமிரும்போது அவர் கையில் தாலி.

''பாப்பாத்தி, கருப்பாயி'' எனக் கும்பிட்டு அழுதார் அம்மா. ஆறுதலாய் நல்வார்த்தை சொன்ன பெரியவருக்கு நன்றி சொல்லத் தேடினால், அவரைக் காணவில்லை. அதற்கு முன்பும் அதன் பின்பும் அந்தப் பெரியவரை நாங்கள் பார்க்கவே இல்லை. 'அது சத்தியமா சாமியே தேன்!'' என வீட்டுக்கு வந்து அம்மாச்சியிடம் சொல்லி அழுதார் அம்மா.

அம்மாச்சி கற்பூரம் காட்ட, பிள்ளைகள் நாங்கள் சாட்சியாக நிற்க, அம்மா கழுத்தில் அதே தாலியை மறுபடி கட்டினார் அப்பா!

சினிமாதான் எங்களின் இரண்டாம் கல்விச்சாலை!

வீரபாண்டிய கட்டபொம்மன்' பார்த்தால், வீரம் நெஞ்சில் ஏறும். 'பாரத விலாஸ்' பார்த்தால், தேச ஒற்றுமை மனதில் ஊறும். 'பாசமலர்' பார்த்தால், தங்கச்சி மேல் பாசம் கூடும்.

'மலர்ந்தும் மலராத பாதி மலர்போல வளர்ந்த இளந்தென்றலே' - எனத் தொட்டிலில் கிடக்கிற தங்கச்சியை சாவித்திரியாகப் பாவித்து, தாலாட்டுப் பாடுவேன்.

ஏதாவது பிரச்னையில், அம்மாச்சி இறுகி உட்கார்ந்திருக்கும்.

'எங்களுக்கும் காலம் வரும், காலம் வந்தால் வாழ்வு வரும். வாழ்வு வந்தால் அனைவரையும் வாழ வைப்போமே' - எனப் பாடிச் சிரிக்கவைப்பேன்.

அவ்வப்போது அப்பாவை ஐஸ் வைக்க, கழுத்தில் கர்ச்சீப் கட்டிக்கொண்டு

‘நெஞ்சம் உண்டு நேர்மை உண்டு ஓடு ராஜா, நேரம் வரும் காத்திருந்து பாரு ராஜா’ - என எம்.ஜி.ஆர் பாட்டும் பாடி, அஞ்சு பத்து பைசாவைக் கறந்துவிடுவேன்.

ஒரு கட்டத்தில், வீட்டில் நிறைய சிக்கல்கள். சாப்பாட்டுக்கே கஷ்டம் என்ற சூழ்நிலை வந்தபோது, அம்மா, அப்பா, அம்மாச்சி மூன்று பேரும் கூடிக்கூடிப் பேசுவார்கள். எனக்கு அவ்வளவு விவரம் இல்லை என்றாலும், என்ன செய்யலாம் என என் புத்திக்கு எட்டிய அளவுக்கு யோசிக்க ஆரம்பித்தேன்.

என்னுடன் கார்த்திகேயன் என்ற நண்பன் படித்தான். நைத்தான் பட்டிக்காரன். வீடு, வயல், தோட்டம், பலசரக்குக் கடை என வசதியான வீட்டுப் பையன். தன் வீட்டில் நிறைய வேலைக்காரர்கள் இருப்பதாகவும், எல்லோருக்கும் சோறு போட்டு சம்பளம் தருவதாகவும் சொல்லியிருந்தான்.

‘எம்புட்டுரா காசு தருவீங்க?‘

‘‘அது கொள்ளக் காசு குடுப்பாரு எங்கப்பா. எட்டு ரூவா, பத்து ரூவாகூட தருவார்றி’’ என்றான்.

அன்று பள்ளிக்கூடத்தில் இருந்து வீட்டுக்கு வந்ததும், பையை வீட்டில் போட்டுவிட்டு, யாரிடமும் எதுவும் சொல்லாமல் புறப்பட்டேன். வாழ்க்கையில் ஜெயித்த பிறகே, இனிமேல் வீட்டுக்குத் திரும்புவது என்று திட்டம். சின்ன வயசு சிவாஜி, கூலி வேலை பார்த்து, கஷ்டப்பட்டு கடைசியில் பணக்காரராகிவிடுகிற எத்தனை சினிமா பார்த்திருக்கிறேன். நைத்தான்பட்டி இருக்கிற திசை பார்த்து நடக்க ஆரம்பித்தேன்.

அது பெரிய வீடு. வீட்டை ஒட்டியே பலசரக்குக் கடை. வாசலில் பம்பரம் விட்டுக்கொண்டு இருந்த கார்த்தி, ‘என்றா சேரா, கொள்ளத்

தூரம் வந்திருக்க?'' என்றான் ஆச்சர்யமும் அதிர்ச்சியுமாக 'யாருப்பா நீ?' எனக் கடையில் இருந்து இறங்கி வந்தார் அவன் அப்பா.

''எனக்கு வேலை வேணுங்க'' என்றேன் கைகளைக் கட்டிக்கொண்டு. அவர் மெள்ள தன் மகனைத் திரும்பிப் பார்த்தார். 'யப்போய் எனக் கொண்ணும் தெரியாது!'' என அவன் பயந்து ஓடினான். '' நீ யாரு , எங்கேர்ந்து வர்ற?'' என அவர் கேட்க, கண்ணோரம் தேங்கிக் கட்டி இருந்த குளம் உடைந்து கண்ணீர் வழிந்தது எனக்கு.

'டேய் தம்பி!'' என அவர் என்னைப் பிடித்து உலுக்க, 'வீட்ல கஷ்டங்க. என்ன வேலைன்னாலும் செய்றேங்க. இங்கியே இருந்துர்றேங்க. என் சம்பளத்தை மட்டும் எங்க அம்மாச்சிக்கு அனுப்பிரணும்ங்க. ஏதாச்சும் வேல குடுங்க'' என யாருமற்ற அனாதை போல சிறுவன் நான் கதறி அழ, அவர் கரைந்துபோனார்.

இங்கே பழையூர்பட்டியில், 'சேரன இன்னும் காணோமே, எங்க போனான்னு தெரியலியே?' என அம்மா கேட்க, அம்மாச்சி தெருவில் இறங்கித் தேட, ''இல்லியே, பாக்கலியே'' என யாருக்கும் தெரியவில்லை . சேதி பரவி, பாதி பழையூர்பட்டி என்னைத் தேட ஆரம்பித்திருந்தது.

மொட்டைக் கிணறு, குளம், கண்மாய் என ஆளுக்கொரு திசையில் பறந்து தேட ஆரம்பித்தார்கள். பயத்தில் பதற்றத்தில் அம்மாவுக்கு ஜன்னி வந்துவிட்டது. கைகால் விறைக்க, விரல்கள் முறுக்கிக்கொள்ள, பற்களெல்லாம் கிட்டிக்க, மயங்கிச் சரிந்தார் அம்மா. ஊர் கூடிவிட்டது. கடைசியில், மாடு மேய்க்கிற சின்னச்சாமி, என்னை ஆத்தாங்கரை பக்கமாய் பார்த்ததாகச் சொல்ல, 'அப்ப நைத்தாம்பட்டிதான்!'' என முடிவாகியது.

இங்கே, கார்த்தியின் வீட்டில் எனக்கு சுடுசோறு போட்டு, சாப்பிடவைத்தார்கள். சாப்பாட்டுத் தட்டெல்லாம் கண்ணீர் வழிய, சோறு உப்புக்கரித்தது. அழுது கொண்டே நான் சாப்பிட ஆரம்பிக்க, வாசலில் வந்து நின்றன இரண்டு சைக்கிள்கள்.

அப்படியே என்னை அள்ளிக் கொண்டு, பழையூர்பட்டிக்கு வந்தபோது, வீட்டு வாசலில் பயங்கரக் கூட்டம். என் முதுகில், மூஞ்சியில் பொளேர் பொளேரென அறைந்தார் அம்மா 'வீட்டவிட்டு ஓடிப் போவியா? அம்புட்டுக் கொளுப்பேறிப் போச்சா ஒனக்கு?'' என கல்தூணில் கட்டிவைத்து, அம்மா வெளுக்க, ஊருக்கே கேட்கும்படி அலறினேன்.

ஓடி வந்த அம்மாச்சி, அம்மாவை அறைந்து கீழே தள்ளி, 'பச்சப் புள்ளையைப் போய்க் கட்டிவெச்சு அடிக்கிறியே' என என்னை அள்ளி மடியில் போட்டுக்கொண்டு, ''கெழவி ஒரு நிமிஷம் செத்தே போயிட்டேனப்பு' என அழுதார். 'வேலைக்குப் போய் சம்பாரிக்கலாம்னு போனேன் அம்மாச்சி'' என நான் எல்லாம் சொல்ல, அத்தனை பேரும் அழுதுவிட்டார்கள். ''இந்தக் கெழவி உசிரோட இருக்கவரைக்கும் ஒங்களக் கஷ்டப்பட விட்ரமாட்டேன் ராசா'' என இரவெல்லாம் என்னை வருடியபடி, விசிறியபடி ராகம்போட்டு அழுதபடி இருந்தார் அம்மாச்சி.

அந்த ஒரே ஒரு சம்பவத்தால், அத்தனை பேருக்கும் செல்லப் பிள்ளையாகிவிடடேன். 'ஆத்தா அப்பன் கஷ்டப்படுறாகன்னு, நீயும் பொழைக்கப் போனியாக்கும்'' எனப் பக்கத்து வீட்டு அக்காள்களெல்லாம் என்னைக் கொஞ்சுவார்கள்.

'எலேய், எஞ் சிங்கக் குட்டி ஒன்னய மாதிரி ஒருத்தனத்தேன் தேடுறேன். நா மாமன விட்டுட்டு வந்துர்றேன், என்னியக்

கட்டிக்கிறியா?'' என ஒரு குண்டம்மா சும்மா கேட்டதை உண்மையென நம்பி, அவரைப் பார்த்தாலே ஓடி ஒளிவேன். ''நா அந்த குண்டம் மாவைக் கட்டிக்க மாட்டேன்'' என அவ்வப்போது வீட்டில் அழ, அதைவைத்தே ரொம்ப நாளைக்கு என்னைக் கிண்டல் செய்து சிரிப்பார்கள்.

நீச்சலிலும் தெளிவாகத் தேறி விட்டேன். தண்ணீரில் மிதப்பதில் அப்படி ஒரு சுகம். கிணற்று நீச்சல்தான் விசேஷம். ஸ்படிகத் துல்லிய நீரினுள்ளே அத்தனை ஆழத்தில் கிடக்கும் காக்காப்பொன்னின் மினுமினுப்புகூட தெளிவாகத் தெரியும்.

கிணற்று மேட்டுக்கு ஓடி வந்த வேகத்தில், அப்படியே உச்சியில் இருந்து ஒரே சொர்க் தடால் தடாலென தண்ணீருக்குள் பயங்கரமான கூச்சலுடன் விழுவோம். யார் அதிக நேரம் தண்ணீருக்குள் தம் பிடித்து நிற்பது, தண்ணீருக்குள் மண் அள்ளி வருவது, கல் எடுத்து வருவது என விதவிதமாக ஆடுவோம். மேலே இருந்து தண்ணீருக்குள் ஒரு பத்துப் பைசாவை எறிவார்கள். யார் முதலில் எடுக்கிறார்களோ, அவர்களுக்கே பத்து பைசா!

அப்படி ஒரு ஸ்பெஷல் விளையாட்டு கால் கட்டை விரலில் ஒரு குச்சியுடன் ஒருவன் குதிப்பான், தண்ணீரின் அடி ஆழத்தில் போய் கட்டைவிரலை விடுவிப்பான். குச்சி மிதந்து வருவதற்கு முன் அவன் மேலே வந்துவிடுவான். தண்ணீரின் மேல் குச்சி தென்பட்டதும் கரையில் இருந்த அத்தனை பேரும் மொத்தமாகக் குதிப்போம். யார் கைக்கு அந்தக் குச்சி சிக்குகிறது என்று போட்டி.

'ரெடியா?'' என்றதும் ''ரெடி'' என்று கத்தினோம். கட்டைவிரலில் குச்சியுடன் ஒருவன் குதித்தான். ஒரு செகண்ட், ரெண்டு செகண்ட் எனக் காத்திருந்தோம் சில நொடிகள். பொளக்கென தண்ணீருக்கு மேல் தலை காட்டியது குச்சி. 'ஹோரரராய்ய்ய்'' எனக் குதித்தோம் அத்தனை பேரும்.

குதித்த வேகத்தில் மொத்த பேரும் வந்து கிணற்றின் தரை தொட்டு வேகமாய் மேலே ஏறி வந்து குச்சியைத் தேடினால், போக்குக் காட்டியவாறு தளும்பி நகர்ந்தது குச்சி. தண்ணீருக்குள் ஜல்லிக்கட்டு நடத்தி, குச்சியை ஒருவன் பிடித்துவிட்டான். எல்லோரும் மேலே ஏற ஆரம்பித்தபோதுதான் யாரோ கேட்டான், 'டேய்! நாகலிங்கம் எங்கடா?'

நின்றிருந்த நாலைந்து பேர்களில் நாகலிங்கம் இல்லை. கிணற்றுக்குள் எட்டிப் பார்த்தால், ஆழத்தில் ஒரு மூலைக்குள் பேர்பாதி நாகலிங்கம் தெரிந்தான். ''டேய்! தூக்குங்குடா அவன'' என மறுபடியும் உள்ளே குதித்தோம். தண்ணீருக்குள் கூட்டமாய் நீந்திப் போய், அவனைப் பிடித்தால் துடிதுடிக்கிறது அவன் உடம்பு.

ஒரு கட்டத்துக்கு மேல் மூச்சு தாங்க முடியாமல், தண்ணீருக்கு மேலே வந்து மூச்சு வாங்கி, மறுபடியும் கீழே தாவி உள்ளே போய் என அவனை மீட்க அத்தனை பேரும் போராடினோம். எங்களின் அலறல் சத்தம் கேட்டு, பக்கத்து வயல்களில் இருந்தவர்களும் ஓடி வந்தார்கள். முழுசாய் ஒரு மணி நேரப் போராட்டம். கடைசியில் அள்ளி வந்தபோது, நாகலிங்கம் முடிந்துபோயிருந்தான்.

ரத்தக்களறியாகச் சிதைந்திருந்தது தலை. அடியாழத்தில் பாறைக்குள் சிக்கியவன், அவசரமாய் தன்னை விடுவிக்க முயற்சித்ததில், தீவிரமாகச் சிக்கி சிதைந்து போனான். அதற்கு முதல் நிமிடம் வரை எங்களுடன் சிரித்துப் பேசி துடிப்பாய் விளையாடிய நண்பன், எங்கள் கண் முன்னாலேயே துடிதுடித்துச் செத்துப்போய் விட்டான்.

நான் முதன் முதல் அழுத சிநேகிதன் மரணம் அது!

முதல் தேவதை

''வளர்ற பையன்ங்க...!'' - இந்த இரண்டு வார்த்தைகளை எப்போது கேட்டாலும் எரியும் எனக்கு!

முன் தலையில் கொஞ்சம் தண்ணீர் தெளித்தேன். தலையை வழித்துச் சீவி, குருவிக் கூடு உருவாக்கும் முயற்சி. வாசலில் சைக்கிளோடு வந்து நின்றார் அப்பா. 'என்னப்பா பண்ணிட்டு இருக்க?'' என்றார். 'சிவாஜி கெணக்கா சீவிக்கிருக்கேம்ப்பா , நல்லாருக்கா?'' எனச் சிரித்தேன்.

''ஓகோ'' என்ற அப்பா, என்னைத் தூக்கிக்கொண்டு, ஆத்தங்கரைப் பக்கம் சைக்கிளை மிதித்தார். 'எங்கப்பா போறம்?'' என்றேன். 'ஒரு முக்கியமான சோலி, முடிச்சிட்டு வந்துருவம்'' என்றவரின் சைக்கிள் நேரே போய் நின்றது வெள்ளைச்சாமி அண்ணனிடம்.

ஊரோரமாய் ஆற்றங்கரையில் ஒரு புங்கமரம். குத்தவைத்து உட்கார்ந்திருப்பார் வெள்ளைச்சாமி. ஒரு கிண்ணம், கத்தி, கத்தரி, மிஷின், சீப்பு, சோப்பு, படிகாரக்கல்... அவ்வளவுதான் ஆயுதங்கள். ரசம் போன கண்ணாடி ஒன்றும் இருக்கும், ஏதோ அலாவுதீனின் அற்புத விளக்கு போல. அதுதான் பழையூர்பட்டியின் ஒரே பியூட்டி பார்லர்!

''என்ன பாண்டியண்ணே, எளவரசரோட வந்திருக்கீக?' - வரவேற்றார் வெள்ளைச்சாமி. ''எப்பப் பாரு, சிவாஜி சிவாஜின்னு சினிமாக் கிறுக்குலயே திரியறானப்பா. ஒட்டப் புடிச்சு உழுதுபுடு. அடுத்த தீவாளி வரைக்கும் தாங்கற மாதிரி கரச்சுப்புடணும், வளர்ற பையன் பாரு!'' என்று சொல்லிவிட்டு, என்னைப் பார்த்து நம்பியாராகச் சிரித்தார் அப்பா. நானோ அரண்மனைத் தூணில் இரும்புச் சங்கிலிகளால் கட்டப்பட்ட 'மனோகரா' சிவாஜியாக உணர்ந்தேன்.

கிண்ணத்துத் தண்ணீர் அள்ளி என் தலையில் தெளித்து, ஞானஸ்நானம் செய்வித்தார் வெள்ளைச்சாமி. பாவம் என்ற படியில் இருந்து இறங்கி பரிதாபம் என்ற படியில் அமர்ந்தேன். மரத்தில் காக்கா கத்தும் சத்தம், 'க்ர்ச் க்ர்ச் கர்ச்' என மெஷினும் கத்தரிக்கோலும் காதருகே பாடும் சித்ரவதைச் சங்கீதம். கொத்துக்கொத்தாய் என் மேல் முடிகள் விழ, இருபதே நிமிடங்களில் கதை முடிந்தது.

'ஆங், இப்ப கண்ணாடியப் பாரு, சும்மா ஜம்முனு செரச்சு விட்ட சிங்கம் மாதிரி இருக்க' என்று அவர் காட்ட, அதுவரை 'மனோகரா' சிவாஜியாக இருந்தவன், அதே படத்தில் வரும் காக்கா ராதாகிருஷ்ணனாக மாறியிருந்தேன்!

ஏதோ எவரெஸ்ட்டில் இரண்டு தடவை ஏறி இறங்கிய சாதனையாளர் போல, விசிலடித்தபடி என்னை வீட்டுக்குக் கூட்டி வந்தார் அப்பா. அழுதால் எக்ஸ்ட்ரா இரண்டு அடி விழுமோ என உம்மென்று வந்தவன், அம்மாவைப் பார்த்ததும் வானத்துக்கும் பூமிக்குமாக தவ்வித் தவ்வி அழுதேன், அடுத்த அலங்கோலம் அரங்கேறப்போவது அறியாமல்,

'நல்ல நாளும் அதுவுமாவா முடிய வெட்றது?' என அப்பாவை முறைத்த அம்மா, ''வா சேரா, புதுச் சட்ட- டவுசர் போட்டுக்க'' என்று

எடுத்து நீட்டினார். ஏதோ பட்டமளிப்பு விழாவுக்கோ, பதவியேற்பு விழாவுக்கோ தலைவரைத் தயார் செய்வது போல பேச்சில் மட்டும் குறைச்சல் இல்லை. புதுத் துணியைப் பார்த்தேன். அது எனக்கான டவுசரா, இல்லை எங்க அப்பாவின் டவுசரா என சந்தேகமாக இருந்தது. அம்புட்டுப் பெருசு. சட்டையோ இன்னும் மோசம். இருபது வருஷம் கழித்து எடுத்து மாட்டினாலும் கொஞ்சம் லூஸாகவே இருக்கும். அப்படி ஒரு சைஸ்!

சட்டை எடுக்கப்போகிறோம் என்று சொல்வதுமில்லை. டெய்லரிடம் கூட்டிப்போய் அளவு எடுப்பதுமில்லை. அவர்களே துணி எடுப்பார்கள். அவர்களே குத்துமதிப்பாகத் தைக்கச் சொல்வார்கள். கொண்டுவந்து கொடுத்தால், நாம் போட்டுக்கொள்ள வேண்டுமாம். இ.பி.கோ. பிரிவுகளில் இன்னமும் சேர்க்கப்படாத ஒரு குற்றம் இது!

அன்று கார்த்திகைத் திருநாள். வீட்டு வாசலில் என் தங்கச்சிகள் ரமாதேவியும் வனிதாவும் கிளியஞ்சட்டிகளில் எண்ணெய் ஊற்றி விளக்கேற்றினார்கள். இது பழையூர்பட்டி வீடுதானா, இல்லை பக்கிங்காம் பேலஸா என்பதாக ஜொலிஜொலித்தது வீடு. பிரகாசத்துக்குக் காரணம் விளக்கொளி மட்டுமல்ல, பாவாடை சட்டை போட்ட ஒரு குட்டி குத்துவிளக்கு, அன்றுதான் அம்மாவிடம் டியூஷன் படிக்க வந்து சேர்ந்தது. என் தேசத்தின் முதல் தேவதை!

கொலுசுக் கால்களும், பிளாஸ்டிக் செருப்பும், பொஃப் கை வைத்த பூப்போட்ட சட்டை, பாவாடையுமாக சாண்டல் பவுடர் வாசம் மிதக்க வந்தாள். அலங்கரிக்கப்பட்ட பிறகும் அழுத முகமாய் இருந்த என்னை ஆற்றுப்படுத்த கையில் அதிரசங்களைத் திணித்திருந்தார்கள். தின்கிற நிமிடங்கள் போக, கிடைத்த இடைவெளிகளில் ஷெனாய் சங்கீதம்

போல அழுதுகொண்டே இருந்தேன். வந்தவளோ அதிரசத்தைவிட அதிசயமாக இருந்தாள்! யாரோ ஒரு தேவகுமாரன் இப்படித் தெருவோரமாய் அழுகிறானே என்பது போல் என்னையே பார்த்தாள். நான் ''ய்ய்ய்யீ'' எனச் சிரித்தேன்.

'பாக்கவெச்சு திங்காதப்பா, பாப்பாவுக்கும் அதிரசம் குடு'' என்றது அம்மாச்சி. தின்பதில் பாதியைப் பிய்த்துத் தந்த கணத்தில் தொடங்கியது என் முதல் காதல்!

இட்லிக்கு மாவாட்டிக்கொண்டே பாடம் சொல்லித்தருவார் அம்மா. பத்துப் பதினைந்து பேர் கூட்டமாக அமர்ந்திருப்போம். நான் மட்டும் நைஸாக நகட்டி நகட்டி அவளுக்குப் பக்கத்தில்தான் உட்கார்வேன். அதிகாலையில் விற்காத பணியாரங்களை அம்மாச்சி எடுத்துவைத்திருக்கும். அதில் இரண்டை டவுசர் பையில் ஒளிப்பேன். ''எல்லாரும் சிலேட்டுல அஞ்சாம் வாய்ப்பாடு எழுதுங்க'' என்று சவுண்டு குடுத்துவிட்டு, அம்மா மாவுச் சட்டியுடன் உள்ளே போகும்போது, யாருக்கும் தெரியாமல் அவளை லேசாக இடித்து, பணியாரம் தருவேன். அல்லியாய், தாமரையாய் ஆயிரமாயிரம் பூக்களாய் அவள் முகம் மலரும். 'ய்ய்ய்யீ '' எனச் சிரிப்பேன்.

என் கையை அவள் கை பக்கத்தில் வைத்துப் பார்ப்பேன். என் உள்ளங்கையின் நிறம், அவள் உடலின் நிறம். ''எப்பிடி இம்புட்டுச் செவப்பா இருக்க?'' என்பேன். ''ஹிஹிஹி தெரியாது'' என்பாள். ''ய்ய்ய்யீ'' எனச் சிரிப்பேன். ''எங்க வீட்ல ரேடியோ இருக்கு'' என்பாள். ''எங்க அப்பாதேன் டூரிங் டாக்கீஸ்ல படம் ஓட்றாரு, எம்.ஜி.ஆர் பிலிம்லாம் வெச்சிருக்கனே'' என்று ரகசியமாகக் காட்டுவேன். 'ஹை!'' எனச் சிரிப்பாள். எனக்கு ஏதாவது எழுதத் தெரியாவிட்டால், 'மக்கு மக்கு அது அப்பிடி இல்ல' என என் சிலேட்டை வாங்கித் தன்

பாவாடையால் துடைத்துவிட்டு, திருத்தி எழுதித் தருவாள். 'நீ மட்டும் திருத்துவதாக இருந்தால், நான் மக்காகவே இருந்துவிடலாம் போலிருக்கிறதே!' என நினைப்பு ஓட... 'ய்ய்ய்யீ '' எனச் சிரிப்பேன்

ஒரு நாள்... ஒரு பொழுது அவள் டியூஷனுக்கு வரவில்லையென்றாலும், எனக்கு மனசு நிற்காது. அம்மா கொஞ்சம் அசந்த நேரம் பார்த்து அவள் வீட்டுப் பக்கம் ஓடிவிடுவேன். அவள் முகம் தென்பட்டால், அதே 'ய்ய்ய்யீ''!

''யார்றீ அது?' என அவளின் சித்தப்பாவோ அப்பத்தாவோ எட்டிப் பார்த்தால், 'நாளைக்கு டியூஷன் வர்றப்ப கணக்கு டெஸ்ட்டுனு எங்கம்மா சொல்லிட்டு வரச் சொன்னாங்க'' என சும்மா ஒரு பிட்டைப் போடுவேன். அது என்ன ப்ரியம் எனச் சொல்லத் தெரியவில்லை. அவளைப் பார்த்தாலே போதும், என் மனசு பூத்துவிடும்.

ஒரு விடுமுறை நாளின் இரவு.. பையன்கள், கள்ளன் போலீஸ் ஆடிக் கொண்டு இருந்தோம். பக்கத்திலேயே அவளும் இன்னும் ஆறேழு சிறுமிகளும், 'கண்ணாமூச்சி ரேரே! திடீரென ஒருவன் ''மலையில் தீப்பிடிக்குது'' எனக் கத்தினான். தூரத்தில் வெகு உயரத்தில் ஆழமான இருளில ஒரு நெருப்புப் பாம்பு வளைந்து நெளிந்தது. உடனே இங்கு 'மலையில் தீப் பிடிக்குது. பிள்ளைகள்லாம் ஓடி வாங்க'' எனப் பாடியபடி சின்னப் பெண்கள் ஆட ஆரம்பித்தனர். கூட்டத்துக்குள் ஓடிக் கலந்து நானும் கோரஸ் பாட முயற்சிக்க, யாரோ ஒரு அக்கா என் காதைத் திருகி, ''அங்கிட்டுப் போய் பையங்களோட வெளாடு, போ!'' என்றது. அவமானமாகி, நான் நேரே வீட்டுக்கு வந்துவிட்டேன்.

அதன் பிறகு அவளை நான் பார்க்கவில்லை. பக்கத்து ஊரில் வேறு பள்ளிக்கூடத்துக்கு அவள் படிக்கப்போவதாகச் சொன்னார்கள். எதையோ இழந்தது போலத் திரிந்த என்னை, வெள்ளலூர் அரசினர்

உயர்நிலைப்பள்ளியில் சேர்த்தார்கள்.

சின்னக் கொட்டடிக்குள் திரிந்த கன்னுக்குட்டியை, திடீரென ஜல்லிக்கட்டுக்குள் இறக்கிவிட்ட உணர்வு எனக்கு. வீட்டில் இருந்து பள்ளிக்கூடம் ஐந்து கிலோ மீட்டர் தூரம் நாங்கள் நாலைந்து பையன்கள் மட்டும் தூக்குவாளியும் பையுமாக நடந்து போவோம். அது பெரிய பள்ளிக்கூடம். ஊருக்கெல்லாம் நான் சேரன், அங்கே பள்ளிக்கூடத்தில் மட்டும் பதிவேட்டில் என் பெயர் இளஞ்சேரன்!

''எளஞ்சேரன், ம்ம்ம். என்னடா நீ டீச்சர் பையனா?' என்று மிரட்டலான குரலில் கேட்டார் கணக்கு வாத்தியார். 'ஆமா சார்'' என்று எழுந்து நின்றேன் தூக்குவாளியுடன். 'புதுத் தூக்குவாளிப்பா, தொலச்சுப்புட்டு வந்துராத'' என்று அம்மாச்சி பல தடவை சொல்லியிருந்ததால், ஒரு பாதுகாப்பு உணர்வு. 'களுக்'கென ஒரு சிரிப்பொலி பெண்கள் பக்கமிருந்து. மின்னல்வெட்டில் திரும்பிப் பார்த்தபோது, சிகப்பு ரிப்பனிட்ட சடைகள் ஊஞ்சலாடின.

''இன்னைக்கு மொத நா, அதுனால நா வகுப்பெடுக்கப் போறதில்ல, ஆளாளுக்கு எதுனா வந்து சொல்லுங்க'' என்றார் வாத்தியார்.

ஒருவன், 'ஆண்டவன் படைச்சான் என்கிட்டே குடுத்தான், அனுபவி ராஜான்னு அனுப்பிவெச்சான்' பாட்டு பாடினான். ஒரு பெண், ஆயர்பாடி மாளிகையில் தாய் மடியில் கன்றினைப் போல் மாயக் கண்ணன் தூங்குகிறான்' பாட்டும் பாடி டான்ஸும் ஆடியது. நான் சாக்பீஸ் கேட்டேன். போர்டில் மூன்று மூன்றாய்க் கட்டங்கள் கிழித்து ' சிவாஜி வாயிலே ஜிலேபி' என்று எழுதி, ''இத எப்பிடிப் படிச்சாலும் சிவாஜி வாயிலே ஜிலேபின்னு வரும் சார்'' என்றேன் பெருமையாக பெண்கள் வரிசையில் அதே சிரிப்பொலி. சிகப்பு ரிப்பன்கள்.

‘‘சிவாஜி வாயிலே ஜிலேபி, உன் டவுசர்ல என்ன?‘ என்றார். டவுசரின் ஒரு பாக்கெட்டில் இரண்டு கொய்யாப் பழங்கள். இன்னொரு பாக்கெட்டில் துண்டு பிலிம்கள். நல்ல பிள்ளையாக எடுத்துக் காட்டினேன்.

‘‘கொய்யாப்பழம் சரி, இது என்ன பிலிமு?’’ என்றார்.

‘பூராம் எம் ஜி ஆர் - சிவாஜி பிலிமு சார். ’நல்ல நேரம்’ல யானையோட இருக்க எம்.ஜி ஆரு, வசந்த மாளிகைல யாருக்காக பாடுற சிவாஜி பிலிம்லாம் என்கிட்ட மட்டும்தான் சார் இருக்கு. நான் சினிமாகூட காட்டுவேன் சார்’’ எனப் பெருமையாக விவரிக்க, இடைவிடாமல் சிரிப்பொலி. எட்டிப் பார்த்தன சிகப்பு ரிப்பன்கள். இவள் அவள் போலவே இருந்தாள், இன்னும் அழகாக!

பழையூர்பட்டியில் இருந்து பள்ளிக்கூடத்துக்கு நாங்கள் வரும்போது பாதி வழியில் அவளும் வந்து சேர்வாள். அதுவரை மாட்டுச் சாணியும், நெருஞ்சி முள் பத்தைகளுமாக இருக்கிற மண் ரோடு சடாரென சோலையாகப் பூக்கும். சிகப்பு ரிப்பன்கள் பட்டாம்பூச்சிகளாக அவள் முதுகில் மேய பாவாடை சட்டை போட்ட பூவாக அவள் முன்னே போவாள். ஒவ்வொரு நாளும், அந்த இடம். அந்த நேரம் எப்போது வரும் என மனசு தவிக்க ஆரம்பித்தது. ஒரு நாள் அவள் என் அருகில் வந்து ‘எளஞ்சேரா‘ என்றாள். ’குக்கூ’ என ஏதோ ஒரு குயில் எனக்குள் கூவிப்போனது. ‘‘எனக்கு பிலிம் காட்டேன்’’ என்றாள். ஒவ்வொன்றாக எடுத்துக் காட்டினேன். வகுப்புக்கு வெளியே ஓடி வானம் பார்த்து சூரிய வெளிச்சத்தில் காட்டிச் சிரித்து ரசித்தாள். சிகப்பு ரிப்பன்கள் எனக்குள் கபடி கபடி பாட ஆரம்பித்தன.

இன்னொரு நாள் பள்ளிக்கு வரும் வழியில் நான் மட்டும் தனியே. அன்று எல்லா கிரகங்களும் ஒன்று கூடினவோ, அல்லது தேவதைகளின்

ஆண்டு விழாவோ... அதிசயமாய் அவளும் தனியே வந்தாள். இருதயத்துக்குள் எல்லா நரம்புகளும் எழுந்து கைதட்டின. என் இதயம் துடிப்பது எனக்கே கேட்டது. சின்னதாகச் சிரித்தாள். ஆதாம் ஏவாள் போல நாங்கள் இரண்டு பேர் மட்டுமே இருக்க, கண்ணுக்கெட்டிய தூரம் வரை காக்கா குருவிச் சத்தம் கூட இல்லை

''தூக்குவாளியில என்னா?''

''சோறுதேன்.''

'கொழம்பு?'

'கத்திரிக்கா புளிக்கொழம்பு.'

'வெஞ்சனம்?'

'கத்திரிக்காவே இருக்கும்ல, சரி நீயி?'

'பழைய சோறு, பச்ச மொளகா.'

'வெஞ்சனம்?'

'ஆங், ஒன் வெரலத்தேன் கடிச்சுக்கணும்'' - என இப்படித்தான் இருக்கும் எங்கள் காதல் காவியத்தின் கவிதைகள்!

''நா ஒண்ணு தரட்டா?'' - என்பாள். ''என்னாது?'' என்பேன் ஆர்வமாக. 'ந்தா' என நெல்லிக்காய் தருவாள். ''இத அப்பிடியே தின்னுராத. வாயில போட்டு லேசா சக்கரம் பண்ணிக்கிட்டே இரு. தின்னு முடிச்சதும் கொஞ்சூண்டு தண்ணி குடிச்சுப் பாரேன், தேன் கெணக்கா தித்திக்கும்'' என்பாள். ''நெசமாவா?'' என்பேன். ''ஆமா, ஒம் மேல சத்தியமா!'' என்பாள் என் தலை தொட்டு.

விதி சில சமயம், துரத்தித் துரத்தி வந்து தொட்டு வெளாட்டு' ஆடும். அது என்னைத் தொட்டேவிட்டது ஒரு நாள்.

என் தாய்மாமன் சென்னையில் இருந்ததாலும், வீட்டின் பொருளாதாரம் பலவீனமாக இருந்ததாலும் எனக்கு அதுவரை காது குத்தவில்லை. இத்தனை காலம் அதுபற்றி பேசாமல் இருந்தவர்கள், திடீரென சண்முகம் மாமா விடுமுறைக்கு வீடு வர, முகூர்த்தம் குறித்துவிட்டார்கள். நான் மல்லுக்கட்டிப் பார்த்தும் எனக்கு ஆதரவாக ஒரு ஓட்டு கூட விழவில்லை . பதிலாக, என் காதுகளில் இரண்டு ஓட்டைகள் விழுந்தன.

மறுநாள் அவ்வளவு வெட்கம், கூச்சம், தயக்கம், அவமானம் சுமந்து பள்ளிக்கூடம் போனேன். நுழையும்போதே, இரண்டு காதுகளையும் பொத்திக்கொண்டேன் ‘சேரன், ஏன் காதைப் பொத்திட்டிருக்கான் தெரியுமா?‘ என சந்திரன் ஒரு ஃப்ளாஷ் நியூஸைப் போட, நான் காதைக் காட்டவே இல்லை, ஆளாளுக்கு கிச்சுக்கிச்சு மூட்டியதில் என் கைகள் விலக, ‘‘ஹை! காது குத்தி இருக்கான் டோய்’’ என ஒருவன் போட்ட சத்தத்தில், வாத்தியாரே வந்துவிட்டார். சிக்கியவர்களைப் போட்டு அவர் சாத்த, அத்தனை பேரும் அமைதியாய் உட்கார்ந்தனர். வகுப்பெங்கும் சிரிபபலைகள.

மதியம் எல்லோரும் சாப்பிடப்போய்விட அவள் வந்தாள். என் காதை தன் விரல்களால் தொட்டுப் பார்த்து, ‘ஹை! நட்சத்திரத் தோடு!’’ என்றாள்.

‘ய்ய்ய்யீ !’’

சிவாஜியும் எம்.ஜி.ஆரும்!

’நல்லவர்க்கெல்லாம் சாட்சிகள் ரெண்டு... ஒன்று மனசாட்சி, ஒன்று தெய்வத்தின் சாட்சியம்மா!’ - குதிரை வண்டியில் குழாய் ஸ்பீக்கர் கட்டி வருவான் ஒருவன். கூட்டம் சேர்ந்ததும் குண்டு மைக்கை எடுப்பான். ‘‘ஹலோவ், மைக் டெஸ்டிங், நம்பர் ஒன் ட்டூ த்ரீ, த்ரீ ட்டூ ஒன். பாரம்பரியமிக்க பழையூர்பட்டி மகா ஜனங்களே, தென்னகத்துத் திரையுலகக் கலா ரசிகப் பெருமக்களே, இன்று முதல் வெள்ளலூர் காளியப்பா திரையரங்கில், தினசரி இரண்டு காட்சிகளாகத் துள்ளி விளையாட வருகிறது ’தியாகம்’! அன்னை இந்திரா பெற்றெடுக்காத பிள்ளையாம், கர்மவீரர் காமராஜரின் தலைமகனாம், நடிப்புக்கோர் திலகமாம், தங்கத் தமிழன், சிம்மக் குரலோன் சிவாஜி கணேசனின் ’திய்ய்ய்யாகம்!’’ - என்றபடி, ரோஸ் கலர் நோட்டீஸ்களை வீசியெறிவான். ஓடிஓடி முட்டிமோதி மல்லுக்கட்டி அள்ளுவார்கள். ஆபரேட்டர் பையன் என்பதால், ஈஸியாக நாலு நோட்டீஸ்கள் எனக்கு ஓசி கிடைக்கும்.

சந்தோஷமாக ஓடி வந்து, வீட்டுக் கதவில் சோற்றுப் பருக்கை தடவி அதை ஒட்டிப் பார்ப்பதில் ஒரு சுகம்!

அப்பாவுக்கு தூக்குவாளியில் சோறு எடுத்துக்கொண்டு ஓடுவேன்.

ஆபரேட்டர் கேபின் பால்கனியில் பனியனும் லுங்கியுமாக நிற்கும் அப்பா, இன்றைக்கு கரன்ட் கட்டாகிவிடாதா என்பது போல என்னைப் பார்ப்பார். நானும் சந்திரசேகரனும் உள்ளே ஓடிப் போய் மண் குவித்து அமர்வோம். 'நதி வெள்ளம் காய்ந்துவிட்டால் நதி செய்த குற்றம் இல்லை. விதி செய்த குற்றமன்றி வேறு யாரம்மா?'' சிவாஜியின் புருவங்கள் கூட நடிக்கும். 'இந்தப் பாட்டுக்கே காசு செத்துருச்சுரா' என்பேன், ஓசி டிக்கெட்டில் உள்ளே வந்த நான்.

படம் முடியும்போது தூக்குவாளியை வாங்கப் போனால், 'கா பரிச்சயில் இங்கிலீஷ்ல எம்புட்டு மார்க்கு நீயி?'' என திடுக்கென கேட்பார் அப்பா. 'அம்பத்தேழு, ஆனா ஆல் பாஸு!' என்பேன் அம்மா, அம்மாச்சி சப்போர்ட் இருக்கும் தைரியத்தில். 'இனிமே நீ சோறு கொண்டு வர வேணாம்'' என்பார் அப்பா. 'யப்பா இல்லப்பா, நா இங்க வர்றதே எம்ஜார் பிலிமு வாங்கத்தேன்'' என்று நைஸாக ஐஸ் போட்டு பார்ப்பேன். ''ந்தா பாரு ஒனக்குத்தேன் இப்ப புதுசா காது குத்துனாய்ங்க. எனக்குலாம் இந்தியா சொதந்திரம் வாங்குனப்பவே குத்திட்டாய்ங்க. சாரு சிவாஜி படத்துக்கு வந்துட்டு எம்ஜார் பிலிமு வாங்குறாராம்'' என்பார், அப்பா தன் புத்திசாலித்தனத்தை தானே மெச்சியபடி!

சில்வண்டுகளின் ரீங்காரம் சிலிர்ப்பூட்டும் பின்னணி இசை கூட்ட, இருட்டில் வேகவேகமாக நடப்போம் வீட்டுக்கு. தூரத்தில் ஏதாவது நாய் ஊளையிட்டால் போச்சு, பயம் பற்றிக்கொள்ளும். அப்போது பார்த்து சந்திரசேகர் ஆரம்பிப்பான் 'அட்ஜே ஒனக்கொரு கத தெரியுமா? மேலத்தெருல செயபாலு செயபாலுன்னு ஒரு அண்ணன், மேலூருக்குப் போயிட்டு திரும்பி வந்திருக்கு. சைக்கிளு தனியாளு. வழில முக்குப் புளிய மரம் இருக்குல்ல, அங்கன ஒரு ஆளு வழி

மறிச்சிருக்கு. ஆர்ரான்னு பாத்தா வெள்ளச் சேல, மல்லியப்பூவு, சரோஜாதேவி கெணக்கா இருக்காம் செக்கச் செவேர்னு! 'ஊரு வரைக்கும் வாரேன், ஒனக்குத் தொணையா வாரேன்னு இதையே சொல்லுதாம். அண்ணன் பயந்துருச்சு. டக்குனு அது சைக்கிள்ள பின்னுக்கு ஏறிருச்சாம். பொண்ணு மாதிரி இல்லாம பொணம் கெணக்கா கனக்குதாம். விசுக்கு விசுக்குனு வேவேமா சைக்கிளை மிதிச்சிருக்காரு. ஊரு வந்து சேரவே இல்ல. என்னானு பாத்தா சைக்கிளு நின்ன எடத்துல நின்னமானிக்கு இருக்காம். சக்கரம் மட்டுஞ் சுத்துது. திகச்சுப் பாத்தா, பன மர ஒசரத்துக்கு நிக்குதாம் அந்தப் பொம்பள. இத்தனைக்கும் தரையில் காலு ஊனாம அப்பிடியே ஒரு சாண் அந்தரத்துல மிதக்குதாம்.

சைக்கிள அங்கனயே போட்டுட்டு ஓடுனவருதேன், வீட்டுத் திண்ணையில போயி விழுந்தவரு விடியறப்ப செத்துக் கெடந்தாராம், ரத்தரத்தமா கக்கி வாசல்ல மட்டும் ரெண்டு குடம் ரத்தமாம். எங்க சித்தப்பாதேன் சொன்னாரு' என்பான். எனக்கோ அப்போதே உடம்பு கொதிக்க ஆரம்பித்துவிடும்.

வீட்டுக்கு ஓடி அம்மாச்சிக்குப் பக்கத்தில் போய் படுத்துக்கொள்வேன். ''என்னாய்யா?'' என்பார் என் தலை கோதி. 'பேயி பேயி, பயமா இருக்கு அம்மாச்சி' என்பேன் நடுக்கமாக 'பாப்பாத்தி கருப்பாயி காவக் காக்கிற வீடுப்பா இது. பேயி பெசாசெல்லாத்தையும் பேனை நசுக்குறது கெணக்கா நசுக்கிப்புடும் நம்ம சாமி'' என்றபடி என்னைத் தட்டிக்கொடுத்து தூங்கவைப்பார். ராத்திரி கனவில், நான் சைக்கிள் மிதிப்பேன். 'ஊரு வரைக்கும் வர்றேன், ஒனக்குத் தொணையா வர்றேன்'' என்று என்னிடம் கேட்கும் ஒரு சரோஜாதேவி. விடிந்த பிறகு பார்த்தால் வீட்டில் கூப்பாடு கேட்கும்.

''எட்டாங் கிளாஸ் படிக்கிறான், இன்னமும் பாயில ஒண்ணுக்குப் போயிக்கிருக்கான் கழுத!'

'சேரா, விஷயம் தெரியுமா?'' என்று ஒரு நாள் வீட்டுக்கு வந்தார் சுவாமிநாதன் மாமா'. ''என்னா மாமா?'' என்று எழுந்து ஓடினேன். 'சிவாஜி வர்றார்ப்பா நம்ம ஊருக்கு!'' என்றார் பரவசமாக.

ஏதோ தேர்தல் பிரசாரம்! மெயின் ரோட்டில், சின்னதாகக் கொட்டகை போட்டு, சிவாஜி பாட்டுக்களாக ஒலிபரப்பிக்கொண்டு இருந்தார்கள். நாங்கள் சின்னப் பையன்கள் அந்தப் பக்கம் போய் விளக்கு வெளிச்சத்தில் விளையாடினோம். ஜில்லென்று மண் பானையில் குடிதண்ணீர் வைத்திருந்தார்கள். தாகமே இல்லையென்றாலும் அவ்வப்போது போய் அரை டம்ளர் எடுத்துக் குடிப்போம். யாராவது பார்த்தால், டக்டக்கென நாலு பல்டி அடித்துக் காண்பிப்பதும் வழக்கம்.

வெள்ளிக்கிழமை ஊரே மந்தையில் கூடிவிட்டது. முன்னிரவின் மஞ்சள் விளக்குகள் ஒளிரத் துவங்கும்போது நாலைந்து கார்கள் வந்து நின்றன. பச்சை கலர் காரில் இருந்து இறங்கினார் சிவாஜி. கதர்ச் சட்டை வேட்டி. சினிமாவில் வரும் சிவாஜி போல இல்லை. மீசை இல்லை, தலைக்கு சீயக்காய் போட்டுக் குளித்திருப்பார் போல. 'காரு புல் ஏ.சி'' என்றார்கள்.

கூட்டம் 'நடிகர் திலகம் வாழ்க' என்று அலறியது. புருவம் சொடுக்கிப் பார்த்த சிவாஜி ஸ்டைலாக, ''கைச் சின்னம் வாழ்கன்னு சொல்லுங்கப்பா'' என்றபடி கூட்டத்தைக் கும்பிட்டார். தெருவில் பிரசிடெண்ட் வீட்டு பெஞ்சுகளைப் போட்டு மேடை போல ஆக்கியிருந்தார்கள். அதன் மேல் ஏறிய சிவாஜி, 'வெள்ளைக்காரன்ட்ட இருந்து காப்பாத்துனது யாரு , மகாத்மா காந்தியும் ஜவஹர்லால்

நேருவும். இப்ப கொள்ளைக்காரன்ட்ட இருந்து யாரால காப்பாத்த முடியும், நேருவின் மகள், அன்னை இந்திராவால் மட்டும்தான் முடியும். அன்னையின் கைதான் நமக்கு நம்பிக்கை!'' ராகம் போட்டு சினிமா பாணியிலேயே சிவாஜி பேசினார். ஆனால் இவர் சினிமா சிவாஜி மாதிரி இல்லையே என்ற கேள்வி என் மண்டையைக் குடைந்தது.

எதிரி நாட்டுப் படையின் பலம் என்னவென்பதை வேவு பார்க்க வந்தவர் போல டீக்கடையோரம் சைக்கிளில் நின்றிருந்த அப்பாவிடம், 'யப்பா, சினிமா கெணக்கா சிவாஜி ஏம்ப்பா பெல்ஸ் போட்டு வரல?'' என்றேன். 'ஆங், அதெல்லாம் வாடகைக்கு எடுக்கிற துணிமணிக. இப்பத் தெரியுதா ஒனக்கு உண்மை என்னன்னு?' என்று எக்காளமாகச் சிரித்தார்.

'ய்ய்ய்யே .. எம்ஜார் வர்றாரப்போ!'' - யாரோ எங்கோ குடுத்த சவுண்டில் ஊரே ரகளையாகி, ஏரியாவே திருவிழாக் கோலம். இத்தனைக்கும் எம்.ஜி.ஆர், சிவகங்கைக்குப் போகிற வழியில் வெள்ளலூர் வழியாகக் கடந்து செல்லப் போகிறார். அதற்கே இத்தனை ஆரவாரம்!

முதல் வாரம் சிவாஜி வந்து போயிருந்ததால், பவர் காட்ட எம் ஜி ஆர் ரசிகர்கள் உஷாராகத் தயாரானார்கள். மைக் செட் எந்நேரமும் அலறியது. ரோட்டில் எம்.ஜி.ஆர் ரசிகர்கள் உற்சாகமாக அலம்பி நடந்தார்கள். முழுக்கைச் சட்டை- வேட்டியுடன் வலது கையில் வாட்ச் கட்டி தெம்பாகத் திரிந்தார் அப்பா.

எம்.ஜி.ஆர் வரப் போவது ஒரு மதிய நேரம். அந்த நேரம் எங்களுக்கு பள்ளிக்கூடம். வகுப்பறையில் அன்று எம் ஜி ஆர் பற்றியே பேச்சு. ''இன்னும் சில மணித் துளிகளில் பொன்மனச் செம்மல், அண்ணாவின் அன்புத் தம்பி, புரட்சித் தலைவர் வருகிறார், வருகிறார்! என்று மைக்

செட் அலறுவது கேட்டுக்கொண்டே இருந்தது. ஒரு கட்டத்தில் ‘‘வருகிறார் புரட்சித் தலைவர்!’’ என்ற குரல் கேட்டதும், அவ்வளவு தான் எங்களைத் தடுக்க யாருமில்லை. ஹோவென பெரிய இரைச்சலுடன் மொத்த பள்ளிக்கூடப் பையன்களும் பெண்களும் ரோட்டுக்கு ஓடினோம். சாலையில் பெருங்கூட்டம். சர்சர்ரென வண்டிகள் கடந்தன. எந்த வண்டியில் எம்.ஜி.ஆர் வருகிறார் எனத் தெரியாமல் பார்த்தால், தூரத்தில் ஒரு வேன். அதன் மீது தகதகவென தங்கச் சிலை போல ஒரு உருவம். வெள்ளைக் குல்லா, கறுப்புக் கண்ணாடி, இருபுறமும் கையசைத்தபடி வந்தார் எம்.ஜி.ஆர். கடவுளைக் கண்டது போல அலறினார்கள். அத்தனை பேரும் துண்டுகளையும் மாலைகளையும் கூட்டத்துக்குள் வீசியெறிந்தார் எம்.ஜி.ஆர். அதை எடுக்க பெரும் போட்டி!

யாரோ சிலர் ரோட்டில் விழுந்து வழிமறிக்க, சரக்கென நின்றது வேன். ஒரு குழந்தையைத் தூக்கி நீட்டினார்கள். வாங்கிய வேகத்தில் ஒரு முத்தம் கொடுத்து, ‘‘பையனா பொண்ணா ?‘ என்று கேட்டார். ‘‘பையன்’ என்றனர். ‘அபபா பேரு என்ன?‘ என்றார். ‘மொக்கசாமி‘ என்றதும், சிரித்தபடி ‘முத்துராமலிங்கம்’’ என்று பெயர் வைத்தார். ‘தேவர் பேரையே வெச்சுட்டாரு வாத்யாரு‘ எனக் கூட்டத்தில் விசில் பறந்தது. இப்படி ஒரு சிகப்பா எனச் சொக்கிப் போய்விட்டேன் நான்!

கண்மாய்க்கு அப்பாவும் நானும் மறுநாள் குளிக்கப் போயிருந்தோம். மெள்ளக் கேட்டேன். ‘ஏம்ப்பா, எம்ஜாரு எப்பிடிப்பா இம்புட்டு செகப்பா இருக்காரு?‘

நம்மள மாதிரி காபி டீலாம் குடிக்க மாட்டாரு வாத்யாரு , புல்லா தங்கபஸ்பம் தேன்! காலைல ஒரு டம்ளர், ராத்திரி ஒரு டம்ளர்.’’

‘‘அம்புட்டுக் காசு வெச்சிருக்காராப்பா?’’

‘‘என்னா சொல்றே நீயி. ஒரு தடவை வாத்யாரு வைகை டேமுக்குப் போய்க்கிருந்தாரு. 'மாட்டுக்கார வேலன்' ஷூட்டிங்கு. வழில வத்தலக்குண்டு பக்கத்துல வயக்காட்டுல வேலை பாத்துக்கிருந்த சனம் வழி மறிச்சிருச்சு. அய்யா சாமி, சாப்பாட்டுக்கே வழியில்ல சாமி'ன்னு அழுது குமிச்சிருக்கு ஒரு கெழவி. வாத்யார் யோசிக்கவே இல்ல, டக்குனு நூறு ரூபா நோட்டுக்கட்ட எடுத்து அடிச்சுவிட்ருக்கார். ஆடிப்போயி அம்புட்டுப் பேரும் 'இனி ஏழேழு ஜெம்மத்துக்கும் எலைக்குத்தேன் ஓட்டு போடுவம் தர்மதொர!'ன்னு ரோட்லயே விழுந்து கும்பிட்ருக்காகப்பா!‘ என்பார் அப்பா.

‘‘அப்புறம் ஏம்ப்பா, நம்ம ஊர்க்கு மட்டும் வர மாட்றாரு?’’

‘‘எங்கடா, இங்கதேன் பூராம் ஜிவாஜி ஜிவாஜின்னுல்ல அலையறாய்ங்க’’ என்றார் எரிச்சலாக.

‘‘யப்பா, அப்ப இனிமே எம்ஜார் வாழ்கப்பா!’’

அப்படியே நவரசம் பொங்க என்னைத் திரும்பிப் பார்த்தார் அப்பா. ‘அப்பிடிச் சொல்றா என் அழகுராசா! எனக்குத் தெரியும்டா, எம்புள்ளைய ஆளாளுக்கு மனச மாத்தி கெடுத்து வெச்சிருந்தானுக, இப்ப என்ன சொல்வாய்ங்கன்னு பாப்பம், எடுறா வண்டிய’’ என்று சைக்கிளை எடுத்தார். கேரியரில் ஏறி அப்பாவின் தோளில் ஏறி 'ஷோலே' அமிதாப் போல உட்கார்ந்தேன்.

அப்பா ‘புரட்சித் தலைவர்‘ என்று முழங்க, நான் ‘வாழ்க!‘ எனத் தொண்டை கிழியக் கத்தினேன். ‘‘எங்கள் ஓட்டு’’ என அப்பா சவுண்டுவிட, நான் ‘‘இரட்டை இலைச் சின்னத்துக்கே!’’ எனக் கூவினேன். பெருமையாக இருவரும் வீதியெல்லாம் கோஷம் போட்டபடி வீட்டுக்கு வந்து நிற்க, அதிர்ச்சியாக என்னைப் பார்த்தார்

அம்மா. கண்மாய்க்குக் குளிக்கக் கூட்டிப் போன பையனைத் தொலைத்துவிட்டு, வேறு ஏதோ ஒரு ஜீவராசியை வீட்டுக்காரர் கூட்டி வந்து விட்டதைப்போல ஒரு கோபம் அம்மாவுக்கு. இன்னொரு பக்கம், அப்பாவின் சந்தோஷத்துக்கும் ஆயுசு அதிகமில்லை என்பது அப்போது எம். ஜி. ஆருக்கே தெரியாது!

ஆமாம், சிவாஜிக்கும் எம்.ஜி.ஆருக்கும் மட்டுமே ரசிகனாக இருந்த என்னை சினிமாவுக்கு ரசிகனாக மாற்றிய நாள் ஒரு மார்கழி மாதத்தில் வந்து சேர்ந்தது!

குளிர் கால விடிகாலைகளில் டீக்கடையோரம் பெருசுகள் குப்பை கூளங்கள் குவித்து நெருப்பு மூட்டி, கூதக்காய்வது வழக்கம். கிடுகிடுக்கும் குளிருக்கு அந்தக் கதகதப்பு சுகம் கூட்டும். அன்று அதிகாலை முழிப்பு வந்ததும் முதல் வேலையாக எழுந்து ஓடினேன், குப்பை நெருப்பில் குளிருக்கு சுகம் தேட. அதே நெருப்புதான் என் வாழ்வின் விடியலுக்கான முதல் வெளிச்சத்தைத் தரப்போகிறது என்பதறியாமல்!

டீக்கடைத் தட்டியில் அப்போதுதான் புதுப்பட போஸ்டர் ஒட்டிக்கொண்டு இருந்தார் போஸ் அண்ணன். அது எம்.ஜி.ஆர் படமும் இல்லை, சிவாஜி படமும் இல்லை . புதுசான ஒரு தினுசான படம்!

எங்கள் ஊருக்கு எப்பவோ வந்துவிட்டது சினிமா. ஆனால், எங்கள் ஊர் சினிமாவில் வந்தது அதுவே முதல் முறை

அது - 'பதினாறு வயதினிலே!'

ஆட்டோகிராப்!

விழும் விதையெல்லாம் விருட்சமாக முளைப்பது பிஞ்சு இதயங்களில் தான்! அப்படி என் சினிமா கனவுக்கு, அறியாத பருவத்திலேயே ஆசீர்வாத மழை போல வந்த படம். பதினாறு வயதினிலே'!

டூரிங் டாக்கீஸ் என்ற மாய உலகத்தில், நாங்கள் விழித்துக்கொண்டே காண்கிற கனவுதான் ஒவ்வொரு திரைப்படமும். ஏனென்றால், அதுவரை நாங்கள் திரையில் தரிசித்த அழகு, செல்வம், இன்பம், ஆடம்பரமெல்லாம் ஏழைகள் எங்கள் கற்பனைக்கும் எட்டாத உலகம். ஆனால், 'பதினாறு வயதினிலே' - ஒரு புதிய அனுபவம்!

படம் பார்க்க வந்த எங்களைப் போலவே இருந்தனர் திரையில் உலவிய மனிதர்களும், வெற்றிலைச் சாறு வழியும் வாயுடன், அழுக்கு மூட்டையாக எங்கள் செல்வத்தைப் போல ஒரு நாயகன். வீட்டுக்கு வீடு இருக்கிற எங்கள் அக்காக்களைப் போலவே ஒரு நாயகி, பீடி புகையும் வாயுடன் எங்கள் டீக்கடை பெஞ்சில் உட்கார்ந்திருக்கும் போஸ் அண்ணனைப் போல ஒரு வில்லன் என அவர்களின் பேச்சும் சிரிப்பும் அப்படியே எங்களைப் போல!

'செவ்வந்திப் பூ முடிச்ச சின்னக்கா, சேதி சொல்லக்கா... நீ சிட்டாட்டம் ஏன் சிரிச்ச சொல்லக்கா? முத்துப் பல்லக்கா!' எனப் பாடல்களிலும் எங்கள் வாசனை. அதுவரை ஹீரோ ஹீரோயின் என்று மட்டுமே சினிமாவைப் பார்க்கத் தெரிந்த எனக்கு, இயக்குநர் இசையமைப்பாளர் என பாரதிராஜா- இளையராஜா வெல்லாம் தெரியவர, என் சினிமா அரிப்பும் ஆர்வமும் அதிகமானது!

பருத்திப் பால் விற்கப் போகும் இடங்களில் அம்மாச்சி வய்யும்... பள்ளிக்கொடத்துக்குப் போணும்... காசு குடு' என்பேன் கமல்ஹாசன் போல, 'ஆட்டுக்குட்டி முட்டையிட்டு கோழிக் குஞ்சு வந்ததின்னு யானக் குஞ்சு சொல்ல பூனக் குஞ்சு கேட்டதுண்டு.' என அச்சு அசலாய் சப்பாணி மாதிரி நடந்து காட்டுவேன். பள்ளிக்கூடத்தில் பார்த்துப் பார்த்துச் சிரிப்பாள் அவள். ஒரு நாள் அவளைப் பார்க்காவிட்டாலும், எனக்குத்தான் உறக்கம் வராதே! அம்பிகையே, ஈஸ்வரியே என்னை ஆள வந்து கோயில்கொண்ட குங்குமக்காரி, ஓங்காரியே வேப்பிலைக் காரி, ஒரு உடுக்கையிலே பகை விரட்டும் முத்துமாரி!' - வெள்ளலூரில் திருவிழாவுகளு ரேடியோ போட்டால், எனக்கு இருப்புக்கொள்ளாது. என் அம்பிகையும் அதே ஊராச்சே!

அரிக்கேன் விளக்கு வெளிச்சத்தில் அங்கே கடைகள் முளைத்திருக்கும். பீமபுஷ்டி அல்வா, பொரி கடலை, வளையல், வாட்ச், பலூன், ராட்டினம், ரிப்பன் என விதவிதமான கடைகள் அங்கே அவளும் குடும்பத்துடன் சாமி கும்பிட வருவாள். கோயிலில் வாய் நிறைய பொட்டுக்கடலையுடன் 'ய்ய்ய்யீ' எனச் சிரிப்பேன் 'எங்கூட படிக்கிற பையன்' என அவள் சொல்ல, அவளின் அம்மா மாவிளக்கு போட்ட மாவு கொஞ்சம் தருவார்கள். பெருமையாக அதை கை நிறைய வாங்கிக்கொண்டு, வாங்கிய வேகத்தில் தின்ன ஆரம்பிப்பேன்.

நாடகம் போடுவார்கள். வருடா வருடம் 'வள்ளித் திருமணம்'தான். மதியமே டிராமா ட்ரூப் மதுரையில் இருந்து வந்திருக்கும். அவர்கள் அரிதாரம் பூசுவதைப் பார்ப்பதில் ஒரு ஆனந்தம். வயசான ஒரு பெரியவர், என் கண் முன்னே காலேஜ் ஸ்டூடண்ட் வயசு முருகனாக மாறுவதை ஆச்சர்யமாகப் பார்ப்பேன். அசந்த நேரத்தில் அவர் வில்லைத் தொட்டுப் பார்க்கிற என்னை, கெட்ட வார்த்தை சொல்லித் திட்டுவார் கடவுள்!

சாயங்காலம் மந்தையில் ஊரே கூடிவிடும். மண்ணில் பாய், ஜமுக்காளத்தை விரித்துவிட வேண்டியதுதான். விடிய விடிய நாடகம் நடக்கும். கண் சொக்கித் தூக்கம் வரும். நல்ல தூக்கத்தில் திடுமென சத்தம் கேட்டு முழித்தால், மறுபடியும் கொஞ்ச நேரம் நாடகம். அப்படியே தூக்கம் எனப் பொழுது ஓடும்.

'ய்யே சேரா, எந்திரி!' என என்னை யாரோ எழுப்ப, படக்கென எழுந்து பார்த்தால், அவள். வெள்ளளூர் மந்தையில் ஒரு திண்ணையோரம் கிடக்கிறேன். 'நல்லா நாடகம் பாத்த போ! நா பள்ளிக்கோடம் போய்க்கிருக்கேன். நீ இன்னும் இங்கன தூங்கிக்கிருக்கியா. எந்திரிச்சு ஒங்க ஊருக்கு ஓடு!'' என்றாள் சிரித்தபடி. 'அய்யய்யோ! என்னை வீட்ல தேடுவாக'' என பதறி ஓடிய என்னைப் பார்த்து சிரித்துக் கொண்டே அவள் நின்றிருந்தது இன்னும் என்னுள் இருக்கிறது ஒரு சித்திரமாக!

காப் பரீட்சை எழுத அவள் ஏனோ வரவில்லை. விடுமுறை நாட்களிலும், வெள்ளளூர் பக்கம் வீதிவீதியாக சைக்கிள் மிதித்துத் தேடியும் அவளைத் தரிசிக்க முடியவில்லை. விடுமுறை முடிந்து பள்ளி துவங்கிய முதல் நாள், தூக்குவாளி கையில் ஊஞ்சலாட, என் இதயம் இறங்கி ஓடி வழியெல்லாம் தேடியும் அவளைக் காணவில்லை .

என்ன ஆச்சு எனப் புரியாமல் வகுப்பில் போய் அமர்ந்தேன். இரண்டாம் மணியடித்தபோது, வாசலில் வெளிச்சம். நிமிர்ந்து பார்த்த எனக்கு இன்ப அதிர்ச்சி. தாவணி உடுத்தி வந்து நின்றாள் தேவதை. பார்த்த கணம், புரிந்துவிட்டது சேதி. வகுப்பெங்கும் கிசுகிசுப் பேச்சு. அத்தனை பெண்களும் அவளைச் சுற்றிக்கொண்டு சிரிக்க, ஒரு சிலிர்ப்பு அலை ஓடியது எனக்குள்.

ஒரு பூ மலர்வது, புரிபடாத ரகசியம். நேற்று பார்த்த சிறுமியா இவள்? அதிர அதிர நடந்தவள், அம்மன் போல வலம் வந்தாள். கிறுக்குப் பிள்ளை போலச் சிரித்தவள், செதுக்கிவைத்த சிலை போல சிறு புன்னகை பழகிவிட்டாள். இடுப்புப் பாவாடையை இறுக்கிக் கட்டத் தெரியாத இவள்தானா, இப்போது தலை நிறைய மல்லிப் பூவும் தாவணியுமாக நிற்பவள்?

'ஊர்ல நாட்ல என்ன நடக்குதுனு ஒரு மண்ணும் புரிய மாட்டேங்குதுறா சாமி!' - என நான் பின் டெஸ்க்கிலிருந்து கிசுகிசுக்க, அவஸ்தையாய் நெளிவாள். விழிகளில் வியப்பு வழிய நான் வேடிக்கை பார்ப்பதை கூச்சமும் கோபமுமாக ஓர விழிகளில் முறைத்து அடக்கினாள்.

இங்கிதம் தெரியாத வாத்தியார்கள் நிரம்பிய உலகம். திடீர் திடீரென எழுப்பி எதற்காச்சும் என்னையும் அடிப்பார்கள். 'அய்யோ அம்மா. அய்யய்யோ '' என பிரம்படி தாளாமல் நான் அழுது துடிக்கும் போது அடக்க முடியாமல் சிரிப்பாள். பிறகு ஆறுதலாய் கண்களால் அவளே களிம்பும் தடவுவாள்.

கொலுசுக் கால்கள் ஜதி சொல்ல அவள் நாட்டியம் போல நடந்து செல்ல, 'அட மெல்ல நட மெல்ல நட மேனி என்னாகும்? முல்லை

மலர்ப் பாதம் நோகும்'' என நான் குறும்பாய் ஒரு நாள் பாடினேன். தனியாய் சிக்கியபோது, என் காதைத் திருகி, 'மத்த பசங்க இருக்கப்ப என்னக் கிண்டல் பண்ணாத, ஆமா!'' என்றாள். 'அப்ப இல்லாதப்ப கிண்டல் பண்ணலாமா?' - எடக்காய் நான் கேட்க, 'ச்சீசீ போடா கொரங்கு!' எனச் சிரித்தபடி ஓடினாள். என் மனக் குரங்கு தன் இடுப்பில் தானே கிச்சுக்கிச்சு மூட்டிக்கொண்டு ஆனந்தமாய் சிரிக்க ஆரம்பித்தது!

நாடகம் போட்டார்கள் எங்கள் பள்ளியில்!

என்ன போட்டியென்றாலும் எழுந்து முதலில் பேர் கொடுப்பேன். உலக சாதனையாளனாக மதிக்காவிட்டாலும் உப்புக்குச் சப்பாணியாகவாவது என்னையும் சேர்த்துக்கொள்வார்கள். ஆனால், நாடகத்தில் மட்டும் ஏனோ என்னைச் சேர்த்துக்கொள்ளவில்லை. ''நீ பெரிய சிவாஜி போடா போ. சிலேட்டுக் குச்சி கெணக்கா இருந்துக் கிட்டு, நடிக்க வந்துட்டாரு. ' என்று அவமானப்படுத்தி அனுப்பிவிட்டனர். எதிரே இருந்த இருபது பேரையும் அடித்து நொறுக்கி, அந்த ரீல் முடிவதற்குள் என் காலில் விழவைக்கிற அளவு தைரியமோ, உடம்போ அப்போது இல்லாததால் அழுதபடியே வந்து விட்டேன்.

வாய்ப்புச் சக்கரம் வசதியாகச் சுத்தும் வரை காத்திருந்தேன். வந்தது மாறுவேடப் போட்டி!

வீரபாண்டிய கட்டபொம்மன் வேஷம் போடுவதுதான் அப்போது ஃபேஷன். வித்தியாசமாக நான் தேர்ந்தெடுத்தது எலும்புக் கூடு வேஷம். முகத்தை துணி கட்டி மறைத்துக் கொண்டு, உடலெங்கும் கரி பூசி, சுண்ணாம்பால் எலும்புகள் வரைந்து இருளில் போய் நின்றேன். பளிச்சென விளக்கைப் போட்டதும், 'ஹா. ஹா ஹா!'' எனப்

பயமுறுத்தினால், கூட்டமே ‘கெக்கக்கெக்கக்கே!‘ என கைகொட்டிச் சிரித்தது. எல்லோரையும் பயமுறுத்திப் பரிசை வாங்கிவிடலாம் என நினைத்த நான் பயந்துபோனேன்.

ஆனால், படக்கென என் அறிவுக்குள் ஒரு அரிக்கேன் லைட் வெளிச்சமடிக்க, ‘ஆமா, இது உங்களச் சிரிக்கவைக்க வந்திருக்கிற எலும்புக்கூடு!’’ என்று சொல்லிவிட்டு சிவாஜி மாதிரி நடந்து காட்டினேன். எம்.ஜி.ஆர். மாதிரி ஸ்டைல் காட்டினேன். நாகேஷ் போல தடுக்கி விழுந்து எழுந்தேன். கூட்டம் கை தட்ட ஆரம்பித்தது. பரிசு கிடைக்க வில்லையென்றாலும், மனசு நிறைந்து விட்டது. பெருமையாக அதே வேஷத்துடன் வீட்டுக்குப் போனால் அம்மா, அம்மாச்சி ரெண்டு பேரிடமும் அடி கிடைத்தது. ‘‘படிக்கப் போடானு அனுப்பிச்சா, மேலு காலெல்லாம் கரி அப்பிக்கிட்டு வந்து நிக்கிறாம் பாரு’’ என்று கிள்ளினார் அம்மா.

என்னைக் குளிப்பாட்டிய அம்மாச்சியிடம், ‘‘எலும்புக்கூடு வேஷம் போட்டேன். எல்லாரும் கை தட்னாங்க தெரியுமா!’ என்றேன். ‘அதுக்கு நீ தனியா வேஷம் போட்ருக்கவே வேணாம். சட்ட டவுசர அவுத்துப்போட்டுப் போய் நின்னுருந்தேனா ஒனக்குத்தாம் பிரைஸ் குடுத்துருப்பாங்க‘ என எட்டிப் பார்த்துச் சிரித்தார் அம்மா.

என்னைப் பாராட்டியது இரண்டே பேர். ‘‘மெரண்டுட்டாய்ங்களாமே ஒன் நடிப்பப் பாத்து. அவிங்க ஒன்னய நாடகத்துல சேக்கலைனா என்னப்பா? நம்மூர்ல நீயே நாடகம் போடு. நா இருக்கேனப்பா ஒனக்கு முழு சப்போட்டு!‘ என்றார் அப்பா. ‘கலக்குற சேரா... பிரமாதம்!’ என்பது போல் கண்களாலேயே சர்ட்டிபிகேட் தந்தாள் அவள்.

அது இறுதிக் காலம் என்பதை அறியவில்லை இருவரும்!

பத்தாம் வகுப்பின் பொதுத் தேர்வுகள் துவங்குகின்றன. அன்று பள்ளியின் கடைசி நாள். வண்ணப் பூக்களும் பட்டாம்பூச்சிகளுமாக அட்டையிடப் பட்ட ஆட்டோகிராஃப் நோட்டுகள் அறிமுகமான நேரம். வகுப்பின் அத்தனை பேரும் முகவரிகளும் கையெழுத்துகளும் பரஸ்பரம் பரிமாறிக்கொண்டு இருந்த பொழுது எல்லோருக்கும் நான் எழுதினேன், எல்லோரிடமும் எழுதி வாங்கினேன். அவளிடம் மட்டும் நான் நோட்டை நீட்டவில்லை. அவளும் ஏனோ என்னிடம் மட்டும் கேட்கவே இல்லை. ஆனால், வீட்டுக்குத் திரும்பும் வழியில் அவள்தான் கேட்டாள்... 'ஏன் சேரா, என்கிட்ட மட்டும் கையெழுத்து வாங்கல?'

'அதெல்லாம் பிரிஞ்சு போறவுக எழுதித் தர்றது. அதான் ஒங்கிட்ட வாங்கல'' என நான் சொல்ல, அவள் மௌனமாய் நடந்து போனாள், கொலுசுகள் கதறக் கதற!

கடைசிப் பரீட்சை, கணக்கு பரீட்சை!

பாதித் தேர்வு எழுதும்போதே, வெளியே மழை. ஒவ்வொரு மனசுக்குள்ளும் ஒரு குரங்கும், ஒரு குழந்தையும் இருக்கும் போல. அத்தனை காலம் ஆட்டம் போட்ட குரங்கு அடங்கிக்கிடக்க, கோடை மழையின் இடியிடிப்பில் உறங்கிக்கிடந்த குழந்தை முழித்து விசும்ப ஆரம்பித்தது. காலம் போடும் கணக்குகள் பள்ளிக்கூட சிலபஸில் சேர்க்கப்படுவதில்லை. எழுதிய பேப்பரை மடித்துக் கொடுத்துவிட்டு, வெளியே வந்த போது, எனக்காகவே காத்திருந்தாள். மனசு அழுதபடி, மழையில் நனைந்தபடி நடக்க ஆரம்பித்தோம். என்னென்ன பேசினோம் என முழுவதும் நினைவில் இல்லை. 'சேரா, நீ நல்லாப் படிச்சு பெரிய ஆளா வரணும்'' என ஆசீர்வாதம் போல சொன்னாள்.

"நீயி...?" என்ற என்னிடம், "என்னய பத்தாப்பு வரைக்கும் படிக்கவெச்சதே அதிசயம். இதோட நிப்பாட்டிருவாக. வெரசா யாருக்காச்சும் கட்டிக்குடுத்துருவாக" என கண்ணீர் கரைத்துச் சிரித்தாள். 'என்னய மறக்க மாட்டேல' - சொல்லும்போதே சிரிப்பால் அழுதாள்.

இரண்டு சாக்லெட்களும், சில்லறைக் காசுகளும், காம்பஸ் கருவிகளும், ஒரு புனித இதயமும் இருந்த தன் ஜாமென்ட்ரி பாக்ஸை 'என் ஞாபகமா இத வெச்சுக்க சேரா' என என்னிடம் தந்தாள். "நீ நல்லா படி. நா ஒவ்வொரு தடவ சாமி கும்பிடறப்பயும் ஒனக்கும் சேத்துக் கும்பிடுவேன். ம். நல்லாப் படி சேரா. நா வர்றேன்!" எனும்போது ஈரத் தாவணி உடுத்திய ஒரு சிறு தெய்வம் போல இருந்தாள். பாதையிலிருந்து பிரிந்து டாட்டா காட்டியபடியே அழுகைச் சங்கீதமாய், கண்ணீர் ஓவியமாய், மழையில் கரைந்து மறைந்து போனாள்.

அந்த கணம் வரை, அவள் மட்டுமே என் உலகமென வாழ்ந்திருந்தேன். அதன் பிறகு, இதோ இந்தக் கணம் வரை அவளை மறுபடியும் நான் பார்க்கவே இல்லை.

'நனைந்துகொள்ள

நினைந்துகொள்ள

ஒவ்வொருவர்க்கும்

ஒவ்வொரு மழை' - என்பதாக, எல்லோர்க்கும் பெய்கிறது மழை!

காளையப்பா!

சைக்கிள்தான் என் குதிரை. டெய்லர் ஒரு தேவதூதர். சலூன் கண்ணாடி என்பது என் முதல் சினிமா ஸ்க்ரீன்!

எனக்குள் இருந்த சிறுவனைத் தொலைத்து, ஒரு வாலிபனை வளர்க்க விரும்பியது காலம். சாயங்காலத் தெரு விளக்கு போல, படக்படக்கென மாறிமாறி கண் சிமிட்டத் தொடங்கியிருந்தது வயசும் மனசும்!

பத்தாம் வகுப்போடு முடிந்தது வெள்ளலூர். ப்ளஸ் ஒன் சேர, புறப்பட்டேன் மேலூருக்கு. முதல் காதலைத் தொலைத்த கடைசிப் பரீட்சையான கணக்கில், அந்த சோகத்துக்கு மத்தியிலும் 98 எடுத்திருந்ததால், கிடைத்தது மேத்ஸ் குரூப்.

யானைக் காது சைஸில் காலர் வைத்த வெள்ளைச் சட்டையும், யானைக்கும் சரியாக இருக்கிற சைஸில் தொளதொள காக்கி பெல்ஸும்தான் யூனிஃபார்ம். தூக்குவாளிக்குப் பதில் டிஃபன் பாக்ஸ். அப்பாவின் பழைய சைக்கிள். சட்டைப் பாக்கெட்டில் சின்னதாகச் சீப்பும், சைடு பாக்கெட்டில் கர்ச்சீப்பும் புதிதாகச் சேர்ந்திருந்தன.

வீட்டில் இருந்து சைக்கிள் மிதித்தால், கூடவே இன்னொரு

சைக்கிளில் வந்து சேர்வான் நடராஜ். கதை மிதித்தபடி, கனவுச் சக்கரங்கள் உருட்டியபடி பயணமாவோம். ஆசை ஆசையாய் காசு சேர்த்து, சிவாஜி ஸ்டைல் குருவிக்கூடுக்குப் பதிலாக கமல்ஹாஸன் ஸ்டைல் ஸ்டெப் கட்டிங் வெட்டிக்கொண்டேன். யூனிஃபார்ம் பெல்ஸுடன் மஞ்சள் கலர், சிகப்புக் கலர் பனியன் மட்டும் போட்டுக்கொண்டு திரிவோம். ஆசைப்பட்டாலும் அவ்வளவு சீக்கிரம் மீசை முளைக்கவில்லை. பாடப் புத்தகத்தில் ஒளித்துவைத்த மயிலிறகு குட்டிபோட்டுவிட்டதா எனப்பார்ப்பது மாதிரி, தினம் தினம் காலையில் கவலையுடன் கண்ணாடி பார்க்க ஆரம்பித்தேன்.

பள்ளிக்கூடம் கொஞ்சம் ஸ்ட்ரிக்ட். சாந்தா டீச்சரோ சேலை உடுத்திய ஹிட்லர். நகம் வெட்டுவது, சாலையைக் கடப்பது, குப்பை போடுவது என எதில் சிக்கினாலும் ரிவிட் அடிப்பார். ஒரு போட்டியின் போது, பெண் வேஷம் போட்டு நடிக்க ஆசைப்பட்டு அதற்கான ஏற்பாடுகளில் தீவிரமாக இருந்தோம். இருப்பதிலேயே பெரிய தேங்காய்ச் சிரட்டைகளை எடுத்து வந்து அதைச் சீரான வட்டமாக்க நாங்கள் தரையில் தேய்த்துக்கொண்டு இருந்தது பற்றி யார் என்ன போய்ச் சொன்னார்களோ, நாடகமே நிறுத்தப்பட்டுவிட்டது. சாந்தா டீச்சருக்குப் பயந்து, பள்ளிக்குள் ஒழுங்கு ஓவியமாகவே உலவுவேன்.

கோ-எட்தான். ஆனால், ஒன்பதே மாணவிகள். 'நவக்கிரகம்' எனப் பெயர்வைத்தோம்! ஒவ்வொன்றும் ராகு, கேது போல திசைக்கொன்றாகத் திரும்பி நிற்கும். பிள்ளை பிடிக்கிற பூச்சாண்டிகள் மாறுவேஷத்தில் பெல்ஸ் போட்டுப் படிக்க வருவான்கள்' என சிலரின் வீட்டில் சொல்லியே அனுப்பிவைப்பார்கள் போல. அதனால் எதிரில் யார் வந்தாலும் காற்றைக் கடப்பது போலவே கடந்து போவார்கள், எந்தச் சலனமும் இல்லாமல் மிச்சம் இருக்கிற ஒன்றிரண்டு பேரும்,

மேலூர் என்பது ஒரு மெல்பர்ன் நகரம் என்ற ரேஞ்சில், சிட்டுக் குருவிகளாகச் சிலுப்பித் திரிவார்கள். நம்மைவிடப் பெரிய ரேஞ்ச் என்பதால், 'எச்சூஸ்மீ' சொல்லக்கூட தெம்பு வராது நமக்கு.

ஸ்கூலுக்கு கட் அடித்துவிட்டு சினிமா செல்லும் பழக்கம் ஆரம்பமான புதிது. மேலூர் கணேஷ் தியேட்டர், எங்களின் முதல் திரைப்படக் கல்லூரி. எங்களைக் கேட்டுத்தான் சூரியன் எழும்... விழும்!' என்று கொக்கரித்த பிரிட்டிஷ் சாம்ராஜ்யத்தைப் போல, ஒரு கட்டத்தில் எங்களைக் கேட்ட பிறகே படத்தை மாற்றும் அளவுக்கு தியேட்டரிலேயே பழியாய்க் கிடப்போம்.

பழையூர்பட்டியில் என்னைப் பார்த்தால், மேலூரில் என்ன படம் ஓடுகிறது என்று கண்டு பிடித்துவிடலாம். நினைத்தாலே இனிக்கும்' ஓடினால், ''ஜெகமே தந்திரம், மனமே மந்திரம், மனிதன் யந்திரம், சிவசம்போ...'' என்று மந்தையில் மஞ்சள் பனியனுடன் ஆடிக்கொண்டு இருப்பேன். ''என்னடி மீனாட்சீய்ய்ய், சொன்னது என்னாச்ச்ச்சு? நேற்றோடு நீ சொன்ன வார்த்தை காற்றோடு போயாச்சு!'' என்று வீட்டுத் திண்ணையில் நான் காலாட்டியபடி கிடந்தால், கணேஷ் தியேட்டரில், இளமை ஊஞ்சலாடிக்கொண்டு இருப்பதாக அர்த்தம்.

'திரிசூலம்' படம் வந்தபோது தினம் தினம் பார்ப்பேன். மிக முக்கியமாக அந்தத் தொலைபேசி உரையாடல். கனிந்த பழமாக சிவாஜி இந்தப் பக்கம் கிடக்க, அந்தப் பக்கம் அழுகை மலராக கே.ஆர்.விஜயா. அந்தக் காட்சியில் சிவாஜி சொல்கிற ஒவ்வொரு சொல்லும் எனக்கு மனப்பாடம்.

'இருபத்தஞ்சு வருஷத்துக்கு முன்னால நாம் கடைசியா சந்திச்சமே, உனக்கு ஞாபகமிருக்கா? அம்மா சுமதி! அப்போ, எனக்கு நீ ஒரு குழந்த

படத்தை பிரசென்ட் பண்ணே , உனக்கு நான் ஒரு குங்குமச் சிமிழ் பிரசென்ட் பண்ணேன். அந்தக் குங்குமத்தை எடுத்து உன் நெத்தியில் வெச்சுட்டு, 'இந்தக் குங்குமத்தால நீ அழகா, இல்ல உன்னால இந்தக் குங்குமத்துக்கு அழகா?'னு நான் கேட்டதும், கோடி நட்சத்திரங்களைக் கொட்டுன மாதிரி நீ கலகலகலகலனு சிரிச்சயே, ஹெக்ஹெக் கெக்கெக்கோ'' எனச் சிரித்தபடியே சிவாஜி அழுவாரே, அதே மாதிரி நான் அழுது காட்டுவேன் அம்மாவிடம்.

''அண்ணே! இன்னொருவாட்டி பண்ணு'' ஆசையாகக் கேட்கும் என் தங்கச்சி வனிதா ''ஹெக்ஹெக்கெக்கெக்கோ'

'அண்ணே ! எனக்கொருவாட்டி' என்று ஓடிவரும் ரமாதேவி. ''ஹெக்ஹெக்கெக்கெக்கோ'

''டேய், எவன்டா அது? சும்மா பக்குபக்கு பக்குனு கோழியக் கூப்பிடுறது?'' என்று எரிச்சலாவார். அப்பா. விடுவேனா நான்?

'ப்ச், சும்தீ, இந்தக் குங்குமத்தால ம்ம்ம், நீ அழகா? இல்ல ப்ச், ஒம்மாலதான் இந்தக் குங்குமதததுககு அழகா, ம்ம்?' என்று விரலைச் சொடுக்கி, கண் சிமிட்டி, உதட்டைக் கடித்து அதே வசனத்தை எம்.ஜி. ஆர். போலப் பேசிக் காட்டி அப்பாவையும் அசத்திவிடுவேன்.

சுந்தராஜன் என்று ஒருவர் இருந்தார் எங்கள் ஊரில் சுவாரஸ்யத்துக்குச் சொன்னால், அவர்தான் பழையூர்பட்டியின் பாரதிராஜா. வருஷத்துக்கு ஒரு முறை ஊருக்குள் நாடகம் போடுவார். எல்லாம் சமூக, புரட்சி நாடகங்கள். வருஷா வருஷம் வேடிக்கை பார்க்கப் போகிற எனக்கு அந்த வருஷம் நடிக்கிற ஆசை வந்தது.

''நானும் நடிக்க வர்றேங்க'' என்று போய்க் கேட்டேன். இன்னிக்கு ஒரு நாடகம் நடத்தணும்னா, எம்புட்டுச் செலவு இருக்கு தெரியுமா?

கொட்டகை போடணும், ஹீரோயினி கூட்டிட்டு வரணும். மைக்கு செட்டு, கலர் லைட்டுனு கொள்ளக் காசு ஆவும். காசு இருந்தாக் குடு, என்னா வேஷம் வேணுமோ, கேட்டு வாங்கிக்க'' என்றார்கள். அது என்ன கணக்கு என்றால், அப்போதைய மார்க்கெட் நிலவரப்படி 200 ரூபாய் தந்தால் சைடு கேரக்டர், 500 ரூபாய்க்கு வில்லன் வேஷம், 750 ரூபாய் புரட்ட முடிந்தால் செகண்டு ஹீரோ, முழுசாய் 1000 ரூபாய் தந்துவிட்டால் வாங்க சார், நீங்கதான் ஹீரோ!

எடுத்த எடுப்பில் ஹீரோவாக ஆசைப்பட்டேன். நாப்பது பக்க நோட்டு வாங்கி பெருசாக பிள்ளையார் சுழி போட்டேன். வீடுவீடாக வசூல் வேட்டை. என் கலைத் தாகத்தை விவரமாக எடுத்துச் சொன்னேன். 'நீங்கள் தருகிற ஒவ்வொரு ரூபாயும், இந்த மண்ணின் மைந்தனை, ஒரு மகத்தான கலைஞனை இந்த உலகத்துக்கு அறிமுகப்படுத்த உதவும்' என்பதை அழுது புலம்பி, கெஞ்சிக் கூத்தாடி அந்தா இந்தாவென கிட்டத்தட்ட 600 ரூபாய்க்குப் பக்கமாகத் தேற்றிவிட்டேன். மிச்சத்தை வீட்டில் கேட்டால், ஏதோ கஜானாவையே கொண்டுவந்து எனக்காகக் கொட்டிவிட்டது மாதிரி அம்மாச்சி அஞ்சு ரூபாயும் அம்மா அஞ்சு ரூபாயுமாக பத்து ரூபாய் கொடுத்தார்கள். ஒரு மாபெரும் கலைஞனின் தங்கச்சிகளாகப் பிறந்த பெருமையில் என் சகோதரிகளும் ரெண்டு ரூபாய் தந்தும், நினைத்த கலெக்ஷன் வந்து சேராததால், எனக்கு அழுகைதான் வந்தது.

''நல்லா எண்ணிப் பார்ரா, கூடக் காசு இருக்கும்'' என்றான் நடராஜ். மறுபடி எண்ணிப் பார்த்தால் பதினோரு ரூபாய் குறைந்தது. பதறி இன்னொரு தடவை எண்ணினால், நாலு ரூபாய் ஐம்பது பைசா குறைந்தது. இடிந்துபோய் உட்கார்ந்திருந்தபோது, ''என்னா சேரா, எம்புட்டுச் சேத்திருக்க?'' என்றபடி தன் பங்காய் 25 ரூபாய் கொண்டுவந்தார் அப்பா.

சேரன்

பணம் சேராத விஷயத்தை நா தழுதழுக்க நான் சொல்ல, 'ந்தா வந்துர்றேன்'' என எங்கோ வெளியே போன அப்பா, அரை மணி நேரம் கழித்து வந்து, யாரும் பார்க்காதபோது ரகசியமாக என் கையில் ஏதோ திணித்தார். அது எட்டாய் மடிக்கப்பட்ட ஒரு முழு நூறு ரூபாய் நோட்டு. உடனே அத்தனை காசையும் அள்ளிக்கொண்டு ஆவேசமாக ஓடிப்போய் சுந்தராஜன் முன்னால் கொட்டினேன். '250 ரூபா குறையுதுண்ணே , எனக்கு ஹீரோ வேஷம் குடுங்க. ஒரு மாசத்துல மிச்சக் காசக் குடுத்துர்றேண்ணே '' என்றேன். 'அடடா, அது புக்காயிருச்சேப்பா. செகண்டு ஹீரோவுக்கும் ஆள் போட்டாச்சு. நீ வில்லனாப் பண்ணேன்'' என்றார். நான் தக்காபுக்கா எனக் குதிக்க, 'சரி, செகண்டு ஹீரோவா பண்ணு, ஒனக்கு ரெண்டு டூயட்டு தந்துர்றோம்'' என்று முடிவானது. அன்பின் வெற்றி' -இதுதான் நாடகத்தின் தலைப்பு!

என் கல்விக் கண்ணைத் திறந்த அதே பாரதியார் பள்ளியின் முதலாம் வகுப்பு அறையில்தான் என் கலைக் கண்ணைத் திறக்கும் நாடகத்தின் ஒத்திகையும் நடந்தது ஒரு வாரத்துக்கு. ஒரு குயர் நோட்டுப் புத்தகத்தில் எழுதபபடட வசனங்களை மனப்பாடம் பண்ணி, பிறகு அதை உணர்ச்சி கூட்டி ஒப்பித்தபடி நடந்து நடித்துக் காட்ட வேண்டும். ஏழை - பணக்காரன் கதைதான். ஜமீன்தார் கொடுமை. விவசாயிகள் பிரச்னை. ஜமீன்தார் மகளுடன் காதல் இப்படிப்பட்ட புரட்சி நாடகம். எனக்கென்னவோ ஹீரோவாக நடிப்பவரைவிட நான்தான் அதிகம் சோபிப்பேன் என்று நம்பிக்கை. இரவு பகல் என எப்போதும் வசனங்களை உருப்போட்டபடி நான் திரிவதை, பாதி பழையூர்பட்டி பார்த்துவிட்டது. அப்படி ஒரு தீவிரவாதப் பயிற்சி முகாம்!

நாடகம் போடும் நாள் வந்தது. மதுரையில் இருந்து வந்து இறங்கினார்கள் இரண்டு ஹீரோயினிகள். அங்கசங்கமாய் சிகப்பாக

ஒரு பெண்ணும், கூடவே கரண்ட்டு கம்பம் போல ஒருத்தியும் பார்த்த விநாடியில் நான் முடிவுசெய்து விட்டேன் எனக்கான நாயகி யார் என்று.

ஆனால், கடைசி ஒத்திகையின்போது, கரண்ட்டு கம்பத்தை எனக்கு ஜோடியாக நிறுத்தினார்கள். 'முடியவே முடியாது' என ஜோடியை மாற்றச் சொல்லி நான் மல்லுக்கட்ட, 'யேய், என்னாது? ஒனக்கு சரோசாக்கா கேக்குதா? அது ஹீரோயினி. நீ செகண்டுதான'' என சட்டம் பேசியது கரண்ட்டு. எனக்கு தாங்கமுடியாத எரிச்சல். ஸ்ரீதேவி, ஸ்ரீபிரியா ரேஞ்சுக்கு நான் கேட்கவில்லையே, அதற்காக கரண்ட்டு கம்பத்தைக் காதலிப்பதாக நடிக்க முடியுமா? என எனக்குக் கோபம். சுவாமிநாதன் மாமா வந்து சமாதானப்படுத்த, ஒருவழியாக முறைத்துக்கொண்டே நாடகத்துக்குத் தயாரானோம். சாயங்காலம் மேக்கப் முடித்து, கொட்டகை ஏறி நின்றபோது, ஊரே கூடி கை தட்ட, உலகத்தின் அத்தனை தெய்வங்களையும் வணங்கி நின்றேன். நாடகம் ஆரம்பித்தது.

''வெத்தலைக்குச் சுண்ணாம்பு தடவுற மாதிரி என் மனசுல என்னத்தைத் தடவினியோ, உன் மேல நான் சொக்கிக் கிடக்கிறேன் புள்ள'' என்பேன் கரண்ட்டு கம்பத்தைப் பார்த்து.

''மயிலுக்குத் தோகை, குருவிக்கு றெக்க மாதிரி ஒரு பொண்ணுக்கு மானம்தான் முக்கியம் மாமா'' என அநியாயத்துக்கு வெட்கப்படும் கரண்ட்டு

''ஏ புள்ள, என்ன பயமா?'

''எங்கப்பாவை நெனச்சாதான் பயமா இருக்கு.''

'சிவ பூஜையில் கரடி நெனப்பு எதுக்கு? வா புள்ள '

‘‘போங்க மாமா’’ என அது விலகி ஓட, கரெக்ட்டாக ரிக்கார்டில் பாட்டு போடுவார்கள்.

‘கல்யாண ஆசை வந்த காரணத்தைச் சொல்லவா, அடி என்னடி கண்ணு, காலம் இன்று கை கொடுத்ததல்லவா!’ - தகதத் தத்த தகதத் தத்த என பின்னணி இசை ஒலிக்கும்போது, மேடையில் வட்டவட்டமாய் சிகப்பு, பச்சை, மஞ்சள், ஊதா எனக் கலர்கலராய் வெளிச்சங்கள் சுற்றும். ஜோடிப் பெண்ணைக் கிட்டக்கிட்டப் போய் தொட்டுவிடப்போகிற பாவனை காட்ட வேண்டுமே தவிர, தொடக்கூடாது. ஸ்டைலாய் நான் துரத்த, ஐஸ்வர்யாராய் போல அது வெட்கம் காட்ட, கூட்டத்தில் விசில் பறந்தது.

இன்னொரு காட்சியில், ‘பணக்காரங்களுக்கு பூமிதாண்டா சொந்தம், ஏழைக எங்களுக்கோ இந்த வானமே சொந்தம்!’’ என்பேன் ஜமீன்தாரிடம் ஆவேசமாக!

‘‘எதுத்தாடா பேசுற, டேய் இவனைக் கட்டிவெச்சு அடிங்கடா!’’ என்பார் ஜமீன்தார். அடியாட்கள் ஓடி வரும்போது, ‘ஒரு சாண் வயித்துக்குத் தானடா ஒழைக்கிறோம். ஒழச்சதுக்குக் கூலி கேட்டா, வெறிநாய் கெணக்கா கொலக்கிறியே’’ என்று பேச வேண்டும். நான் என் பங்குக்குச் சேர்த்து, ‘‘எங்க நெத்தி வேர்வை நெலத்துல விழுதே, அந்த ஒவ்வொரு துளிக்கும் ஏழைக நாங்க காசு கேட்டா, நாளைக்கே நீயும் நடுத் தெருவுக்கு வந்திருவ!’’ என்று சேர்த்துவிட, ஜமீன்தாராக நடித்தவன் அடுத்த வசனம் வராமல், அதிர்ந்துபோனான். ‘‘ய்யே, புதுசா வசனம் பேசாதப்பா’’ என அவன் தடுமாற, அவசரமாக ஸ்க்ரீன் இழுத்து பஞ்சாயத்து பண்ணி அடுத்த ஸீன் ஆரம்பித்தார்கள்.

க்ளைமாக்ஸ் பாட்டு, கிளாமராய் இருக்கலாம் என்பது ஏற்கெனவே பேசிவைத்தது!

‘பச்சைக்கிளி முத்துச்சரம் முல்லைக்கொடி யாரோ, பாவை எனும் தேரில் வரும் தேவன் மகள் நீயோ?'' என்று இரண்டு வரிக்கு நானும் கரண்ட்டு கம்பமும் ஆடிவிட்டு திரைக்குள்ளே ஓடுவோம். ‘‘பொன்னின் நிறம் பிள்ளை மணம் வள்ளல் குணம் யாரோ, மன்னன் எனும் தேரில் வரும் தேவன் மகன் நீயோ?‘ என ஹீரோவும் ஹீரோயினும் அடுத்த இரண்டு வரிகளுக்கு ஆடுவார்கள் என்பது திட்டம். போட்டா போட்டியில் நான் காட்சிக்கு அழகு சேர்க்க ஒரு ஆவேசத்தில், கரண்ட்டு கம்பத்தை வாரி அள்ளித் தூக்கிவிட்டேன். டக்கென விளக்கு வெளிச்சத்தில் பார்த்தால், இரண்டாவது டியூப்லைட்டுக்குப் பக்கத்தில் உட்கார்ந்திருந்த அம்மா கோபமாக என்னை முறைக்க, பயத்தில் அப்படியே கீழே போட்டுவிட்டேன் கரண்ட்டை. மறுபடியும் பஞ்சாயத்து. மறுபடியும் ஒன்ஸ் மோர். மறுபடியும் ‘பச்சைக்கிளி முத்துச்சரம்''

ஊரெல்லாம் என்னைத் தோளில் தூக்கிவைத்து ஆட, அப்பாவுக்குப் பெருமை தாளவில்லை. ‘இங்க பாரு, நடிச்சா சிவாஜி மாதிரி நடிக்கணும். எம்ஜாரு மாதிரி ஆடறதுக்கா நான் அஞ்சு ரூபா குடுத்தேன்?‘ என அம்மா குழம்புக் கரண்டியைக் காட்டித் திட்ட, செம குஷியாக இருந்தது வீடு ஒரு வாரம்.

‘அப்பா மெட்ராஸ்க்கு போறேன். அங்க பெரிய தியேட்டர்கள்ல எப்பிடிப் படம் ஓட்றாகனு பாத்து கொஞ்சம் வேலை கத்துக்கணுமப்பா. கொஞ்ச நாள்ல வந்துருவேன்'' என்று ஒரு டிரங்குப் பெட்டியில் துணிமணியை அள்ளிவைத்துக் கொண்டு இருந்தார். ‘ஓம் புள்ளைக்கு மேலுகாலு சொகத்தக்குடு பாப்பாத்தி கருப்பாயி'' என விபூதி பூசிய அம்மாச்சியின் காலில் விழுந்து கும்பிட்டுக் கிளம்பினார் அப்பா. புருஷன் புறப்படும்போது, அழுதுவிடக் கூடாதே என்று கண்ணீரை

அடக்கிக்கொண்டு டாடா காட்டினார் அம்மா. தங்கச்சிகள் பாவமாகப் பார்க்க, நான் சைக்கிளை எடுத்தேன். வழியெல்லாம் பேசிக்கொண்டே வந்தார் அப்பா.

"நாளைக்கே தங்கச்சிகளுக்கு கல்யாணம் காச்சினு வந்தா, செலவுக்கு காசு சேக்கணும்ல. அதான் பட்டணம் போறேன் அப்பா. வீட்டுக்கு இனிமே பெரியாம்பள நீதேன். பொறுப்பா இருந்து பாத்துக்கப்பா. ஆசைக்கு சினிமா பாரு, சோத்துக்கு படிப்புதேன் முக்கியம். ஏன்னா, வகுறு நெறஞ்சாத்தேன் கனவெல்லாம் வரும். பசிச்ச வகுறோட கெடந்தா ஒறக்கம்கூட வராதுப்பா! என்னா, நாளைக்கி நீ நிமிந்தேன்னாத்தேன் நா பொழச்சேன்னு அர்த்தம் புரியுதாப்பா" - பஸ் ஏறும்போது அழுதுவிட்டார் அப்பா.

இரவு திரும்பி வரும்போது, தூரத்தில் தெரிந்தது, அப்பா இல்லாத காளையப்பா டூரிங் டாக்கீஸ்!

சிறு தெய்வங்கள்!

அக்கா, தங்கைகளுடன் பிறந்தவர்கள் ஆசிர்வதிக்கப்பட்டவர்கள்!

அம்மாவின் சேலைகளே தாவணிகளாகும். அண்ணனின் சட்டைகளும் ஆடைகளாகும். கலகல வளையல் சத்தமும், கலகலப்புச் சிரிப்புமாக எந்த வீட்டையும் கோயிலாக்குவது பெண்களின் வல்லமை.

ஏமாற்றங்களுக்குப் பழக்கப்பட்டவள் பெண். ஆனால், அவர்களால்தான் எல்லோருக்குமான சந்தோஷங்களைச் சமைக்க முடியும். இருப்பதை வைத்து சிறப்பாக இருப்பது பெண்களுக்கு மட்டுமே தெரிந்த ரகசியம். கிட்டிக்கு மரம் ஒடிக்கிற ஆண்கள் உலகத்தில் மரப்பாச்சி பொம்மைகளுக்கும் சோறூட்டுவது பெண் மனம்.

கூடப் பிறந்தவன் அண்ணனென்றால், அவனையும் அப்பனாகப் பார்ப்பார்கள். தம்பியென்றால் தன் முதல் குழந்தையாக்கிக் கொஞ்சுவார்கள். நான் அண்ணன், எனக்கு இரண்டு தங்கைகள்

ஊருக்குப் போய்விட்டார் அப்பா. தலைவன் இல்லாத வீடு, தனக்கான கண்ணீரைச் சுமந்துகொண்டு இருந்தது. யாருக்குமே

சாப்பிடப் பிடிக்காத உணவு போல, இன்னமும் அப்படியே மிச்சமிருந்தது இரவு.

'அண்ணே , தட்டு எடுத்து வெக்கட்டுமா?'' என்றாள் ரமாதேவி.

'இல்லப்பா, எனக்குப் பசிக்கலை, நீங்க சாப்பிட்டாச்சா?' என்றேன்.

'இல்லண்ணே, அம்மாக்கும் சோறு வேணாமாம். அம்மாச்சியும் வேண்டாம்னுருச்சு' என்றபடி எட்டிப் பார்த்தாள் வனிதா.

அழுவது யாருக்கும் தெரியக் கூடாதென்று போர்வையால் தலை வரை போர்த்திக்கொண்டு கிடந்தார் அம்மா. வாசல் திண்ணையில் அமர்ந்து வானம் பார்த்தபடி, நட்சத்திரங்களோடு ஏதோ பேசிக்கொண்டு இருந்தது அம்மாச்சி.

திண்ணையில் அம்மாச்சியின் மடியில் படுத்தேன். 'இந்நேரம் பாண்டி பாதித் தூரம் போயிருப்பான்ல'' என்ற கிழவி, பாட ஆரம்பித்தாள்.

'ஊருக்கெல்லாம் அள்ளித் தந்த

அரசன் மக நானு,

ஒரு வாய்ச் சோத்துக்கு எம் புள்ள

பொழைக்கப் போறாம் பாரு!'' -கிழவியின் அழுகை கேட்டதும் அம்மா எழுந்து வர, தங்கச்சிகள் ஓடி வந்து கட்டிக்கொள்ள, கூடி அழுதது குடும்பம். பிரிவுதான் உணர்த்துகிறது. ஒவ்வொரு உறவின் கனத்தையும்!

'ய்யேய், என்னாடி அழுவுறீங்க? போங்கடி போய்த் தின்னுங்கடி புள்ளைகளா' என அதட்டிய அம்மாச்சியை, 'ஆங், நீதான மொதல்ல அழுதே'' என்றாள் வனிதா. 'நா என் மகன நினைச்சு அழுதேன்' என்றது

அம்மாச்சி. ''வவ்வவ் வவ்வே நாங்க எங்க அப்பாவை நினைச்சு அழுதோம்' என வக்கணம் காட்டினாள் ரமாதேவி. 'அப்பிடியா, சரி, உங்க ஆத்தாக்காரி எதுக்கு அழுதானு கேட்டுச் சொல்லு?' என அம்மாச்சி கேட்க, 'நா வந்து என் மாமனை நெனைச்சு அழுதேன்' - சொல்லும்போதே சிரிப்பு வந்துவிட்டது அம்மாவுக்கு.

ரமாதேவி, இருந்த குழம்பையெல்லாம் ஊற்றி சோத்துச் சட்டியை அப்படியே எடுத்துவந்து தர, மொத்தச் சோற்றையும் அம்மாச்சி வாகாகப் பிசைந்து உருண்டை பிடித்துத் தர, ஆளுக்கு ஒரு உருண்டை.

''நீ ஏன் அம்மாச்சி எப்பப் பாத்தாலும் வானத்தையே பாத்துட்டே இருக்க?' என வனிதா கேட்டதும், சிரித்தது அம்மாச்சி.

'ஊருவிட்டு ஊரு பொழைக்க வந்தவுக நாம! இப்பத்தான ஒருத்தரு ஒருத்தரு பிரிஞ்சா காயிதம் போடறீங்க, நல்லது கெட்டதுனா தந்தியடிக்கிறீங்க, ஏதாச்சும் விசேசம்னா போய் எட்டிப் பாத்துட்டு வர இடையில் பஸ்ஸு ஓடுது. எங்க காலத்துல ஒருத்தர ஒருத்தரு பிரிஞ்சா, மறுபடி மூஞ்சி பாப்போம்னு நிச்சயம் கெடையாது. ஊருவிட்டு ஊரு யாரு போனாலும் ஒலகம் மொத்தத்துக்கும் ஒத்த நெலாதான. அதப் பாத்துக்கிட்டே இருந்தா, பழசெல்லாம் ஞாபகத்துக்கு வரும்... அத நெனச்சு அழுது சிரிச்சு மனசு லேசாகிரும்ல'' என்று என்னைத் தள்ளிவிட்டு, இரண்டு பேத்திகளையும் இழுத்து அணைத்துக்கொண்டு பெருமூச்சுவிட்டுச் சிரித்தது அம்மாச்சி.

ரமாவும் வனிதாவும் அழகுப் பெண்கள் ஒரு நாள் ஒரு பொழுதுகூட சும்மா இருக்காது இரண்டும். சட்டி பாத்திரம் கழுவுவதில் ஆரம்பித்து, அழுக்குத் துணிகளை அள்ளிப் போய் குளக்கரையில் துவைத்து வருவது, அடுப்புக்குச் சுள்ளி பொறுக்கி வருவது, தலையிலும்

இடுப்பிலுமாக இரண்டிரண்டு தண்ணீர்க் குடங்கள் சுமந்து வருவது என வீட்டு வேலைகளை முணங்காமல் சிணுங்காமல் செய்து முடிக்கும் கிள்ளைகள். போகிற வழியில் புளியங்கொட்டைகளும் சொட்டாங்கல்களும் பொறுக்கிவந்து வீட்டுக்குள் விளையாடும் ஏழை இளவரசிகள். பக்கத்து வீட்டு ரேடியோ பாட்டுக்கு ஜானகியுடனும் சுசீலாவுடனும் சேர்ந்து சன்னமாகப் பாடும் சரஸ்வதிகள்.

ரிப்பன், ஹேர்பின், கண் மை, பவுடர் எனப் பத்து இருபது ரூபாய்க்குள்ளேயே முடிந்துவிடும் அவர்களின் உலகம். வீடு வாசல் பெருக்குவதும், வாசல் தெளிப்பதும், கோலமிடுவதும், இறைந்து கிடக்கிற வீட்டைச் சுத்தப்படுத்துவதும், மாலை வேளைகளில் பூ தொடுப்பதும், கடவுளின் படங்களுக்கு முன்னால் கை கூப்பிய மலர்களாக நிற்பதுமாக பெண்கள்தான் வீட்டை நிறைக்கிறார்கள். முகம் கழுவி, தலை வாரி, நெற்றியில் துளியூண்டு திருநீறு பூசினாலே போதும் தெய்வகடாட்சம் வந்துவிடும் என் தங்கைகளுக்கு!

சாப்பிட உட்கார்ந்தால் ஆணுக்கு தன் தட்டு மட்டுமே தெரியும். பெண்ணுக்குத்தான் எல்லோருடைய வயிறும் புரியும். என் தட்டில் இட்லிகள் விழும், சுவாரசியமாக அள்ளி அமுக்கி வட்டம் போட்டு நான் நக்கி எழும்போது பார்த்தால், முதல் நாளின் பழைய சோறைப் பிழிந்து தின்பார்கள் தங்கைகள். அம்மாவுக்கும் அம்மாச்சிக்குமாவது வயசு சில பக்குவங்களைக் கற்றுக்கொடுத்திருக்கும். ஆனால், தங்கைகளின் பங்களிப்பு, அவர்களின் மனசு. குற்ற உணர்ச்சி என்னை உள்ளுக்குள் குத்த, ''ஏன் எனக்கு மட்டும் இட்லி குடுத்தீங்க?' எனக் கோபமாக வருத்தம் சொல்லப் பார்த்தால், 'அண்ணே வயிறு ஃபுல்லு!'' சிரித்துக்கொண்டே கடக்கிற தங்கைகள், சிறு தெய்வங்கள். வாங்கிய கடன்களைத் திருப்பி அடைக்க திணறிய போதெல்லாம், காசு கொடுத்த

ஆட்கள் வீடு தேடி வருவார்கள். 'கேக்கும்போது டக்குனு எடுத்துக் குடுத்தேன்ல, இப்போ சொன்ன நேரத்துக்குத் திருப்பித் தராம அலையவிடுறியே ஆத்தா'' என்பார்கள் எரிச்சலாக 'குடுத்துர்றேன் சாமி'' என வார்த்தை வராமல் தடுமாறி நிற்கும் அம்மாச்சி. ஒரு நாள் ஒருத்தர், 'நீ பிச்சை எடுத்துக் காசு சேத்திருந்தாக்கூட இந்நேரம் ஒன் கடன அடைச்சிருக்கலாம்' என்று சொல்லிவிட்டார். அம்மாச்சி நடுங்கிவிட்டது.

சாயங்காலத்துக்கெல்லாம் உடம்பு கொதிக்க, அனத்த ஆரம்பித்துவிட்டது அம்மாச்சி. அம்மா அடுப்பில் கிடக்க, ரமாவும் வனிதாவும் அம்மாச்சி பக்கத்தில் உட்கார்ந்துகொண்டு தைலத்தைத் தடவித் தேய்க்க ஆரம்பித்தனர். ''பாப்பாத்தி கருப்பாயி'' என மாறிமாறிப் புலம்பியபடி இருந்தது அம்மாச்சி. காலடியில் அமர்ந்த நான், அதன் பாதத்தைக் கதகதப்பாய்த் தேய்த்தபடி, 'ஆளுக்கு ஒரு பக்கமா ஒக்காந்து எந் தங்கச்சிக தேய்ச்சுவிடுதுக, நீ என்னமோ பாப்பாத்தி கருப்பாயினு யாரையோ கூப்பிட்டுக்கிருக்கியே, மொதல்ல நீ 'ரமா வனிதா'னு அனத்து. தன்னால காச்ச போயிரும்' என்றேன் சும்மா ஜோக்காக!

விசுக்கென எழுந்து சுவரில் சாய்ந்து அமர்ந்த அம்மாச்சி, 'பாப்பாத்தி கருப்பாயினுதேன் சொல்லுவேன்'' என்றது. என்னை உற்றுப் பார்த்து ரகசியமான குரலில், 'சேரா ஒண்ணு புரிஞ்சுக்க, சத்தியமா இவளுக சாமிக. நம்ம கொலதெய்வம் ரெண்டும் ஒனக்குத் தங்கச்சிகளா வந்து பொறந்திருக்குடா!'' என்றது கண்கள் மினுங்க.

''ஆமா, நாங்கதான் சாமி, எங்கள்ல யாரு பாப்பாத்தி, யாரு கருப்பாயி?' என்று சிரித்தது வனிதா. ''இருப்பா, மொதல்ல பாப்பாத்தின்னா யாரு, கருப்பாயின்னா யாரு? அதச் சொல்லு' -

என்றதும், அம்மாச்சி சொல்ல ஆரம்பித்தது எங்களின் ஆதிக் கதையை!

‘நா பொழச்சதும் நீங்க பொறந்ததும் இந்த பழையூர்பட்டினாலும், இது நம்ம பஞ்சம் பொழைக்க வந்த ஊருடா. நம்ம ஊரு பேரு குடுமியான் மலை. புதுக்கோட்டைப் பக்கம் இருக்கு. நம்ம தாய்க் கிராமம். ஒம் பேரு சேரன், ஒங்கப்பன் பேரு பாண்டியன், ஒங்க பாட்டன் பேரு சேது ராமலிங்கம், ஒங்க பூட்டன் எங்க அப்பாரு பேரு பொன்னையா அம்புட்டுத்தான தெரியும் ஒனக்கு. இப்பச் சொல்றேன் கதையை, கேட்டுக்க!’’ என்று அமானுஷ்யமானதொரு குரல் காதுக்குள் விழவிழ, மனசுக்குள் விரிந்தது ஒரு வறுமை வரலாறு!

‘நாலஞ்சு தலைமுறைக்கு முன்னால... குடுமியான்மலைல குடியிருந்த சனமாம் நாம். கெடக்கிற வேலையச் செஞ்சுபுட்டு, குடுக்கிற கஞ்சியக் குடிச்சுக்கிட்டு திரிஞ்ச குடியானவுகதேன். சாமி குடுத்தா மூஞ்சிக்கு நேரா குடுக்குமாம். பிடுங்குச்சுனா பொடனியில போட்டுச் சாத்துமாம். அப்படி கஞ்சிக்கு வழியில்லாமக் காஞ்சு போச்சு பூமி. இல்லாதப்பட்ட கூட்டம் நாம என்னா செய்வோம்? மதுரப் பக்கம் போனா பொழச்சுக்கலாம்னு யாரோ ரோசன சொல்ல, ஒரு நா அத்தன கூட்டமும் பொறப்பட்டுருச்சு பஞ்சம் பொழய்க்க. அம்புட்டுக் காலம் பொழைச்ச மண்ண விட்டு, ஒழச்ச காட்ட விட்டுக் கௌம்பறதுனா, எம்புட்டுக் கஷ்டம்னு சொல்லணுமா? ஊரே சோகமாக் கெடந்தாலும் அதுக்கு மேல அழுது கெடந்தாளுக ரெண்டு புள்ளைக... ஒருத்தி பாப்பாத்தி வீட்டுப் புள்ள, இன்னொருத்தி நம்ம சாதிப் புள்ளை. அவ பாப்பாத்தி... இவ கருப்பாயி!

சின்ன வயசிலிருந்தே ரெண்டும் சினேகம். ஆசாரம், அபசாரம்னு பாத்துக் கெடந்த காலத்துலயே இதுக ரெண்டும் அம்புட்டுப் ப்ரியமா இருந்த புள்ளைக. திடீர்னு பிரியறதுனா, எப்பிடி இருக்கும்?

அப்பல்லாம் ஒருத்தரு வெளியூருக்குப் போறாகனா, அதோட அந்த சென்ம பந்தம் அவுகளுக்குள்ள முடிஞ்சு போச்சுனு அர்த்தம். ஆராருக்கோ அப்பிடி வந்த கஷ்டம் இப்ப இந்த ரெண்டு புள்ளைகளுக்கும். 'இங்கயே இருந்திர்றேன்னு கருப்பாயியும், 'இல்லேன்னா நானும் போறேன்னு பாப்பாத்தியும் கூடிக்கூடி அழுவ... ஊரே அசந்து நின்னுருச்சு.

பாப்பாரப் புள்ளைய அவுக வீட்டுக்குள்ள கூட்டிப் போயி பூட்டிவெச்சுட்டாக. இங்க ஏழெட்டு மாட்டு வண்டிகளக் கட்டிக்கிட்டு எல்லா சனமும் கௌம்பிருச்சு. வழியெல்லாம் அழுதபடி வந்தவள மட்டும் ஒரு வண்டியிலேத்திக் கொண்டுபோனாக. ஆனாலும் மனசு தாங்கல கருப்பாயிக்கு. நடையா நடந்து வந்தவுக வழியில நடுக்காட்ல ஒரு இடத்துல வண்டிகள் நிறுத்தி ராத்திரிக்கு எளப்பாறி இருக்காக. வண்டிமாடு வரைக்கும் தூங்கிப் போன பெறகும் பாவி மக கருப்பாயிக்கு மட்டும் பொட்டு ஒறக்கமில்ல. பாப்பாத்தி ஞாபகமாவே அழுதுகெடந்தவ, எல்லோரும் ஒறங்கிக் கெடக்கிறதப் பாத்ததும், திடுக்குனு எந்திரிச்சு வந்த வழி ஓட ஆரம்பிச்சா.

அது அர்த்த ராத்திரி கும்முனு கெடக்கு காடு. சாமியேறுன மாதிரி கருப்பாயி ஓட ஓட பாதி வழியில எதுத்தாப்ல யாரோ அதே வேகத்துல ஓடி வர்றாக. பாத்தா அது பாப்பாத்தி. அடிப் பாதகத்தி, யாருக்கும் தெரியாம அவளும் ஊரவிட்டுக் கருப்பாயியத் தேடி ஓடி வந்துக்கிருக்கா. இருக்கப்பச் சேந்திருந்த மாதிரி இல்லாதப்பயும் ரெண்டு பேர் மனசும் ஒரே மாதிரி அடிச்சுக்கிடுச்சுனா பாத்துக்க. அப்பிடி நடுக்காட்டுல நின்னவுக ரெண்டு பேரும் அழுஅழுனு அப்பிடி அழுதிருக்காளுக. 'உசிரோட இருந்தாத்தான நம்மள பிரிக்கிறாக. சேந்து செத்துட்டோம்னா என்னா செய்வாக?'னு அந்த யோசன எவளுக்கு

மொதல்ல வந்துச்சோ, முடிவெடுத்துட்டாளுகய்யா!

அங்க 'பாப்பாத்தியக் காணோம்'னதும் குடுமியான் மலையிலேர்ந்து ஒரு கூட்டம் தேடி ஓடி வருது. இங்க முழிச்சுப் பாத்தவுக, 'கருப்பாயியக் காணோம்'னு திருப்பித் தேடி ஓடுறாக. கூட்டம் ரெண்டும் நடுக் காட்ல சந்திக்குது. அதிர்ச்சியாகி வெசாரிச்சா, ரெண்டு பக்கமும் ஒரு பொண்ணக் காணோம்.

கண்ணக் கசக்கிக் கிட்டேதேன் அன்னிக்கு விடிஞ்சிருக்கு பொழுது. ஆளும் பேருமா அந்த ஏரியாவையே சலிச்சுப் பாத்தா, கடேசியில ஒரு மொட்டக்கெணத்துல மெதந்துக்குருந்துச்சு ரெண்டு பொட்டப் புள்ளைகளோட பொணமும்!

இப்பிடி ஒரு வங்கொடுமய அதுவர பாத்ததில்ல யாரும் வாழ வேண்டிய வயசுல, எந்தச் சொகமும் அனுபவிக்காத சின்னஞ்சிறுசுக ரெண்டு, சோகத்தையும் சொல்லத் தெரியாம, பொழப்பயும் புரிஞ்சுக்க முடியாம போய்ச் சேந்துட்டாளுக. இறுகி நின்னுருச்சு ரெண்டு பக்க சனமும். ரெண்டு ஒடம்பையும் தூக்கி ஒண்ணா வெச்சு எரிச்சிருக்கு ஊரு.

அதுக்கப்புறந்தேன் செத்தவுகள சாமியாக்கிக் கும்பிட ஆரம்பிச்சிருக்காக. நாம பாப்பாத்தியையும் கும்பிட ஆரம்பிச்சோம். அவுக சாதி பாக்காம கருப்பாயியயும் கும்பிட ஆரம்பிச்சாங்க. காலங்காலமா நம்ம கூட்டத்துக்கும் குடுமியான்மலையில் இருக்க கூட்டத்துக்கும் பாப்பாத்தியும் கருப்பாயியுந்தேன் ஆதரவு! இப்பப் புரியுதா, இவளுக சாமிதேன்!'' - கிசுகிசுப்பாய் கதை சொல்லி முடிக்கும் போது அம்மாச்சிக்கு அருள் வந்துவிட்டது. அம்மா ஓடிவந்து சூடம் காட்ட, எல்லோரும் காலில் விழுந்து கும்பிட, அத்தனை பேருக்கும்

விபூதி பூசிவிட்டது அம்மாச்சி.

அடுத்த நாள்... அரைப் பாவாடை கட்டிய என் வீட்டுக் குலதெய்வங்கள் தங்களுக்குள் என்ன பேசிவைத்தார்களோ, பொழுதுக்கும் அடுப்பில் கிடக்கும் அம்மாச்சியையும் அம்மாவையும் எழுப்பி நகர்த்திவிட்டு, அவர்கள் ஆரம்பித்தார்கள் சமையல்!

'எண்ணே, இனிமே நாங்க ரெண்டு பேரும் இட்லி, பணியாரம் சுடுறோம். நீ போய் வித்துட்டு வா. காலேல யாவாரம் முடிச்சுட்டு பள்ளிக்கோடம் போவோம். சாயந்திரம் வீட்டுக்கு வந்ததும் நாங்க மாவாட்டறோம். நீ வர்றப்ப பலசரக்குச் சாமான் தேவைன்னா வாங்கிட்டு வா!' என்றது ரமாதேவி.

ஓடி ஓடி உழைக்க ஆரம்பித்தோம். தூக்குவாளியில் பருத்திப் பால் விற்றுத் திரிந்த நான், சைக்கிளில் பருத்திப் பால், இட்லி, பணியாரம் என வீதிவீதியாக விற்க ஆரம்பித்தேன். வியாபாரம் சூடுபிடிக்க ஆரம்பித்தது. மிச்சம் மீதி இறுக்கிப் பிடித்து கடன்களைக் கழிக்க ஆரம்பித்தது அம்மாச்சி.

அப்பாவிடமிருந்து அவ்வப்போது லெட்டர்கள் வரும், பேசுவது மாதிரியே எழுதுவார் அப்பா. நாங்களும் பதில் லெட்டர் எழுதுவோம். ஒரே லெட்டரில், பக்கத்துக்குப் பப்பாதியாக கட்டம் கிழித்து எல்லோரும் எழுதுவோம். அம்மாச்சி சொல்லச் சொல்ல. அம்மா எழுதுகிற லெட்டர், பாதியில் கோடு கிழித்து அதிலேயே அம்மா எழுதி, பிறகு தங்கச்சிகள் எழுதி, கடைசியில் நான் எழுதும்போது கடைசி வரியில் 'ஏம்ப்பா, மெட்ராஸ்ல நீ எம்.ஜி.ஆர், சிவாஜியெல்லாம் பாத்துட்டியாப்பா?' என எழுதி, இப்படிக்கு, உங்கள் பாசத்துக்குரிய புரட்சித் திலகம் சேரன் என எழுதி அனுப்புவேன்.

சேரன் 115

வீட்டில் கஷ்டம் என்பதால், சினிமா செல்வது மாதிரியான சந்தோஷங்கள் குறைய ஆரம்பித்தன. வெளியே விளையாடப்போவதுகூட கிடையாது. ஒருநாள் காலை, பலசரக்கு வாங்கப் போகும் வழியில் பாலத்தைக் கடந்தேன். இளவட்டங்கள் கூடி அரட்டையடிக்கும் இடம் அது.

''என்னா சேரா, இப்பல்லாம் ஆளயே பாக்க முடியறதில்ல? சினிமா பாக்கக்கூட வர மாட்டேங்கிறே. பணியாரம் வித்தே பங்களா கட்டிரலாம்னு ஐடியாவா?' சிரித்தான் ஒருவன். அவமானமாக இருந்தது.

'இல்லண்ணே' என்று கிளம்பப் பார்த்த என்னை, 'அட நில்றா மாப்ளே' என்றான் இன்னொருவன், சைக்கிளைப் பிடித்து இழுத்து. என்ன சொல்வதெனத் தெரியாமல், 'என்னிக்காச்சும் ஒரு நா நானே சினிமால நடிப்பேண்ணே' என்றதும் சிரித்தார்கள். ''என்னா கதை?'' என்றான் ஒருவன். ''ஏன், என் கதையயே சினிமாவா எடுப்பேண்ணே '' என்றேன். ''எது பணியாரம் விக்கிற கதையா?' என்றான் நக்கலாக.

சைக்கிளை அப்படியே போட்டு விட்டு, அவனை அதே வேகத்தில் அறைந்தேன் சப்பென. 'டேய் டேய்' என எழுந்து தடுக்கப் பார்த்தவர்களை, உதறித் தள்ளினேன். சாதுவான பையனாகவே என்னைப் பார்த்துப் பழகியவர்கள், என் திடீர் கோபத்தைப் பார்த்து சமாதானப்படுத்த, ஜோக் கடித்தவனும் 'ஸாரி' கேட்க, 'நாம்பாட்டுக்குப் போய்க்கிருக்கப்ப, என்னக் கூப்புட்டு ஏங்க நக்கலடிக்கிறீங்க?' - பாதி சொல்லும்போதே குரல் உடைந்து அழ ஆரம்பித்தேன்.

எதிரே ... தூரத்தில் வந்துகொண்டு இருந்தார், வாடகை சைக்கிளில் அப்பா!

தர்ம அடி

மாறுவேஷத்தில் வரும் மதுரை வீரன் மாதிரி இருப்பார் அப்பா!

அழுத முகமாய் நான் நிற்க, வந்த வேகத்தில் தன் சைக்கிளையும் போட்டுவிட்டு அப்பா ஓடி வந்தார். ''என்னாச்சுப்பா, ஏன் அழுகுற?'' என்றபடி என்னை அவர் அள்ளிய வேகம் பார்த்து, மிரண்டு ஒதுங்கினார்கள் நால்வரும். ''இல்லண்ணே, சும்மா ஜாலியாப் பேசிக்கிருந்தம்... அதுக்குள்ள அழுதுட்டாப்ல'' எனச் சமாதானம் பேசியவனை பொளேரெனச் செவுளில் அறைய, அடிபட்ட நாய் போலச் சுருண்டான். கைக்குச் சிக்கிய இன்னொருவனின் சட்டைக் காலரைக் கொத்தாக அள்ளி, 'இன்னொருக்க ஒங்களச் சேந்து பாத்தேன்'' என்று அப்பா நாக்கைத் துருத்த, தெறித்து ஓடினார்கள்.

''வாப்பா போலாம்' என்றவருடன் ஆளுக்கொரு சைக்கிள் மிதித்தபடி புறப்பட்டோம் வீட்டுக்கு. 'அம்மாதேன் எப்பப் பாத்தாலும் அழுதுக்கே இருக்காங்கப்பா. அம்மாச்சிக்கு இப்பல்லாம் அருள் வந்திருது. நான், ரமா, வனிதா மூணு பேரும் எல்லா வேலையும் பாத்துக்கிறோம்ப்பா'' என எல்லாக் கதைகளையும் கடகடவென ஒப்பித்துவிட்டு, 'ஏம்ப்பா! நீங்க இப்ப எங்க வேலை பாக்குறீங்க?' என நான் கேட்க, 'மெட்ராஸ்ல அமிஞ்சிக்கரயில மொரளி கிருஷ்ணானு ஒரு

தேட்டரு!‘ என்றார். ‘அது நம்ம காளையப்பா கெணக்கா இருக்குமாப்பா?‘ என்றதும் சிரித்தார். ‘அது மொக்கத்தண்டி தேட்டருப்பா. நல்லா நம்ம நாயக்கர் மகாலு மாதிரி பெருசு சேரா!’’

‘ஹை. அப்பா வந்தாச்சு!’’ - தங்கச்சிகள் ஓடி வந்து அப்பாவின் கையில் இருந்த பெட்டியை இழுக்க, வீடே வெளிச்சமானது. ‘நாலு நா லீவு. சரி, அங்கன ஒக்காந்திருக்கிறதுக்கு, இங்கிட்டு எட்டிப் பாத்துட்டுப் போலாம்னு வந்தேன். அப்புறம் என்ன நடக்குது?‘ - துண்டை உதறித் தோளில் போட்டபடி குளிக்கக் கிளம்பினார் அப்பா.

‘அக்காக்கா இங்க பாரு. பாவாட சட்ட, யண்ணே ஒனக்குப் பனியன், யம்மோய் ரெண்டு புதுச் சேல இருக்கும்மா!‘ - அப்பாவின் பெட்டியை நோண்டிய வனிதா ஆனந்த நடனமாடினாள். ‘எதுக்கப்பு இம்புட்டு வெட்டிச் செலவு?‘ என்றபடி, இரண்டு சேலைகளில் தனக்கான சேலை எது என ஆசையாகப் பார்த்தது அம்மாச்சி. ‘‘வேகமா குளிச்சிட்டு வாங்க ’’ என்றபடி அப்பாவுக்காக இட்லி அவிக்க ஆரம்பித்தார் அம்மா.

ஜோராக புதுப் பனியனை எடுத்துப் போட்டுக்கொண்டு பள்ளிக்கூடம் புறப்பட்டேன். கூட்டு ரோடு அருகே காத்திருந்தான் நடராஜ். விநோதமாக வேட்டி கட்டியிருந்தான். ‘தொவச்சுப் போட்ட பேன்ட்டு இன்னும் ஈரமாவே கெடக்குடா‘ எனச் சிரித்தான். விறுவிறுவென நான் சைக்கிள் மிதித்து மேலூர் போய்ச் சேரும்போது, வியர்வைக் குளியல். நேரே மாணிக்கம் சலூன்... ஸ்பிரேயரால் லேசாக 'புஸ்ஸு புஸ்ஸு' எனத் தண்ணீரை முகத்தின் மீது பீய்ச்சித் துடைத்துவிட்டு லேசாகப் பவுடரைக் கொட்டி டச்சப் செய்தபடி ('கட்டாதுரா சாமி. இனிமே பவுடருக்கு மாசாமாசம் துட்டு குடுத்துறணுமப்பு!'), கன்னித் தீவின் மம்முத ராசாக்களாக பள்ளிக்குள்

நுழைந்தோம்.

பள்ளிக்கூடத்தில் கடைசி மணிக்கு காது தீட்டியபடிக் கிடப்போம். தண்டவாளத் துண்டின் 'டங்கணங்கடங்கணங்க' கேட்ட மாத்திரத்தில், சைக்கிள் எடுத்துக்கொண்டு முதல் ஆளாய் வெளியேறுவோம். அதுவும் அன்றைக்கு ஆர்கனிக் கெமிஸ்ட்ரி கிளாஸ்... ஆத்தாடி!

கடைசி பெல் அடித்ததும் எடுத்தோம் சைக்கிளை... இப்போது நடராஜ் ஓட்ட, கேரியரில் நான். மெயின் ரோட்டில் இருபது முப்பதடி மிதித்திருப்போம். 'ந்தா அவந்தாண்டா!'' என்று ஒரு குரல். பத்துப் பதினைந்து பேர், தடதடவென ஓடி வந்தார்கள். 'நடராஜு, யாரோ கூப்பிடுறாங்க, நிறுத்து' என நான் இறங்கக்கூட இல்லை. திட்டீர் திட்டீரென அடி விழுந்தது இருவருக்கும்.

நடராஜுக்கு சில்லு மூக்கு உடைந்து ரத்தம் கொட்ட, எனக்கும் குண்டக்க மண்டக்க அடி. ''ஊர் மேயவாடா ஊருவிட்டு ஊர் வர்றீங்க?' - உதடு கிழிந்து மூஞ்சி முகரையெல்லாம் கிழிய, அலற அலற, துடிக்கத் துடிக்க அடித்தார்கள். திடீரென எவனோ ஒருவன், 'டேய்! இவிங்க இல்லியாம்டா, அந்தா போறான் பாரு அவனாம்'' எனக் கத்த, இன்னொருவனையும் இழுத்துப் போட்டு அடித்தார்கள். கூட்டமாக வந்துகொண்டு இருந்த எங்கள் ஸ்கூல் பையன்கள், 'டேய்ய் நம்ம பசங்கள அடிக்கிறாய்ங்கடா'' என சவுண்டுவிட, மொத்தக் கூட்டமும் ஓடிவந்தது. சிக்கினவன்களை கண்மண் தெரியாமல் வெளுத்தார்கள். கைக்குச் சிக்கியதையெல்லாம் எடுதது அடித்தார்கள். இரண்டு பக்கமும் முரட்டு அடிகள் என்னவோ ஏதோவென ஊரே ஓடிவர, எங்களை அடித்தவர்கள் தப்பியோடினார்கள். தர்ம அடி என்பார்களே, அதை அனுபவித்த நான் சொல்கிறேன் தாங்காதுடா சாமி! பத்தே நிமிடத்தில் இருவரும் கமல் போல மாறியிருந்தோம். நான் பரவாயில்லை,

'மூன்றாம் பிறை' க்ளைமாக்ஸ் கமல். நடராஜோ 'குருதிப் புனல்' க்ளைமாக்ஸ் கமலை நெருங்கியிருந்தான். மூஞ்சி வீங்கியிருந்த எங்கள் முகத்தில் தண்ணீர் தெளித்து, சோடா குடிக்கவைத்து, வாய் கொப்புளித்தால், செம்புலப் பெயல் நீராய் வழிந்தது எச்சிலும் ரத்தமும்!

விசாரித்தபோதுதான் தெரியவந்தது, எங்கள் பள்ளியில் ஆர்ட்ஸ் குரூப் படித்த ஒரு கிராமத்துச் செவ்வந்தி மீது சயின்ஸ் குரூப்பில் குடியிருந்த இன்னொரு கிராமத்து வண்டுக்கு ரொமான்ஸ் ரீங்காரம். பார்ப்பதோடு போயிருந்தால் பரவாயில்லை, பாவி மகன் இருபத்தேழு பக்கத்துக்கு ஒரு காதல் காவியத்தை சில சினிமாப் பாடல்கள் உதவியுடன் தீட்டி நீட்டியிருக்கிறான். இவ்வளவு பெரிய கடிதத்தைத் தனியாக எப்படிப் படிப்பது என்று புரியாமல், தன் தகப்பனின் உதவியை நாடியதாம் செவ்வந்தி.

மறுநாளே திருவிழாவுக்கு வந்துவிட்டனர் செவ்வந்தியின் சிப்பாய்ச் சித்தப்பன்கள். 'ஊதாச் சட்டை, வெள்ள வேட்டி' என்று செவ்வந்தி சொன்ன அடையாளத்தை எதிர்பார்த்துக் காத்திருந்தது வில்லன் கூட்டம். அய்யகோ, நடராஜுக்கும் அன்று அதே ஊதாச் சட்டையையும் வெள்ளை வேட்டியையும் விதி மாட்டிவிட, மிதித்தெடுத்த கதைதான் மிச்சம்! என் புதுப் பனியன் கிழிந்திருப்பதைப் பார்த்ததும் பயங்கரமாக அழுதேன். 'போருக்குப் போயிருந்தேன் தாயே, களத்தில் எதிரிகளின் தலைகளைச் சோளக் கருதுகளாகச் சிதறடித்தபோது, அப்பா வாங்கித் தந்த இந்த புரூஸ்லி பனியன் கிழிந்துவிட்டதம்மா. இதோ உன் வீர மகன் இரண்டாம் பாண்டியன் வந்திருக்கிறேனம்மா!' என்று வசனம் பேச முடியாதே. என்னவென்று போய்ச் சொல்வது, சொன்னாலும் நம்புவார்களா?

ஒலிம்பிக்கில் தங்கம் வாங்கிய வீரனை ஊரே தோளில் தாங்கி

வருவது போல, உடம்பெல்லாம் ஊமைக் குத்து வாங்கிய என்னை வீட்டுக்குத் தூக்கிப் போனார்கள். ஆளாளுக்கு ஒரு கதை சொன்னாலும், 'நீ ஒண்ணும் வம்பு பண்ணாம அதெப்பிடிறா இம்புட்டு அடி அடிப்பாய்ங்க, ஏம்ப்பா நீங்க எதயும் மறைக்கலைல?' என்றார் அப்பா. அதுதான் அதிகமாக எரிந்தது.

எங்கள் வீட்டின் மகளிரணி எனக்கு வெந்நீர் ஒத்தடம் கொடுக்க ஆரம்பிக்க, அந்தப் பக்கம் கோட்டைநத்தம் சாவடியில் இருந்து, ஒரு கூட்டம் வந்துவிட்டது. நடராஜின் அரண்மனைப் பிரதிநிதிகள் அவர்கள் ''நம்ம புள்ளைகளப் படிக்க அனுப்பிச்சா, அடிச்சுப்போட்டு அனுப்பியிருக்காய்ங்க. இத இத்தோட விட்ரக் கூடாதுப்பா. போயி நின்னோம்னாத்தேன் நாம யாருனு அவிங்களுக்குப் புரியும்'' என வீறுகொண்டு எழுந்தது உறவுக் கூட்டம்.

மறுநாள், இந்தப் பக்கமிருந்து இருபது பேரைத் திரட்டிக்கொண்டு பள்ளிக்கூடம் போனால், ஸ்கூல் வாசலில் பெருங்கூட்டம். 'மாணவர் ஒற்றுமை ஓங்குக! கைதுசெய் கைதுசெய், ரௌடிகளைக் கைதுசெய்! மாணவர் நினைத்தால் நடத்திக் காட்டுவோம்!'' - கோஷங்கள் ஆடிப்போய் விட்டேன் நான்! என்னை ஒருவன் லேசாக ஓரங்கட்டி, ''சேரா, இதச் சாக்காவெச்சு ரெண்டு வாரத்துக்காச்சும் லீவு வாங்கியிரணும்னு பிளானு. பேசாம இரு, நீ உள்ள வந்து ஒழப்பிராத!' என்றான். மாணவர்களைத் தாக்கியவர்கள் வந்து மன்னிப்புக் கேட்க வேண்டும். அல்லது காலவரையற்ற ஸ்ட்ரைக் என்பது நிலைமை.

கடைசியில் வேறு வழி இல்லாமல், செவ்வந்தியின் வீட்டுக்கு சேதி போனது. போலீஸ் கேஸாகாமல் தடுப்பதற்காக, முந்தின நாள் மொத்த வந்த கூட்டம் இல்லாமல், கேரக்டர் ஆர்ட்டிஸ்ட்டுகளாக சிலர் கிளம்பி வந்தார்கள். 'பாருங்க, இது பொட்டப் புள்ள விஷயம். ஆளு பேருக்குத்

தெரியாம அந்தப் பையனக் கண்டிச்சுட்டு வாங்கடானு அனுப்பினோம். இப்பிடி ஊரு பூரா தெரியிற மாதிரி அசிங்கப்படுத்திட்டாய்ங்க. அதுலயும் அப்புராணிப் பயக ரெண்டு பேருக்கு அடி விழுந்தது ரொம்ப மனசுக்குக் கஷ்டமா இருக்கு ' எனப் பணிவான குரலில் அவர்கள் மன்னிப்பு கேட்க, பஞ்சாயத்து பைசலானது.

ஊருக்குக் கிளம்பிக்கொண்டு இருந்தார் அப்பா. ''சூதானமா இருக்கணும் சேரா' என நல்ல வார்த்தை சொல்லிக் கொண்டு இருந்தவரிடம் ''எப்பா, எனக்கு அரப் பரீச்ச லீவு வருது. என்னையும் மெட்ராஸுக்குக் கூட்டிட்டுப் போப்பா!' என்றேன்.

'எதுக்கு? ந்தா பாரு, நீ கெனாக் கண்டுக் கிட்டு இருக்கிற மாதிரி மெட்ராஸு ஒண்ணும் பவுனு கெடயாது. ஆத்திர அவசரத்துக்குகூட என்னா ஏதுனு கேக்க நாதியில்லாத ஊருடா'' என்றார். ''இல்லப்பா, நானும் வர்றன்'' என்றேன் மறுபடியும். 'ஏன், அன்னிக்கு மேலூர்ல வாங்குனது பத்தலியாக்கும்?'' என்றார் கோபமாக.

அப்பா கிளம்பிப் போனபிறகும், மெட்ராஸ் ஆசை மட்டும் பிடிவாதமாக உட்கார்ந்திருந்தது. அம்மா, அம்மாச்சி முன்னால் அழுகைக் கரகம சுமநது ஆடினேன். மெட்ராஸில் எங்கள் சண்முகம் மாமா வீடும் இருந்தது. எங்கள் ஊர்ச் சந்திரன் மெட்ராஸ் கிளம்ப இருந்தான். அவனுடன் போகத் திட்டமிட்டு வீட்டில் நான் விடாமல் மல்லுக்கட்ட, ஐம்பது ரூபாய் தந்தார் அம்மா. அவரிடம் இருந்தது அவ்வளவுதான்.

ஒரு பையில் இரண்டு செட் துணிமணி அள்ளிக்கொண்டு ஜம்மென்று புறப்பட்டேன் சந்திரனுடன். அப்போது பஸ்ஸுக்கு 35 ரூபாய் டிக்கெட். மதுரைக்குப் போகாமல் என்னை மேலூர் பக்கம் கூட்டிப் போன சந்திரன், ''இருபது ரூபால போறதுக்கு வழி இருக்கு.

சரக்கு லாரியில் ஏத்திக்குவாய்ங்க'' என்று கண்ணடித்தான். 'ஆத்தீ, நா வரல'' என்றேன். 'பாஞ்சு ரூபா மிச்சம், வழில முட்டைப் பொரட்டா திங்கலாம்டா' என்று ஒரு லாரியை நிறுத்தினான். கேபினுக்குள் ஏற்றினார்கள். தலைநகரத்தை நோக்கிய என் முதல் பயணம் தொடங்கியது.

கேபினிலிருந்து எட்டிப் பார்த்தால், ஒரு குதிரையின் மீது அமர்ந்திருப்பது போன்ற உணர்வு. வழியெல்லாம் பளீர் பளீர் பல்பு வெளிச்சங்களுடன் வண்டிகள் சரசரவெனக் கடப்பது திகிலூட்டியது. திருச்சிக்குப் பக்கத்தில் சாப்பாட்டுக்காக லாரி நின்றது. சாலையோரம் டஜன் டஜனாக லாரிகள். குட்டிக்குட்டியாக இட்லிக் கடைகள். ஆம்லேட்டும் பரோட்டாவுமாக ஆரம்பித்தது வீட்டுக்கு வெளியே என் முதல் உணவு. வண்டி கிளம்பும்போது, இன்னும் இரண்டு பேர் ஏறிக்கொள்ள, எங்கள் இருவரையும் கேபினுக்கு வெளியே போகச் சொன்னார் டிரைவர். தார்ப்பாய் கட்டி குறுக்கும் நெடுக்குமாய்க் கட்டப்பட்டிருந்த கயிறுகளை இறுகப் பிடித்தபடி அமர்ந்தோம். பயங்கரக் குளிர். பயங்கரக் காற்று!

சந்திரன் அனுபவஸ்தன். சரிந்து படுத்துவிட்டான். எனக்கு தூக்கம் வரவில்லை . லாரி மேல் படுத்திருக்கிற என்னை அடிக்கிற எதிர்க்காற்று அப்படியே தூக்கி எறிந்துவிடுமோ என்கிற பயம். வண்டி வேகமெடுக்க, உடம்பெல்லாம் கிடுகிடுக்க வானத்தைப் பார்த்தபடியே கிடந்தபோது, நிலாவைப் பற்றி அம்மாச்சி சொன்னது நினைவுக்கு வந்தது. எனக்கு என் வெள்ளலூர் அம்மன் ஞாபகம் வந்தது. எப்படி இருப்பாள என் தோழி. இந்நேரம் என் நினைப்பு அவளுக்கும் ஓடுமா அல்லது பழையூர்பட்டிக்காரனை மறந்து போயிருக்குமா தாவணிப் பறவை?

பொலபொலவென விடிய ஆரம்பிக்க, 'மெட்ராஸ் வந்துருச்சுரா''

என்றான் சந்திரன். படக்கென இரண்டு பக்கமும் மாறிமாறிப் பார்த்து, ''எல்.ஐ.சி. எங்கடா இருக்கு, பெருசு பெருசா மாடிக் கட்டடம்லாம் காணோம்?'' என்றேன். ''ய்யேய், இது தாம்பரம்டா. இன்னும் ஒரு மணி நேரம் உள்ளே போனாத்தேன் ஊரு வரும்'' என்றபடி கீழே இறக்கினான்.

'ட்ரெய்ன்ல போலாமாடா?' என்றதும், எனக்குள் சிலிர்ப்பு. அதுவரை ரயிலில் நான் போனதே இல்லை. தாம்பரம் ரயில் நிலையத்துக்குள் அழைத்துப்போனான். அத்தனை அதிகாலைக்கே எக்கச்சக்கக் கூட்டம். விதவிதமான ரயில்கள் வந்து புறப்பட்ட வண்ணமிருக்க, மாம்பலம் ஸ்டேஷனுக்கு டிக்கெட் எடுத்தான் சந்திரன். ''இது எலெக்ட்ரிக் ட்ரெயினு, கரண்ட்ல ஓடுறது' என்று சந்திரன் சொல்ல, என்னை இடித்துத் தள்ளியபடி யார் யாரோ ஓடினார்கள். ரயில் வந்து நிற்க, முட்டி மோதி ஏறினார்கள். கூட்டத்துக்குள் நாங்களும் தொற்றி ஏற தடதடத்து விரைந்தது ரயில். மாம்பலம் ஸ்டேஷனில் இறங்கி, ரெங்கநாதன் தெருவுக்குள் நுழைந்தால், திருவிழாக் கூட்டம். வெயிலின் தகிப்பிலும், வியர்வைக் கசகசப்பிலும் வெளியே வந்து பல்லவன் பஸ் பிடித்தால், அது இன்னும் மோசம். நசுங்கிப் பிதுங்கி ஒருவழியாகிவிட்டேன். அதிலும் வழியெல்லாம் சிலர் என்னை ஒருமாதிரியாகப் பார்க்க, என்னவென்று புரியவில்லை. தேடிப் பிடித்து மாமா வீட்டுக்குப் போனதும், அவர்களுக்கு ஆச்சர்யம்.

பரவசத்தில் அமர்ந்த என் கண்ணில் பட்டது ஒரு பெரிய கண்ணாடி அதிர்ந்தேன். நானா இது. ? அட்டைக் கரியாய் மூஞ்சி. அழுக்குப் பிடித்த சட்டை. சிக்குப்பிடித்து குச்சிகுச்சியாய்த் தலை. எல்லாம் லாரிப் பயணம் தந்த பரிசு. அழுக்குத் தேய்த்துக் குளித்தபோது வழிந்தோடிய கறுப்பில், மாநகரம் பற்றிய என் கனவின் சிறகுகளும் ஒவ்வொன்றாய் ஒடிந்து விழுந்தன.

ஒரே வாரம்தான். டவுன் பஸ்ஸில் போகும்போது எல்.ஐ.சி-யைக் காட்டினார்கள். மெரீனா பீச் பார்த்து அசந்து நின்றேன். பாண்டி பஜாரில் தங்கச்சிகளுக்கு வளையல்கள் வாங்கினேன். எம்.ஜி.ஆர்., சிவாஜியையெல்லாம் அவ்வளவு ஈஸியாகப் பார்க்க முடியாது எனப் புரிந்தது.

அப்பாவின் முகவரியை விசாரித்து அவர் தங்கியிருக்கிற இடம் தேடிப் போய்ப் பார்த்தால், அழுக்கு ரூமில், ஏழெட்டுப் பேர்களுக்கு நடுவே பழைய பாயில் சுருண்டு கிடந்தார் என் அப்பா. 'அப்பா அப்பா' என மெள்ள அவர் தோள் தொட, பதறி முழித்தவர், ''சேரா நீ எப்பிடிரா இங்க வந்த?' என்று எழுந்தார். ''சும்மாத்தேன், சந்திரன்கூட வந்தேம்ப்பா '' எனச் சிரிக்க, பொளேரென அறைந்தார் என்னை. அதுவரை என்னை அடித்ததே இல்லை அப்பா. நடுங்கி நின்ற என்னிடம், ''மெட்ராஸுக்கு வர வேணாம்னு அன்னிக்கே சொன்னேன்லடா. இங்க என்ன இருக்குனு கெளம்பி வந்தே ராஸ்கல்!'' - என்று திட்டிக் குமித்தவர் அன்று மாலையே என்னை பஸ்ஸில் ஏற்றி அனுப்பிவிட்டார்.

என் மனதில் இருந்த கனவுக்கும் இந்த மாநகரத்துக்கும் எந்தச் சம்பந்தமும் இல்லை என்பது ஏமாற்றமாக இருந்தது. ''இனிமே இந்தப் பக்கம் வரக்கூடாது, புரிஞ்சுக்கப்பா இது நம்ம ஊர் மாதிரி வராதுப்பா'' என்றார். அப்பாவின் கோபத்துக்கு அர்த்தம் என்ன என்பது அப்போது எனக்குப் புரியவில்லை .

அடுத்த இரண்டாவது வருஷத்தில் 'வாடா மாப்ளே!' என்று என்னை இழுத்து, டிசைன் டிசைனாகக் கிளாஸ் எடுக்க ஆரம்பித்தது மெட்ராஸ்.

வாழ்வில் மறக்க முடியாத, மறக்கக் கூடாத பாடங்கள்!

பாலச்சந்தர்?... பாரதிராஜா!

‘‘செல்லாத காசுக்குள்ளும் செப்பு இருக்குமப்பா!’’

அம்மாச்சிதான் அடிக்கடி சொல்லும். நான் செப்பா செல்லாத காசா?

அதிகாலைகளில் ஆயிரமாயிரம் கனவுகளுடன் சிறகு விரிக்கிற சின்னப் பறவைகள், உலகமெலாம் பறந்து திரிந்தும் வலிக்க வலிக்கச் சிறகு விரித்தும் விரும்பியது எதுவும் கிடைக்காமல், கூடு அடையும் நேரத்தில் அழுது புலம்புவதைக் கேட்டிருக்கிறீர்களா? அப்படி ஒடிந்த இதயத்துடன் வீடு திரும்பினேன்!

என் எல்லாக் கவனமும் சிதறின. பள்ளியில் மனசு லயிக்கவில்லை. படிக்கப் பிடிக்கவில்லை. ரிசல்ட் வந்த தினம் மாலை பேப்பர் பார்க்கும் வரை நான் பாஸாவேனா என்பது எனக்கே நிச்சயமில்லை. அன்றைக்கே நான் எல்லைக் காவல் படையில் போய்ச் சேர்ந்திருக்கலாம். ஆமாம், பார்டரில் பாஸான கேஸ் நான். 1200-க்கு அடியேன் வாங்கியது 648 மதிப்பெண்கள். அதுவும் கெமிஸ்ட்ரியில் வெறும் 70 ஜிக்கி டீச்சர் இன்டர்னலில் வரம் வழங்கியதால் ஜஸ்ட் பாஸ்!

வாங்கிய மதிப்பெண்கள் கையில் இருந்ததால் அடுத்து ஆக்ஸ்ஃபோர்டு பல்கலைக்கழகத்தில் சேரலாமா, இல்லை பாரிஸ்டர்

பட்டம் படிக்கப் போகலாமா என்பது மாதிரி எந்தக் குழப்பமும் எனக்கு இல்லை. வீட்டுக்கும் என் எதிர்காலம் எப்படி இருக்கும் எனச் சூசகமாகச் சொல்லிவிட்டிருந்தது மார்க் ஷீட் ஜோசியம்!

ஊருக்கு வந்த சண்முகம் மாமா, ''ஏன் சேரா, இந்த வருஷம் ப்ளஸ் டூ கொஸ்டீன்லாம் ரொம்ப டஃப்பாடா?'' என்றார். நான் மையமாகத் தலையாட்ட முயற்சித்தவன், ஓரமாக அம்மா என்னையே பார்ப்பதைக் கவனித்ததும் விசுக்கென வெளியேறிவிட்டேன்.

'சரி, முடிஞ்சது முடிஞ்சு போச்சு. சும்மா இவன இங்கியே படிக்கப் போட்டா, வெட்டியாக் கெட்டுப்போவான். நான் சேரனக் கூட்டிப் போறன், அங்க எங்கியாச்சும் தெளிவா படிக்கப் போட்ரலாம்' என்றார். மறுபடியும் மெட்ராஸ் என்றதும் மனசுக்குள் பப்பாய்ங்க் என்று மின்னல்!

வாலிபத்தின் வைபவங்களில் ஒன்றாக, மதுரையில் எம்ப்ளாய்மென்ட் எக்ஸ்சேஞ்சில் என் ப்ளஸ் டூ சான்றிதழ்களைப் பதிவுசெய்யக் கூட்டிப் போனார் அம்மா. கலெக்டர் வேலைக்கு ஆள் தேடும்போது, தன் மகனை மட்டும் விட்டுவிட்டால் என்ன செய்வது என்ற முன்யோசனை.

'எம்.ஜி.ஆர், சிவாஜில்லாம் எந்த எக்ஸ்சேஞ்ச்ல பதிஞ்சு வெச்சிருந்தாங்க?'' எனப் பேசியதற்கு அப்போதே அடி விழுந்திருக்க வேண்டும். நல்ல விஷயமாகப் போகிறபோது பையனை அழவிட்டுக் கூட்டிப் போக வேண்டாமே என அம்மா நினைத்திருப்பார் போல. அங்கே போனால், பதிவதற்கு ஒரு கூட்டம், பதிந்ததைப் புதுப்பிக்க ஒரு கூட்டம் என இரண்டு வரிசைகள். அந்தப் பக்கம் நின்றிருந்த கூட்டத்தில் முப்பது, முப்பத்தைந்து வயசுக்காரர்களே அதிகம். ஓரமாக நின்றிருந்த ஒரு அண்ணனிடம் கேட்டால், ''நான் செவன்ட்டி டூ பேட்ஜ். இன்னும் ரெண்டு வருஷத்தில் இன்டர்வியூ கார்டு வந்துருமாம்'' என்றார். ஆக,

கலெக்டர் வேலை எனக்குக் கிடைக்காது!

மறுபடியும் மெட்ராஸ்!

லயோலா கல்லூரி அருகே கிருஷ்ணசாமி கல்லூரியில் என்னை ஏ.எம்.ஐ.இ. படிக்கச் சேர்த்தார்கள். இயந்திரங்களோடு உறவாடும் படிப்பு. அதுவும் ஃபுல் இங்கிலீஷ்!

'இளஞ்சேரன்'' என்றால், 'ப்ரசென்ட் சார்'' என்பதைத் தவிர வேறேதும் சொல்லத் தெரியாது. பாடம் நடத்த ஆரம்பித்தாலோ, கிறுகிறுவென என் மண்டைக்குள் இங்கிலீஷ் கோழி கொத்தும். எப்போது எழுப்பி என்ன கேள்வி கேட்டாலும் முறைத்த பார்வையுடன் விறைப்பாய் நிற்பேன்.

தீவிரவாத இயக்கங்களின் நிழல் நடவடிக்கைகளில் கை தேர்ந்த ஆசாமி போல, எதற்குமே வாய் திறக்க மாட்டேன். 'ஹூ தி ஹெல் ஆர் யூ மேன்? டெல் மீ சம்திங் ஸ்பீக் அவுட் மேன்' என வாத்தியார் ஏதோ கேட்பார். அப்போதும் உம்ம்ம்!

ஏற்கெனவே இங்கிலீஷால் கிழிந்து போயிருந்த எனக்கு இன்னொரு அதிர்ச்சி தந்தவர்கள் என் சக மாணவர்களான இரண்டு நீக்ரோக்கள். ஏழு எட்டு அடி உயரம், இரண்டரை அடி அகலம், பிதுங்கிய உதடு, சுருட்டைத் தலை, கோயில் சிலை போல மினுங்கும் கறுப்பில் மிரட்டலாய் இருப்பார்கள்.

'மார்னிங் மாப்ளைய்!' எனப் போகிற போக்கில் என் முதுகில் செல்லமாய் தட்டிவிட்டுப் போனால், எனக்கு இரண்டு நாட்களுக்கு தோள்பட்டையை அசைக்க முடியாத அளவுக்கு வலியெடுக்கும். ஆப்பிரிக்கக் காட்டு மரம் போல இருப்பவன்களுக்கு இன்னொரு கெட்ட பழக்கம், எதிர்பார்க்காத நேரங்களில் செல்லமாக வயிற்றில்

குத்துவது. ஒரு வாரத்துக்காவது வயிறு வலிக்கும். இதுதான் சாக்கு என்று, 'ரெஸ்பெக்டட் சார், அஸ் ஐ யம் சஃபரிங் ஃப்ரம் ஸ்டமக் பெய்ன். டூ டேய்ஸ் லீவ் ப்ளீஸ், யுவர்ஸ் ஒபீடியன்ட்லி இளஞ்சேரன்' என லெட்டர் தட்டிவிட்டு வீட்டிலேயே படுத்துவிடுவேன்.

ஒரு நாள் வகுப்பில் ஏதோ சண்டை கிட்டத் தட்ட பத்துப் பதினைந்து பேர்களைத் துரத்தித் துரத்தி இரண்டு நீக்ரோக்களும் அடித்துக்கொண்டு இருந்தார்கள். சிக்கின சைக்கிள்களையெல்லாம் பிடுங்கி விசிறியடித்தார்கள். எவனைக் குத்தினாலும் சம்பந்தப்பட்ட பையனுக்கு பற்கள் உடைவதோ கன்னம் கிழிவதோ தவிர்க்க முடியாததாக இருந்தது. தேடித் தேடி அடித்தார்கள் இருவரும்.

கலாசாரப் பரிவர்த்தனை மாதிரி அவன்களுக்கு முதலிலேயே தமிழின் அத்தனை கெட்ட வார்த்தைகளையும் கற்றுக்கொடுத்தவர்களே, அதே வார்த்தைகளை அவர்கள் மீது பிரயோகித்தால், பிரளயம் தானே வரும். ஓடி ஒளியப் பார்த்த நான் ஒரு கட்டத்தில் அவர்களின் வியூகத்துக்குள் சிக்கிவிட்டேன். 'கோ மாப்ளை, கோ!' என்று இரைந்தான் ஒருவன். 'நோ நோ ஐயாம் குட்!'' என்பதற்குள், குத்தி விட்டான். யம்மோவ் ஸ்டமக் பெய்ன், டூ டேய்ஸ் லீவ்!

ஊருக்குள் ராஜா போல வாழ்ந்த என் அப்பா, இங்கே ஒரு அழுக்கு ரூமுக்குள் ஆறேழு பேருடன் பிழைப்புக்காகக் கிடப்பதைப் பார்க்கும் ஒவ்வொரு முறையும் என் மனசுக்குப் பிடிபட்ட ஏதோ ஒன்று மூளையில் உறைக்க மறுத்தது.

எப்படி சினிமாவில் சேர்வது என்று ஆர்வமாய்த் தேடிக்கொண்டு திரிந்தேன். ஏதோ சினிமா நடிகனாகிற எல்லாத் தகுதியும் எனக்கு இருக்கிறது என்றும் இந்தச் சினிமாக்காரர்களுக்குத்தான் இன்னும் என் அருமை தெரியவில்லை என்றே நினைத்தேன்.

ரஜினி, கமல் மாதிரி பெரிய பெரிய நடிகர்களை அறிமுகப் படுத்தியவர் கே.பாலச்சந்தர் எனப் படித்திருக்கிறேன். அவர் ஆபீஸ் எது எனத் தேடிப் பிடித்து ஒரு நாள் போய் நின்றேன். ‘என்ன விஷயம்?‘ என்று கேட்டார்கள். ‘ஹீரோவாகணும் சார், டைரக்டரைப் பார்க்கணும்’’ என்றேன். வழியும் வியர்வையில் பவுடர் கரைந்துவிடக் கூடாதே என்று டச்சப் செய்தபடி ‘‘சார் வெளியே போயிருக்காங்க, உங்க போட்டோ, போன் நம்பர் இருந்தா கொடுத்துட்டுப்போங்க’’ என்றார் ஒருவர். என்னிடம் இரண்டுமே இல்லை.

‘போட்டோ எதுக்கு சார்?‘ எனக் கேட்டேன். ‘சார் வந்து உங்க போட்டோ பார்த்துத்தான் ஓ.கே. சொல்வாங்க’’ என்றார்.

‘‘போன் நம்பரும் கேட்டீங்க சார்?‘ என்றேன். ‘ஆங், கரெக்ட்டான கேள்வி. போட்டோ பார்த்து ஒருவேளை சாருக்கு உங்களைப் பிடிச்சுப்போச்சுனா, உங்களைக் கூப்பிடணும்ல, அதுக்குத்தான்’’ என்றார். புல்லரித்துவிட்டது எனக்கு

மாமாவிடம் பரீட்சை ஃபீஸ் கட்ட வேண்டும் என்று பொய் சொல்லி ஒரு ஸ்டுடியோவில் பாஸ்போர்ட் சைஸ் பிளாக் அன்ட் வொயிட் போட்டோ எடுததுக்கொண்டு மறுபடி பாலச்சந்தர் சார் ஆபீஸுக்கு ஓடினேன். அதே ஆள் இருந்தார்.

‘சார் போட்டோ‘ என்று நீட்டியதும் ஷாக்காகிவிட்டார். ‘ஏ என்னப்பா இது, போட்டோ கேட்டா, பாஸ்போர்ட் சைஸ் போட்டோவத் தர்றே?

வழக்கமா வாய்ப்புக் கேட்டு வர்றவங்களிடம் போட்டோ கேட்டா, பெரிய மீசை வெச்சு கையில் கத்தி வெச்சிருக்கிற மாதிரி, ஸ்டைலா கோட் போட்டு வாயில கூலிங் கிளாஸ் கடிச்சுட்டு இருக்கிற மாதிரி,

முகத்துல நல்லா குத்து வாங்கி ரத்தம் வழியற மாதிரினு விதவிதமா போட்டோ தந்துட்டுப் போவாங்க. இதிலயும் நீ கொஞ்சம் வித்தியாசமான ஆளு போல! ஓ.கே, ஓ.கே'' என்றார். பெருமையாகச் சிரித்த நான், 'சார்! போன் நம்பர் கேட்டீங்கள்ல, இது எங்க பக்கத்து வீட்டு ரஃபேல் ஸ்டெல்லாக்கா வீட்டு நம்பரு. சண்முகம் மாமா மருமகன் இளஞ்சேரன்னு சொன்னீங்கன்னா, என்னையக் கூப்பிட்ருவாங்க'' என்றேன்.

'ரைட்டுப்பா' என்று சிரித்தார்.

ஸ்டெல்லாக்கா, பக்கத்து வீட்டில் குடியிருந்த சேச்சி. 'அக்கா, டைரக்டர் பாலச்சந்தர் எப்ப வேணா எனக்குப் போன் பண்ணுவாரு , ரகசியம்! இது, யாருக்கும் தெரியக் கூடாது. போன் வந்துச்சுன்னா பாலு போன்னு சும்மா சிக்னல் மாதிரி சொல்லுங்க, எனக்குப் புரிஞ்சிரும்.'' சிரிக்கும் ஸ்டெல்லாக்கா 'அய்யோ எந்தா இது ரகசியம்?' எனக் கேட்கும்.

'நான் சினிமாவில் நடிக்கப்போறது இங்க யாருக்கும் தெரியாதுக்கா. சஸ்பென்ஸா ட்ரை பண்றேன்'' என்பேன் பெருமையாக. பாலச்சந்தர் ஏனோ என்னைக் கூப்பிடவே இல்லை.

சரி, பாரதிராஜா நம்ம ஊர்க்காரர். புதுமுகங்களாக அறிமுகப்படுத்துகிறார். கிராமத்துப் படங்கள்தான் எடுக்கிறார். அவரிடம் போய் முயற்சி பண்ணலாம் எனப் போனேன்.

பார்சன் அப்பார்ட்மெண்ட்ஸில் அவர் அலுவலகம் அருகே ஏற்கெனவே இருபது முப்பது பேர் பவுடர் முகத்துடன் காத்திருப்பார்கள். பாரதிராஜா காரில் வந்து இறங்கி அலுவலகத்துக்குள் நுழையும் முன்பு, டைரக்டரின் தரிசனம் கிடைத்து அவரை இம்ப்ரஸ் பண்ணி விட்டால், நாமதானே ஹீரோ!

காரில் இருந்து இறங்கும்போதே சில சமயம் கடுகடுவென இருப்பார். அத்தனை நேரம் அவருக்காகக் காத்திருந்தவர்கள் ஓடி ஒளிவார்கள். சில நேரம் இறங்கியவர் கார் கதவைப் பிடித்தபடி அப்படியே நின்று யாரையாவது பார்ப்பார். பரவசமாக நிற்போம்.

ஒரு நாள், என் பக்கத்தில் சிகப்பு கலரில் நைலக்ஸ் துணியில் ஜிப்பா வேட்டி கட்டி முறுக்கிய மீசையுடன் ஒருவர் நின்றிருந்தார். 'ஜூனியர் விஜயன்' என்று பேசிக்கொண்டார்கள். ஆளும் நடிகர் விஜயன் மாதிரியே இருந்தார். பார்ட்டி பயங்கர அல்டாப்பில் இருந்தது. 'நீயெல்லாம் எதுக்கு தம்பி நிக்கிறே?' என்று என்னை வேறு வெறுப்பேற்றிக்கொண்டு இருந்தார்.

பாரதிராஜா வந்தார். வந்தவர் அலுவலகத்துக்குள் போகாமல், நேரே எங்களை நோக்கி வந்தார். 'சார்! இங்க வாங்க' என்று சிகப்பு ஜிப்பாவை அருகில் அழைத்தவர், அவர் கைக்கு வாகாகச் சிக்கினதும் ரப்பென்று அறைந்தார். 'ஒன்ன இந்தப் பக்கம் வராதேனு எத்தனை தடவை சொல்லியிருக்கேன். நல்லா மாங்குடி மைனர் மாதிரி கெட் அப்பு. பிச்சுப்புடுவேன்' எனக் காதைப் பிடித்துத் திருகி, முஷ்டியை மடக்கி முகத்திலேயே குத்த ஆரம்பிக்க, பயந்து நான் வீட்டுக்கு ஓடிவிட்டேன்.

ஒரு நாள் அப்பாவின் நண்பர் ஒருவர் சொன்னார், 'ந்தா பாரு தம்பி, உங்க அப்பாவும் அந்தக் காலத்துல நாடகத்துல நடிக்கணும்கிற ஆசையில் அலைஞ்சவர்தான். நல்லா பாகவதர் ஸ்டைல்ல கிராப்புலாம் வெச்சிருந்தார். ஆனா, வீடு, குடும்பம், குழந்தைங்கனு வந்ததும் பாண்டியன் ஒழுங்குமருவாதியா ஆபரேட்டர் வேலையைப் பாக்க ஆரம்பிக்கலியா, அப்பிடி நீயும் ஏதாச்சும் கத்துக்க. தோளுக்கு மேல வளந்துட்டோம்னா தாயி தகப்பன் பாரத்தக் கொஞ்சம் தூக்கிச்

சொமக்கப் பழகிக்கணும் தம்பி'' என்று பேசப் பேச, ஒடிந்து போனேன்.

படிக்க முடியவில்லை என்கிற தாழ்வு மனப்பான்மை அதிகரிக்க ஆரம்பித்தது. நான் உருப்பட மாட்டேன் என எனக்கே தோன்ற ஆரம்பித்தது. சென்னை நகரத்தின் நவநாகரிகமும் செல்வச் செழிப்பும் என்னை அச்சுறுத்தியது. அழகுப் பெண்களை ஆசையாகப் பார்க்க கண்கள் ஏங்கினாலும் மனசு கூசியது. பட்டணத்து பூட்ஸ்களுடன் என் ரப்பர் செருப்புகளால் போட்டி போட முடியவில்லை. நான் தோற்றுக்கொண்டு இருக்கிறேன் என்ற நினைப்பே என்னை இன்னும் இன்னும் குறுகவைத்தது. பழையூர்பட்டி மாதிரி வருமா என என் மனசு எங்கோ இருக்கும் என் கிராமத்தைத் தேட ஆரம்பித்தது.

'அம்மாவைப் பாக்கணும் போல இருக்கு'' என்று மாமாவிடம் பொய் சொல்லிவிட்டு, ஊருக்கே ஓடிவிட்டேன். என்ன செய்வதெனத் தெரியவில்லை. லுங்கியை டப்பாக்கட்டு கட்டியபடி சைக்கிளில் அலைவேன். ஊருக்குள் யார் என்ன வேலை சொன்னாலும் செய்வேன். ரைஸ் மில்லில் போய் மாவரைத்து வருவது, கரண்ட் பில் கட்டி வருவது, லெட்டர் எழுதித் தருவது, ஆஸ்பத்திரிக்குக் கூட்டிப் போய் வருவது என ஊருக்குள் சின்னத் தம்பியாகத் திரிந்தேன்.

அப்போதுதான் ஐ.டி.ஐ. பற்றி சொன்னார்கள். 'தம்பி! நாம் படிக்கிற படிப்புக்கும் பாக்கிற வேலைக்கும் சம்பந்தமே இருக்காது. பி.ஏ., முடிச்சவன் வயக்காட்ல நிப்பான். பி.காம்., படிச்சவன் ஹோட்டல்ல பில் எழுதுறான். எங்கயும் எவனுக்கும் சரியான வேலை கிடைக்க மாட்டேங்குது.

இப்ப இருக்கிற சூழ்நிலையில் தொழில் கல்விக்குத்தான் மரியாதை. அதனால் ஐ.டி.ஐ-ல சேர்ந்து படி. படிப்பு முடிச்சு வர்றப்ப வேலை

ரெடியா இருக்கும்'' என்றார்கள்.

எனக்கும் வேறு வழி தெரியவில்லை. மதுரை, பரமக்குடி ஐ.டி.ஐ-க்கெல்லாம் எழுதிப் போட்டேன். அப்போது ஒருவர் என்னை மதுரை ஐ.டி.ஐ-யில் சேர்த்துவிடுவதாகச் சொன்னார். நம்பி நானும் கிளம்பினேன்.

என் தோள் மீது கைபோட்டபடி, இனிக்க இனிக்கப் பேசிக்கொண்டு வந்தார். நான் என் சினிமா ஆசைகளைச் சொல்ல ஆரம்பிக்க, ''உன் அழகுக்கு கமலுகூட பக்கத்துல நிக்க முடியாதுப்பா. நீ எம்புட்டு செகப்பா இருக்கே. உன்னையெல்லாம் சினிமாக்காரன் பாத்தா கொத்திட்டுப் போயிருவான்' எனச் செல்லமாகப் பேசிக்கொண்டே வந்தார்.

ஐ.டி.ஐ-க்கு போய்ச் சேரும்போதே மாலை ஆறு மணி. மறுநாள் காலையில்தான் பிரின்சிபாலைப் பார்க்க முடியும் என்றார்கள். 'சரி, வந்ததுதேன் வந்துட்டம், இங்க திருமங்கலத்துக்குப் பக்கத்துலதேன் என் வீடு, ராத்திரிக்குத் தங்கிட்டு, காலையில ஐ.டி.ஐ-யில் சீட்டு வாங்கிட்டுக் கெளம்பிருவம்'' என்றவர், என்னை முதலில் சினிமாவுக்கு அழைத்துப் போனார். 'முரட்டுக் காளை' படம். 'பொதுவாக எம் மனசு தங்கம், ஒரு போட்டியின்னு வந்து விட்டா சிங்கம்'' எனப் பட்டையக் கிளப்பினார் சூப்பர் ஸ்டார். படம் முடிந்ததும் வெளியே கூட்டி வந்து பரோட்டா வாங்கித் தந்தார்.

'ராத்திரிக்கு தங்கிட்டு விடியக் கெளம்பிரலாம்'' என்று மதுரை திருமங்கலத்துக்கு வெளியே கூட்டிக்கொண்டு போனார். இருளோடிக் கிடந்தது பெயர் தெரியாத அந்தக் கிராமம்

ஏதோ ஒரு பழைய வீடு. கதவைத் திறந்து உள்ளே போனால்,

மின்சார வசதியே கிடையாது. ஒரு சின்ன சிம்னி விளக்கைச் சிரமப்பட்டு ஏற்றினார். பாய் தலையணை தந்து படுக்கச் சொன்னார். கசகசவென வியர்வை வழிய உறங்கிப்போனேன்.

நள்ளிரவில் என் மேல் ஏதோ ஊர்ந்தது. பூச்சியோ பூரானோ எனப் பதறி எழப்போகும்போது பளீரென உறைத்தது. அது பூச்சியும் அல்ல, பூரானும் அல்ல முரட்டு விரல்கள்!

அலறி எழப் பார்த்த என்னை அப்படியே அமுக்கினான். இருட்டில் நிதானம் புரிபடாத நான் மடேர் மடேரென அவனை அடித்தேன் கூச்சலிட்டேன். ''ந்தா இர்றா, சும்மா இரு'' என்று என்னை இன்னும் இறுக்கமாக இழுத்தான். உடம்பெல்லாம் நடுங்கியது. அவனை பலங்கொண்ட மட்டும் அடித்துத் தள்ளிவிட்டு, என் சர்ட்டிஃபிகேட் இருந்த ஃபைலை அள்ளிக்கொண்டு தட்டுத் தடுமாறி இருளில் ஓட ஆரம்பித்தேன்.

என் பின்னால் அவன் குரல் கேட்டது. 'எங்கடீ போயிருவ இந்த இருட்ல?'

பச்சைக் கிளி

நினைக்க நினைக்கக் கசப்பு வழிகிறது இன்றும் எனக்குள்!

உயிருக்குப் பயந்து ஓடிய கதைகள் நிறைய அறிவேன். ஆனால், மானத்தைக் காக்க ஒரு மனிதன் ஓடுவது எப்படி இருக்கும் என்பதை நான் உணர்ந்த தினம்... அன்று! இருளில் முள் செடிகளுக்குள் தட்டுத் தடுமாறி விழுந்து எழுந்து ஓடி, மதுரை செல்லும் பேருந்தில் ஏறி, ஜன்னலோர சீட்டில் அமர்ந்த பிறகும் அதிர்ச்சியில் துடி துடித்துக்கொண்டு இருந்தது என் இதயம். மனித மனசின் ஒரு மூலையில் ஒளிந்திருக்கிற வக்கிரங்கள், வாய்ப்பு தேடித்தான் காத்திருக்கின்றனவோ?

எதிர்க்காற்று என் தலை கலைக்கக் கலைக்க, என்னையுமறியாமல் தூங்கிப்போனேன்.

ஊரில் யாரிடமும் எதுவும் சொல்லாமல் திரிந்த எனக்கு திடீர் இன்ப அதிர்ச்சியாக வந்தது ஒரு கடிதம். தானாகவே கிடைத்துவிட்டது ஐ.டி.ஐ. அட்மிஷன்!

மதுரை கே.புதூரில் இருந்தது ஐ.டி.ஐ. இயந்திரங்களை இழைக்கிற 'மெஷினிஸ்ட்' படிப்பு காக்கிச் சட்டை பெல்ஸ்தான் யூனிஃபார்ம்.

வீட்டிலிருந்து வந்து செல்ல முடியாது என்பதால், பக்கத்திலேயே மூன்று மாவடியில் கவர்மென்ட் ஹாஸ்டலில் சேர்ந்தேன்!

காலையில் காக்கி யூனிஃபார்முடன் சைக்கிளில் வருவேன். ஐ.டி.ஐ.-க்கு எதிரே ஒரு கடையில் டீ குடித்த பிறகே உள்ளே போவேன். அப்படி ஒரு அதிகாலை 'புத்தம் புதுக் காலை, பொன்னிற வேளை...' - டீ கிளாஸை ஆட்டி ஆற்றி ருசிக்க ஆரம்பித்த நேரத்தில், சாலையில் மிதந்து வந்தது ஒரு சைக்கிள் ரிக்ஷா!

கிளிப்பச்சை தாவணி உடுத்திய ஒரு ஸ்கூல் கிளி. அப்போதுதான் பூத்த பூ போல இருந்தாள். நகர்வலம் வரும் அம்மன் போல மிளிர்ந்தாள். கடக்கும்போது 'யாரங்கே?' என்பது போல் சரேலென மின்னல் பார்வையில் என்னை வெட்டி வீழ்த்தினாள்.

சில பார்வை இதயம் கிழிக்கும், சில பார்வை உயிரைக் குடிக்கும்; ஒரே ஒரு பார்வையால் என் இதயம் உருவி 'டிவின்டிவின்டா' என உருமி மேளம் அடித்துப் போனாள். 'பச்சைக் கிளி.. சைக்கிள் ரிக்ஷா... முல்லைக் கொடி யாரோ?'

மாசம் 200 ரூபாய் எனக்கு வீட்டிலிருந்து வரும். சோப்பு, சீப்பு, சாப்பாடு, சினிமா எல்லாமே அதற்குள் தான். பக்கத்தில் ஒரு குடிசையில் அக்கவுண்ட் சாப்பாடு. ஹாஸ்டல் என்பது தங்குவதற்கு ஒரு பெரிய ஹால் அவ்வளவே. 150 பேர் இருப்போம். பாய்கள், தலையணைகள், டிரங்குப் பெட்டிகள். குறுக்கும் நெடுக்குமாய் கொடிக்கயிற்றில் அழுக்குத் துணிமணிகள். ஒரு மூலையில் டிரான்சிஸ்டர் பாடும். எவனோ ஒருவன் காய்ச்சலில் கிடப்பான். யாரோ மல்லுக்கட்டுவார்கள். ஏழெட்டுப் பேர் எதற்கோ சத்தமாகச் சிரிப்பார்கள். ஓரமாய் ஒருவன் கண்ணாடியில் தன்னைத் தானே காதலிப்பான். பீடி, சிகரெட் வாசம் பரவும். களேபரமாய் இருக்கும் ஹாஸ்டல்!

தினம்தினம் ரிக்ஷாவுக்காகக் காத்திருப்பேன். அபூர்வமாய் ஒரு நாள் ஜில்லெனப் பார்ப்பாள். பல நாட்கள் தாவணி உடுத்திய ஜென் குரு போல பாடப் புத்தகத்தைப் புரட்டியபடியே போவாள். என்னைத்தான் பார்க்கிறாளா இல்லை எல்லாமே பிரமைதானா? ஒரு மண்ணும் புரியாது. ஆனாலும் பார்ப்பது சுகம். அடுத்தடுத்த நாட்களில், சைக்கிளில் பின்தொடர ஆரம்பித்தேன். பல்லக்கில் பவனி செல்கிற மகாராணி போல, மதுரையின் மக்களை தன் விழிகளால் விசாரித்தபடி அவள் செல்கிற அழகு இன்னும் இருக்கிறது சித்திரமாய், நெஞ்சுக்குள் பத்திரமாய்!

சில நேரங்களில் தற்செயலாக என்னைப் பார்ப்பவள், 'யாரிவன் ராஜகுமாரன்?' என்பதாகத் திடுக்கிடுவாள். தற்செயல்கள் தொடரவே, சில நாட்களுக்குப் பிறகு ரிக்ஷாவைக் காணவில்லை .

டபடபடபவென புல்லட் சத்தம்!

35 டிகிரி சாய்மானத்தில் ஸ்டைலாக நின்றிருந்த நான், திரும்பிப் பார்த்தால், புல்லட்டில் ஒரு கருப்பசாமிக்குப் பின்னால், என் தாவணிப் பறவை. அதிரும் இதயத்துடன் புல்லட்டை சைக்கிளில் துரத்த ஆரம்பித்தேன். தினம் தினம் சேஸிங்!

டீக் கடையில் காத்திருக்கும் நேரத்தில், கடக்கிற ஒவ்வொரு பெண்ணையும் கண்களாலேயே சுளுக்கெடுத்துத்தான் அனுப்பிவைப்பார்கள் நண்பர்கள்.

லட்சணமாய் ஒரு பெரியம்மா போனால்கூட, 'வயசுல எப்பிடி இருந்திருக்கும்!'' என்பார்கள். என்னென்னவோ வர்ணிப்பார்கள். ஒரு நாள் 'ஏண்டா புல்லட் ஓட்றது கஷ்டமா?' என்பது மாதிரி ஆரம்பித்தது பேச்சு. அவர்கள் பேசியது நிச்சயம் புல்லட் பற்றி அல்ல என்றதும் எனக்குக் கொதிக்க ஆரம்பித்தது. 'அது ஒண்ணும் அவ்ளோ சிரமமில்ல

மச்சான். இதுல விஷயம் என்னன்னா, புல்லட் மொதல்ல நமக்குப் பழகணும். அப்புறம் புல்லட்டுக்கு நாம பழகணும்'' என்ற ரீதியில் இன்னொருவன் விவரங்கள் சொல்ல ஆரம்பிக்க, 'இதோட நிறுத்திக்க, இல்லேன்னா மரியாதை கெட்ரும்' என நான் எகிற, ரசாபாசமானதில், என் காதல், பிரபலமாகிவிட்டது.

அவளுக்காக நான் நிறைய கடிதங்கள் எழுதினேன். தீபாவளி, பொங்கல், புது வருஷம் என்று கிரீட்டிங் கார்டுகள் வாங்கினேன். எதையும் நேரில் கொடுக்கத் தைரியம் வந்ததில்லை. ஒரு வார்த்தை பேச, ஒரு வருஷம் அல்ல. இரண்டு வருஷம் முடியப்போகும் நேரத்திலும் எனக்குத் தைரியம் மட்டும் வரவே இல்லை.

ஐ.டி.ஐ. படிப்பு முடியும் நாள்... இன்று எப்படியாவது சொல்லிவிட வேண்டும் என்று வேதனையோடும் வேகத்தோடும் இருந்தேன். நண்பர்களும் எக்கச்சக்கமாய் உசுப்பேற்றி இருந்தனர். சாயங்காலமாய் அவள் டைப் ரைட்டிங் படிக்கும் இன்ஸ்டிடியூட் அருகே காத்திருந்தேன். சுருட்டிய வெள்ளை பேப்பருடன் வெளியே வந்தாள். வழியில் ஒரு சிறு பாலம் இருக்கும். இருவரும் மெள்ளக் கடக்கிறோம். அப்போதும் வார்த்தை வரவில்லை. 'பாவி மகனே, உன் வாழ்க்கை போகிறதடா!' என என் இதயம் கதற, அவளைப் பேர் சொல்லிக் கூப்பிட்டேன் ''யெஸ்' எனத் திரும்பி என் கண்கள் பார்த்தாள்.

'இல்ல. வந்து... என்னை என்னை நீ புரிஞ்சுக்கவே மாட்டியா?' என்றேன். ''வாட்?'' என்றாள் முறைப்பாக. 'நா ஐ லவ் யூ. உன்னை உயிருக்குயிராக் காதலிக்கிறேன். நீ இல்லேன்னா செத்திருவேன் தெரியுமா?' என்றதும், 'போ, செத்துப் போ!' என்றாள். அதிர்ச்சியாகி, 'ஏ, ஒம் பின்னால ரெண்டு வருஷமா தினம் தினம் வந்தேன்ல?'' என்றேன். 'உதை வாங்கப் போறே ராஸ்கல். என்ன நினைச்சுட்டிருக்க

உன் மனசுல? என் ரிக்ஷா பின்னாடி நீ ஃபாலோ பண்றேன்னுதான் நான் எங்க டாடியோட புல்லட்ல ஸ்கூல் போக ஆரம்பிச்சேன். நீ அப்பவும் துரத்தினே. அப்பவே எங்க டாடிட்ட சொல்லியிருந்தேன், உதை வாங்கியிருப்பே. பாவம்னு விட்டா, ஐ லவ் யூவா சொல்றே? இடியட்!'' என்று அவள் வெடிக்க, கிறுகிறுவென எனக்குச் சுற்ற ஆரம்பித்தது.

'ஒனக்காக எத்தனை லெட்டரு, எத்தனை கிரீட்டிங் கார்டு வாங்கினேன். ஒனக்கு எக்ஸாம் நடந்தப்போ கோயில்ல போய் சாமியெல்லாம் கும்பிட்டேன் தெரியுமா?'' என்றேன் தழுதழுப்பாக. 'நான்சென்ஸ்! போ, அதே கோயிலுக்குப் போய் 'நல்ல புத்தி குடு சாமி'னு வேண்டிக்கோ. படிக்கிற வயசுல படிக்கப் பாரு. நல்ல மார்க் வாங்கணும், நல்ல வேலைக்குப் போகணும்னு வேண்டிக்கோ. இப்பிடி கேர்ள்ஸ் பின்னாடி அலையாதே' என்றாள் எரிச்சலான குரலில் ''இல்லே, நீன்னா எனக்கு உசிரு' என நான் சொல்ல, ''இன்னொரு வார்த்தை ஏதாவது பேசினே...?' என விரல் சொடுக்கி அவள் எச்சரிக்க ஆரம்பிக்க, சாலையில் போய்க்கொண்டு இருந்த ஒருவர் ''என்ன பாப்பா எதுனா பிரச்னையா?'' என்று அருகே வந்தார். ''இல்லே அங்கிள், தாங்க்ஸ்'' என்றவள், ''கெட் லாஸ்ட்'' என்றாள்.

அந்த இரவு அழுதேன் பாருங்கள்... டிரங்குப் பெட்டியில் கிடந்த அத்தனை கடிதங்களையும் கொட்டி குமுறிக் குமுறி அழுதேன். ''விடுறா, போயிட்டுப் போறா. எல்லாம் பணக்காரத் திமிரு! இவளுக்கு ஒன்னைவிட ஒருத்தன் கிடைச்சிருவானாடா?' என நண்பர்கள் ஆறுதல் சொன்னார்கள். ஆனால், அன்று இரவு என் டிரங்குப் பெட்டியுடன் படிப்பு முடிந்து நான் வீட்டுக்கு பஸ்ஸில் போகும் போது, தோன்றியது. அவள் சொன்னதுதான் சரி!

''எஞ்சீனியராகிட்டான் எம் பேரன்!'' என்று வீடுவீடாக நோட்டீஸ் வீசாத குறையாகச் சொல்லிவந்தது அம்மாச்சி. ''அம்மாச்சி, அண்ணன்

இஞ்சீனியரிங் படிக்கலை, ஐ.டி ஐ-தான் படிச்சிருக்கு‘ என்றாள் வனிதா. ‘அட விடு கழுத, எல்லாம் ஒண்ணுதேன்’’ என்றது அம்மாச்சி. அது பெருமை, அதுக்கு! வேலை அவ்வளவு சீக்கிரம் கிடைக்கவில்லை. சென்னைக்குப் போனால், நிச்சயம் நல்ல வேலை கிடைக்கும் என்றார்கள். என்னை சென்னையும், சென்னையை நானும் விடுவதாக இல்லை!

சென்னையில் அப்பா தியேட்டர் மாறி இருந்தார். முரளி கிருஷ்ணாவில் இருந்து ரெட் ஹில்ஸ் பக்கம் அம்பிகா தியேட்டரில் ஆபரேட்டராகச் சேர்ந்திருந்தார். ரெட் ஹில்ஸ் என்பது சென்னை என்றுதான் பெயரே தவிர, அது 50 கி.மீ. தள்ளி இருந்தது. அப்பாவும் நானும் ஒரு அறை வாடகைக்கு எடுத்தோம். மண்ணெண்ணெய் ஸ்டவ், நாலைந்து பாத்திரங்கள். அவசரத்துக்கு நாங்களே சமையல் செய்வோம். அன்புக்கு பக்கத்து வீடுகளில் குழம்பு தருவார்கள். ரெட் ஹில்ஸ் பக்கம் மீன் ரொம்ப விசேஷம். வீட்டுக்கு வீடு மீன் வாசம்!

எனக்கு புழலில் ரேடியேட்டர் கம்பெனியில் வேலை கிடைத்தது. இந்த முறை 750 ரூபாய் சம்பளம். காருக்கான ரேடியேட்டர்கள் தயாரிக்கிற இடம்.

கோர் என்பார்கள். காப்பர் பிளேட்டுகளில் சில்வர் டியூபுகளைச் செருக வேண்டும். ஒரு பிளேட்டுக்கு 90 டியூப். ஒரு நாளைக்கு 10 கோராவது போட வேண்டும். கடினமான வேலை, கவனமான வேலை. முதல் மாசசசமபளம வாங்கும் நாளில், மனசுக்குள் என்னென்னவோ ஓட்டம். கோர்களை அள்ளும்போது அது கைநழுவிக் கிழித்து கையெல்லாம் வரிவரியாய்க் கிழித்து ரத்தச் சகதியாகிவிட்டேன். அங்கேயே முதலுதவி பார்த்து அனுப்பி வைத்தார்கள். ‘‘இம்புட்டுக் கஷ்டப்பட்டு நீ வேலை பாக்க வேணாம்ப்பா‘ எனப் பதறி விட்டார்

அப்பா. நான் பெருமையாக என் சம்பளப் பணத்தை எடுத்து நீட்டினேன். பவ்யமாக வாங்கிய அப்பா, 'முதல்ல இதுல ஒரு பத்து ரூபாய கோயில் உண்டியல்ல போட்ருப்பா. ஐந்நூறு ரூபாயை ஊருக்கு அனுப்பிரலாம். மிச்சத்த எதுனா சட்ட துணிமணி வாங்குறதுக்கு வெச்சுக்க" என்றார். "வாங்கப்பா" என்று அவரை வெளியே கூட்டிப் போய், ஓட்டலில் சாப்பாடு வாங்கிக் கொடுத்து, ஒரு புதுச்சட்டை வாங்கித் தந்து அழைத்து வந்தபோது, அவர் முகத்தில் அப்படி ஒரு சந்தோஷம்.

நானும் அப்பாவும் நண்பர்களானோம். என்னைத் தியேட்டருக்கு கூட்டிப் போவார். மணிக்கணக்கில் கதை பேசுவோம். தயங்கித் தயங்கி என் காதல் கதைகளை ஏறக்குறைய விவரித்துவிட்டேன். 'வயசுல அதெல்லாம் கடந்துதானப்பா வரணும்" என்று சிரித்தார். 'எனக்கு சினிமாவில் நடிக்கணும்னு ஆசைப்பா" என்றேன். "எனக்கு கூடத்தான் ஆசை" என்று சிரித்தார்.

'நமக்கு வேற ஒண்ணும் தேவையில்லப்பா ரமாவுக்கும் வனிதாவுக்கும் காலாகாலத்துல கல்யாணத்தை முடிச்சுப்பிடணும். கடன் தொந்தரவு இல்லாம இருக்கணும், அது மட்டும்தேன்' என்றார். "உன் ஆசை என்னவோ அது முடியுமான்னு பார்த்துக்கோ. என்னா, எடுத்து வெக்கிற அடி ஒவ்வொண்ணும் முன்னுக்க இருக்கணும், வேறென்னப்பா!" என்று என் சினிமா ஆசையை அவர் அங்கீகரித்தார். இப்படியே கழிந்தது ஒரு வருடம்.

ஒரு நாள் அப்பாவிடம் நான்தான் சொன்னேன்.. "ஏம்ப்பா, நாம ரெண்டு பேரும் இங்க கெடக்கிறோம், அங்க ஆளு தொண இல்லாம அம்மாச்சி, அம்மா, தங்கச்சிக இருக்காக பேசாம நீங்க ஊருக்குத் திரும்பிப் போயிட்டா என்ன?'

எழுந்து அமர்ந்தார் அப்பா. - ''என்னப்பா சொல்றே?'

'ஆமாம்ப்பா, இங்க நாம வாங்குற சம்பளம் நம்ம சாப்பாட்டுக்கும் செலவுக்குமே சரியாப்போயிருது. மாசம் ஆயிரம் ரூபா தேத்தி மணியார்டர் அனுப்பவே முழி பிதுங்குது. நீங்க ஊருக்குப் போயிட்டீங்கன்னா, அங்கனயே வேலைக்கும் சேந்துக்கலாம். வீட்டுக்கும் துணையா இருக்கும். நா ஏதாச்சும் நல்ல வேலைக்குச் சேந்துட்டேன்னா, மிச்சம் பிடிச்சு அனுப்பிவெக்கிறேம்ப்பா!'

வேர்களை இலகுவாக்கி விழுதுகள் தாங்கிப் பிடிக்கும் தருணம் வந்துவிட்டதை அப்பாவும் உணர்ந்தார். மறுநாள் காலையில், 'அப்பா போயி தியேட்டர்ல சொல்லிட்டு வந்துர்றேம்ப்பா. சாயங்காலம் பாரீஸ்ல என்னைய பஸ் ஏத்திவிடுறியா சேரா!'' என்றார். மாலையில் நான் திரும்பி வந்தபோது, பெட்டியை இறுக்கக் கட்டி, ரெடியாக உட்கார்ந்திருந்தார் அப்பா.

பேருந்தில் ஏறுவதற்கு முன், சாலையோர கையேந்தி பவனில், இட்லிகள் சாப்பிட்டோம். 'பதினேழு ரூபா சார்'' என கடைக்காரர் சொல்ல, அப்பா பைசா தேடுவதற்குள், நான் இருபது ரூபாய் நோட்டை எடுத்து நீட்ட, வேட்டியில் கை துடைத்தபடி, என்னை அப்பா வெறித்துப் பார்த்தார்.

அப்பாவை அழைத்துச் செல்லக் காத்திருந்தார் திருவள்ளுவர். பஸ் படிக்கட்டில் ஏறியவர், 'சேரா, நான் ஒன்னய இந்த ஊருக்கு வரக்கூடாதுன்னு சொன்னவன். இன்னிக்கு நீ இங்க நின்னுக்கிட்டு எனக்கு டாட்டா காட்டுறல்ல!'' என்றார்.

எஞ்சின் இருமி உறும, புகைகக்கியபடி நகர்ந்தது பஸ். கண்ணுக்கெட்டிய நேரம் வரை டாட்டா காட்டிவிட்டு தளர்வாய் நடக்க ஆரம்பித்தேன்.

இதோ, தனி ஆளாய் நான் தலைநகரத்தில்!

தலைநகரம்

இந்தப் பக்கம் பெரியார், அந்தப் பக்கம் அண்ணா !

அப்பனும் அண்ணனும் சிலைகளாக எனக்குக் காவல் இருக்க, மவுண்ட் ரோட்டில் சிம்சன் கம்பெனியில் வேலைக்குச் சேர்ந்தேன். பயிற்சிப் பிரிவில் அப்ரன்டீஸ், மாசம் 300 ரூபாய் சம்பளம்!

திருவல்லிக்கேணி மேன்ஷனில் இடம்பிடித்தேன். அங்கே காற்றெல்லாம் ஆண்கள் வாசம். அது ஆண்கள் மட்டுமே அதிகமாக வாழும் பிரதேசம்.

''என்னண்ணே!' என்பான் மதுரைத் தம்பி. ''என்ன அண்ணாச்சீ!' என்பது நெல்லைத் தமிழ். ''ஏனுங்க!'' எனக் கொஞ்சுவது கோவை பிரதர். ''என்னப்பு!'' என்றால், செட்டி நாடு. ''எல மக்கா!'' என்பவன் நாஞ்சில் சகோதரன். ''என்ன மாப்ளே!' என்பது தஞ்சை நண்பன் என ஒரே கூட்டுக்குள் விதவிதமான தமிழ் வித்தியாசமான வாழ்க்கைப் பின்னணிகள்.

முக்குக்கு முக்கு கையேந்தி பவன்கள், முட்டுச் சந்துக்களில் மெஸ்கள். தொட்டுவிடும் தூரத்தில் மவுண்ட் ரோடு. பத்து நிமிஷ நடையில், மணல் பாய் விரித்த மெரீனா கடற்கரை.

திருவல்லிக்கேணியை பிரமச்சாரிகளின் சொர்க்கம் என்பார்கள். நிஜம்!

சிம்சனில் எனக்குப் பிடித்தது கேன்டீன்!

3 பைசாவுக்கு டீ, 5 பைசா தந்தால் சூடான வெண்பொங்கல், 25 பைசா எடுத்துப்போட்டால் முழுச் சாப்பாடே கிடைக்கும். 25 ரூபாய் இருந்தால் ஒரு மாசத்துக்குப் போதும் சீனியர்கள் சிலரிடம் இலவச டோக்கன்கள் வாங்கி, நான் ஆசை ஆசையாகச் சாப்பிடும் ஆர்வத்தையும் வேகத்தையும் பார்த்து, நெகிழ்ந்து எனக்கு நெருக்கமான நண்பர்கள் நிறைய. அப்படி எனக்கு அறிமுகமான ஒருவர் கமலநாதன். என்னைப் போல ஊருவிட்டு ஊரு வந்து உழைக்கிற சின்னப் பையன்களை, தன் வீட்டுக்கு அழைத்து தீபாவளி, பொங்கல் மாதிரி திருநாட்களில் சாப்பாடு போடுவார். காரணமும் சொல்வார். ‘ஒங்கள மாதிரி வந்தவன்தாம்ப்பா நானும். பண்டிகை நாளுனா, இங்க எல்லா ஓட்டலும் லீவு விட்ருவாங்க. இவ்ளோ பெரிய ஊர்ல ஒரு வாய்ச் சோத்துக்கு எங்கே போறதுனு புரியாம நிக்கிறப்ப ஒவ்வொருத்தன் மனசும் எப்படிப் பொங்கும்னு எனக்கும் தெரியும்ப்பா!‘ என்பார். மறக்க முடியாத ஈர இதயம்!

மேன்ஷன் வாடகை 150 ரூபாய். 50 ரூபாய் என் செலவுக்கு. மிச்சம் பிடித்து, மாசாமாசம் 100 ரூபாய் வீட்டுக்கு மணியார்டர் அனுப்பி விடுவேன். அந்தத் தாளின் கீழே இரண்டு வரிகள் மட்டுமே எழுத இருக்கும் இடத்தில், பழையூர்பட்டி வாழ் மக்கள் அத்தனை பேரின் நலத்தையும் விசாரித்து எழுதுவதில், நான் மணியார்டர் திருவள்ளுவர்!

அண்ணா சிலையின் கீழே இருக்கும் 'சப்- வே' ஆச்சர்யமும் அதிர்ச்சியுமான நிழல் உலகம். பிச்சைக்காரர்கள் ஒதுங்கிக்கிடப் பார்கள். போதையில் சிலர் கிடப்பார்கள். சிறுசிறு குற்றங்கள் எழுதிய முகங்களுடன் சிலர் முறைப்பார்கள். இருக்கிற சேலையை

இறுக்கிக்கட்டி எடுப்பாக நிற்கும் சில பெண்கள், ''அய்யே, என்னா பாக்குறே?'' எனச் சுண்டி இழுப்பார்கள். எப்போது அந்த சப்-வேக்குள் இறங்கினாலும் ஆர்வமும் அச்சமும் சரிபாதியாக என்னைத் தாக்கும்.

சாந்தி, தேவி தியேட்டர் பக்கம் மாலை நேரங்களில் நிற்போம். சுவாசித்தறியாத நறுமணங்கள், பார்த்தறியாத அழகுப் பெண்கள், வியப்பூட்டும் ஹை ஹீல்ஸ் பாதங்கள், கூச்சம்கொள்ளச் செய்யும் சிரிப்புகள், சிணுங்கல்கள் என சைட் அடிப்பதும் ஒருவகையில் யோகாதானோ?

சினிமா பார்க்க கூட்டம் கூட்டமாக... குடும்பம் குடும்பமாக தேவதைப் பெண்கள் வருவார்கள். அவள் யார் தெரியாது, பேர் தெரியாது, ஊர் உறவு எதுவும் தெரியாது. கடக்கிற விநாடிகளில் கவர்வாள். அந்த ஒரு தருணம், அவள் மட்டுமே நம் உலகம் நிறைப்பாள். பரவசத்தில் துள்ளும் மனம். சில விநாடிகளே என்றாலும், ஒவ்வொரு நொடியும் ஒரு யுகம்!

பக்கத்தில் ஒரு கட்டடத்தில் 'ச்சில்ச்சில்ச்சில்' என இசை சிதறும்போது என் நண்பர்கள் திடீரெனப் பரபரப்பாவார்கள். தங்களுக்குள் சிரிப்பார்கள். சஸ்பென்ஸ் தாளாமல, ''எனனடா என்னமோ பாக்குறீங்க. நீங்களா சிரிச்சுக்கிறீங்க?'' என ஒரு நாள் கேட்டேன். 'டேய், நெஜமாவே தெரியாதாடா உனக்கு?' என அவர்கள் சொல்லச்சொல்ல. இன்ப அதிர்ச்சி.

'அந்த மாடி இருக்குல்ல மாப்ளே, அங்க காபரே டான்ஸ் நடக்குதுரா. சினிமாப் பாட்டா போட்டுவிட்டு கெளப்புவாய்ங்க டான்ஸு. கேரளா, ஆந்திரானு செம ஃபிகருங்க. அந்தா ஒரு ஜன்னல் இருக்குல்ல, அந்தப் பக்கம் அப்பப்போ கிராஸ் ஆவாளுங்க. மேக்கப்பும் ஜிகினா டிரெஸ்ஸுமா, அய்யய்யோ ஏன் கேக்குறே?'' என்றான் ஒருவன்

நான் ஆச்சர்யமாக அந்தக் கட்டடத்தைப் பார்த்தேன். ''போடா, சும்மா ரீல் விடாத!'' என்று சொல்லும்போதே, ஜன்னல் வழியே ஒரு பெண் கடந்தாள். 'டேய், ஆமாடா!' என்றேன் அதிர்ச்சியில் 'கேட்டுக்க, 75 ரூபா டிக்கெட்ரா. ஒரு நாளு நானும் எட்வினும் போயிட்டோம்ல. உள்ள இருட்டு, கலர்கலரா லைட்டு. சும்மா கும்கும்முனு இருக்காளுக. அவனவன் காசை வீசியெறியறான். ஒருத்தன் அப்படியே பத்து ரூபா நோட்டா விசிறியடிக்கிறான். ஹூம், பணக்காரனாப் பொறந்திருக்கணும்டா!' என்றான். எனக்கோ அந்தக் கட்டத்தைப் பார்ப்பதே பெரும் கிளர்ச்சியாக இருந்தது.

ஆண்டவன் வெச்சான் பாரு ஆப்பு!

சிம்சனில் கைரேகை ஜோசியம் சொல்வார் ஒரு அண்ணன். அவர் சொல்வது அப்படியே நடக்குமாம். நாங்கள் அவரிடம் கை நீட்டினோம். வேலை, கல்யாணம், பிள்ளைகள் எனப் பட்டியலிட்டு, ஒவ்வொருவனையும் கற்பனைத் தேரில் ஏற்றி ஊர்வலம் அனுப்பிக் கொண்டே இருந்தார். கடைசியாக எனது கை!

வலது கை, இடது கை என இரண்டையும் பார்த்தவர், சடாரெனத் தட்டிவிட்டு ''போப்பா!' என்றார். ''என்னண்ணே, ஒண்ணுமே சொல்லல'' என்றேன் புரியாமல். 'போடா, யார்ட்டயும் இனிமே கை காட்டாதே' என்றார். ''ஏண்ணே?' என்றேன் கலவரமாக. 'போப்பா'' என்று விரட்டினார். வருத்தத்துடன் விலகி வந்து விட்டேன். கமலநாதன் அவரிடம் ஏதோ பேசினார். அவர் என்ன சொன்னார் என்பதை, இவரும் என்னிடம் சொல்லவில்லை.

ஒரு நாள், என் வருத்தங்களை கமலநாதன் அண்ணனிடம் சொல்லிக்கொண்டு இருந்தபோது, 'மனுஷ வாழ்க்கையே கொஞ்ச காலம்தாண்டா, இருக்கிறவரைக்கும் சந்தோஷமா இருப்பம்டா''

சேரன் 147

என்றார். எனக்கு அன்றைக்குப் பார்த்த ஜோசியம் நினைவுக்கு வர, ‘‘ஏண்ணே , அவர் ஏண்ணே என் கையத் தட்டிவிட்டாரு?’’ என்றேன். ‘அதவிடு சேரா பெரிய பொல்லாத ஜோசியம், என்னமோ ஒன் கையில ஆயிள் ரேகை டப்புனு ரெண்டாப் பொளந்திருக்காம். நீ இம்புட்டு நாளு இருந்ததே அதிசயம். இன்னும் ஒரு வருஷம் இருந்தேன்னா, பெரிய அதிசயம்’னாருப்பா’’ என்றார். நான் சுக்கு நூறாய்ச் சிதறினேன். அய்யய்யோ, என் கதை முடியும் நேரமா இது?

அரண்டவன் கண்ணுக்கு இருண்டதெல்லாம் பேய் என்பார்களே, அப்படி ஆனது என் வாழ்க்கை. ஒரு ஸ்விட்ச் போடப்போனால், ஷாக்கடிக்குமோ எனப் பயம். ரோட்டில் மாடு போனால், முட்டிவிடுமோ எனப் பயம். ஒரு பஸ் வந்தால், என்னை இடித்துவிடுமோ எனப் பயம். நடுராத்திரியில் திடீர்திடீரெனத் தூக்கம் கெட்டு முழிப்பேன். என் எல்லா நிம்மதியும் போயிற்று. போதாக்குறைக்கு சிம்சனில், பயிற்சிக் காலம் முடிந்தது, வேலை கிடைக்கவில்லை. வாழ்க்கை ஒரு பெரும்பூதமாக என்னைப் பயமுறுத்தியது. இனி, சோறறுககு என்ன வழி?

அரிஞ்சிக்கரையில் சண்முகம் மாமா வீட்டுக்கு பெட்டியைத் தூக்கிக்கொண்டு ஓடினேன். மாமாவும் சுசீலா அத்தையும் என்னைத் தங்களின் முதல் பிள்ளையாகப் பார்த்துக்கொண்டவர்கள்.

அங்கேயே தங்கினேன். விடிந்து எழுந்தால், சைக்கிளில் கிண்டி, அம்பத்தூர் எனத் தொழிற்பேட்டைகள் பக்கம் போவேன். சென்னையில் தமிழக அரசின் தலைமைச் செயலகம் தவிர மற்ற எல்லா வாசல்களும் ஏறி இறங்கினேன். மனம் வெறுத்துப்போய், புழுக்கத்துடன் அலைவேன்.

இடையிடையே ஏவி.எம், பிரசாத், விஜயவாகினி போன்ற ஸ்டுடியோக்களுக்குள் நுழைய முயற்சிப்பேன். 'சேரன்னு ஒருத்தன் வருவான், அவன உள்ளே விட்டேன்னா, எங்க பொழப்பெல்லாம் போயிரும்ப்பா' என ரஜினியும் கமலும் ஏற்கெனவே சொல்லி வைத்திருப்பார்களோ என ஒரு சந்தேகம். என்னையும் சைக்கிளையும் பார்த்ததுமே, நிறுத்தி விடுவார்கள் வாட்ச்மேன்கள்!

ஒரு நாள் சாப்பிடும்போது, சண்முகம் மாமா கேட்டார். 'அப்புறம் என்ன பண்றதா உத்தேசம்?'' என்னிடம் பதிலே இல்லை. மௌனமாகத் தலை கவிழ்ந்திருந்தேன்.

'இந்தா பாருப்பா, நான் கூலிக்காரனா இந்த ஊருக்குள்ள வந்தவனப்பா. தட்டுத் தடுமாறி ஒரு இடத்துல கணக்குப் பிள்ளையா ஒக்காந்தேன். ஒழைக்கச் சலிச்சதில்ல. வாயக்கட்டி வயித்தக்கட்டி, விசுவாசம்னா அப்படி ஒரு விசுவாசம். நான் திங்கிற ஒவ்வொரு பருக்கைச் சோறும் என் மொதலாளி குடுத்ததுனு நன்றியோட நினைச்சுப்பேன்.

ஆனா, ஒரு வாய்ப்பு வந்துச்சு. அங்க இங்கனு பொரட்டி ஒரு லாரி வாங்கினேன். ராப்பகலா ஒரே சிந்தனையாக் கெடந்து, கடன அடைச்சதுக்கு அப்புறந்தேன், நல்ல சட்டை துணிமணியே உடுத்த ஆரம்பிச்சேன். இப்ப ரெண்டு லாரி ஓடுது. ஆனா, மனசுக்குள்ள இன்னமும் நான் முதலாளி கெடையாது. அதே கூலிக்காரப் பயதான். இப்ப நீ என்ன பண்ணப்போறே சொல்லு?'' என்றார். கலைஞனாகத் தவித்த எனக்கு, என்னை மனிதனாக்கப் பார்த்த மாமாவின் மனசு அப்போது புரியவில்லை .

எம்.வி. எஞ்சீனியரிங் என்ற கம்பெனியில் வேலை கிடைத்தது. சாதாரண லேபர் வேலை. கஸ்தூரி அப்பத்தா என எங்களின் தூரத்துச்

சொந்தத்தின் வீடு தேடி விழுந்தடித்து ஓடினேன். தாய்க் கிழவி என்பார்களே, அப்படி ஒரு அப்பத்தா அது. சோமசுந்தரம் தாத்தாவும் சொக்கத் தங்கம்

ஒருகாலத்தில் அம்மாச்சி சொல்லும், ‘நாலு பக்கமும் திண்ணை வெச்சுக் கட்டுன வீடுப்பா நம்ம தாத்தன் வீடு. நம்ம திண்ணையில ஒக்காந்து சாப்பிடாதவுகளே கிடையாது. வீட்ல எப்ப ஒல வெச்சாலும் எச்சா ஏழெட்டுப் பேருக்குச் சேத்துச் சமைப்பாக. இன்னிக்கு நாதியத்துப் போயிட்டோம். ஆனா, செஞ்ச தர்மம் தலை காக்கும்டா சாமி!’’

தர்மம், தலைமுறைகளையும் காக்கும் என்பது உண்மை. எத்தனையெத்தனை கஷ்டம் இருந்தாலும், நான் சாப்பாட்டுக்கு மட்டும் கஷ்டப்பட்டதே இல்லை. இங்கே, கஸ்தூரி அப்பத்தா எனக்கும் சேர்த்து வடித்துக்கொட்டியது. மூன்று வருஷங்கள், என்னை ஒரு செல்லப் பிராணி போல பார்த்துக் கொண்ட குடும்பம் அது.

பல காலம் வேலை இல்லாமல் கிடந்தேன். சைக்கிளில் [illegible] தேடித் திரிந்த காலத்தை விட, சினிமா தேடி அலைந்ததுதான் நிறைய. திக்கேது திசையேது எனப் புரியாமல, அரை மயக்க நிலையிலேயே சைக்கிள் மிதிப்பேன். சினிமாவை விட்டு வெகு தூரம் வெளியே திரிகிறேனே என்ற வருத்தம் என்னை அப்புகிற ஒவ்வொரு முறையும், என் அனுபவங்கள் ஒவ்வொன்றும் சினிமாவுக்காக நான் சேர்த்துவைக்கும் பொக்கிஷங்கள் என்பதை உணரவில்லை.

மயிலாப்பூர் பக்கம் போகும் போது, வெயிலுக்கு ஒதுங்கிய இடத்தில் ஏதோ ஒரு விழா. உள்ளே போனால், அது உடல் ஊனமுற்ற, பார்வையற்ற குழந்தைகளுக்கான விழா. வியர்வை வழியும் முகத்துடன் உள்ளே போன என்னை உலுக்கியது அந்தக் காட்சி.

விழிகள் இரண்டும் வெள்ளைப் படலங்களாக மிதக்கச் செல்லும் யாரோ ஒருவரைக் கடந்தாலே, எனக்கு மனசு நடுங்கும். அங்கேயோ பார்வை இல்லாத நூற்றுக்கணக்கான வெள்ளை விழிகள் காற்றுடனோ, கடவுளுடனோ பேசும் விழிகள்! விழாவுக்குச் சிறப்பு விருந்தினர்... கங்கை அமரன். நான் பார்த்த முதல் சினிமாக்காரர். உடல் ஊனமுற்று உள்ளத்திலும் சோர்வுற்ற குழந்தைகளை மகிழ்விக்க, அமரன் ஒரு பாடல் பாடினார். 'இன்றைக்கு ஏனிந்த ஆனந்தமே? இன்பத்தில் ஆடிடும் என் மனமே! கனவுகளின் சுயம்வரமோ? கண் திறந்தால் சுகம் வருமோ?' அந்த ஒரு வரி கேட்டதும், அரங்கத்திலிருந்த அத்தனை விழிகளும் வெள்ளை தீபங்களாக ஜொலித்த அந்தக் காட்சி என்னைக் கலங்கடித்து, கண்ணீர் வழியவைத்தது.

ஒரு பாடல், ஒரு வார்த்தை, ஒரு கனவு, ஒரு ஆறுதல், ஒரு நம்பிக்கை... அடடா, எத்தனையெத்தனை வல்லமை கொண்டது சினிமா! என் வாழ்வில் நான் ஆட்டோகிராஃப் வாங்கிய முதல் மனிதரும் ஒரே மனிதரும் கங்கை அமரன் அவர்கள்தான்.

எத்தனையோ ஆண்டுகளுக்குப் பிறகு என் ஆட்டோகிராஃப்' படத்தில், 'ஒவ்வொரு பூக்களுமே' என நம்பிக்கை பேசும் பாடலாக வைத்ததும் அதே காட்சியைத்தான்!

க்ளிக்!

'நாய்க்கு வேலை இல்ல நிக்க நேரமில்ல!' என்று சிரிக்கும் அம்மாச்சி. நானும் அப்படியே!

சும்மா இருப்பது சுகம் இல்லை, பெருங்கொடுமை. ஊர் விழிக்கும் முன்பே சைக்கிள் மிதித்துக் கிளம்பி விடுவேன். ஏரியா ஏரியாவாகப் போய்க் கொண்டே இருப்பேன், சாலைகள் தீரும் வரை அல்லது சக்தி தீரும் வரை!

எந்த ஸ்டுடியோவுக்குள்ளும் என்னை அனுமதிக்க மறுத்தால், என்னதான் செய்வது?

வடபழனி வட்டாரங்களில் சைக்கிளில் வலம் வருவேன். சரேலென என்னைக் கடக்கிற ஏதோ ஒரு கார், மெள்ள ரிவர்ஸில் வரும். கறுப்புக் கண்ணாடியை இறக்கிப் பார்க்கிற யாரோ ஒரு டைரக்டர் 'ஹீரோ கிடைச்சுட்டாம்ப்பா!' என என்னைக் கொத்திக்கொண்டு போகிற வாய்ப்பு உண்டு என மனசார நம்பினேன். வாய்ப்பு வரவில்லை, ஒரு கடிதம் வந்தது!

அம்மாச்சி சொல்லச் சொல்ல எழுதப்பட்ட கடிதம்...

பாப்பாத்தி கருப்பாயி துணை! என் அன்பு சேரனுக்கு, அம்மாச்சி

எழுதுவது. இங்கு நான், பாண்டி, கமலா, ரமா, வனிதா எல்லோரும் சுகம். அங்கே நீ எப்படி இருக்கிறாய்?

உன்னை நினைத்தால் அழுகை அழுகையாக வருகிறது. எஞ்சீனியர் வேலைக்குப் போயிருக்கான் என் பேரன் என்று எல்லோரிடமும் சொல்லி வைத்திருக்கிறேன். நீயோ, வேலையை விட்டுவிட்டு சினிமாவில் நடிக்கப் போறியாமே? நாடகம், சினிமா என்று நம் வீட்டில் பாண்டி கஷ்டப்பட்டது போதாதா?

நல்ல நாள், பண்டிகை வந்தால் கூட ஒரு வாய்ச் சோறு சாப்பிடத் தோன்றவில்லை. அங்கே எம் பேரன் சேரன் என்ன பண்ணுதோ? தின்றதோ, தூங்கியதோ என இங்கே அழுகிறோம்.

நீ இப்போதெல்லாம் காசு அனுப்புவதில்லை. இனியும் அனுப்ப வேண்டாம். உன் செலவுக்காவது நீ துட்டு வைத்திருக்கிறியா? தனியாளாக நீ என்ன கஷ்டப்படுகிறாய் எனத் தெரியாது. இங்கே எப்போதும் உன் பேச்சுதான்.

பாப்பாத்தி கருப்பாயி நம்மைக் கைவிட மாட்டாள். சேரனுக்கு மேலு காலு சுகத்தைக் குடு சாமி என்று எல்லோரும் கும்பிடுகிறோம்.' - என்ற ரீதியில் கடிதம்.

என் கஷ்டத்தைவிட, நான் கஷ்டப்படக் கூடாது என்ற கஷ்டம் சுமக்கும் என் குடும்பத்தின் வேதனை என்னை முடுக்கியது. உடனடித் தேவை ஒரு வேலை!

'சாந்தா ஃபேமிலி நீட்ஸ் கார்ப்பரேஷன்' என்ற கம்பெனியில் சேர்ந்தேன். ஏதோ பன்னாட்டு நிறுவனம் என நினைத்து விடாதீர்கள். ஏழை எளிய தமிழர்களுக்காக, தவணை முறையில் பிளாஸ்டிக் சேர், ஃபேன், அயன் பாக்ஸ், ரேடியோ விற்கும் கடை. என் வேலை பில்

கலெக்டர்!

வீடுவீடாகப் போய் ஆள் பிடித்து தினமும் 5 ரூபாய் வீதம் வசூலிக்க வேண்டும். முக்கித்தக்கி 50 ரூபாய் கட்டிவிட்டால், அவர்களுக்கு 200 ரூபாய் பெறுமானமுள்ள பொருள் தவணைக்குக் கிடைக்கும். மிச்சத் தொகையை தினம் தினம் 5 ரூபாய் வீதம் வசூல் செய்தாக வேண்டும். மாசம் 150 ரூபாய் சம்பளம். 'சம்பளத்துக்குப் பதிலா அயன் பாக்ஸ் வேணும்னாலும் வாங்கிக்க தம்பி' என்றார் அண்ணாச்சி. இந்தியத் திருநாட்டில் ஒரு இளைஞனுக்கு எத்தனைவிதமான சோதனைகள்!

அதிகாலையில் கிளம்பினால், இரவு 7 மணி வரை வசூல் வேட்டை. ரிக்ஷாக்காரர்கள், கூலித் தொழிலாளிகள் என குப்பத்து மக்கள் மத்தியில்தான் வேலை.

அய்யே, விடிஞ்சதும் வந்துக்கினு கூவுறியே, முடிஞ்சா வெச்சினுக்கீறோம்' என்பார்கள் சிலர். முந்தாநேத்து போன மனுஷன் எங்க போனான், இன்னா பண்ணானே தெர்லப்பா' என்பார்கள். 'டீ சாப்பிடேன்' என உபசரிப்பார்கள். போகிற நேரத்தில், சில வீட்டுத் தகராறுகளுக்கு நானே நாட்டாமையாக நிற்க வேண்டியிருக்கும். சிலர் வீட்டையே காலி பண்ணிப் போயிருப்பார்கள். ரொம்ப நீக்குப்போக்கான வேலை. புழுங்கிப் புழுங்கிப் புழங்கி தலைநகரத் தமிழனை 'டீல்' பண்ணும் வித்தை பழகிய காலம் அது!

வசூல் முடிந்து கடை திரும்ப இரவு 7 மணியாகும். 50 ரூபாய் கட்டிய சில கஸ்டமர்கள் காத்திருப்பார்கள். அவரவர் விருப்பத்துக்கு ரேடியோவோ, ஃபேனோ ஆசை ஆசையாக வாங்கிப் போவார்கள். மறுநாள் வசூலுக்குப் போகும்போது சம்பந்தப்பட்டவர்கள் குடிசையில் ரேடியோ பாடும். அந்த சங்கீதம் மனசுக்கு அவ்வளவு சுகமாக

இருக்கும். ஆனால், 150 ரூபாய் சம்பளம் என் வயிற்றுக்குப் போதுமானதாக இல்லை.

தவிர, அண்ணாச்சியும் என்னைப் புடம்போட்டுக் காய்ச்சினார். 'இது செல்லாத நோட்டு தம்பி. அதுனால உன் சம்பளத்துல அஞ்சு ரூபா பிடிச்சுக்கிறேன்' என்பார் வாரத்துக்கு ஒரு முறை செய்கூலி, சேதாரம் கழித்து, தங்கத் தம்பியாக இருக்க நான் தயாராக இல்லை. ஒரு மழைக் காலத்தில், சைதாப் பேட்டை பக்கம் கூவத்தில் தண்ணீர் தறிகெட்டுப் பாய்ந்து வந்தபோது, சைக்கிளில் சிக்கித் தடுமாறி கூவத்துக்குள் விழுந்து எழுந்தேன். கையிலிருந்த 35 ரூபாய், ரசீது நோட்டு எல்லாம் கோவிந்தோ, கோவிந்தோவ்!

செல்லாத நோட்டுக்கே என்னைச் செதுக்குகிற அண்ணாச்சி, இல்லாத நோட்டுக்களுக்கு என்ன செய்வாரோ என்ற பயம். சேரா, எஸ்கேப்!

கூடுவிட்டு கூடு பாயும் வேதாளம் போல வேலைவிட்டு வேறு வேலை தேடியதில், சிக்கினார் சிவாஜி!

'சிவாஜி ஃப்ளோரிங்' கம்பெனியில் சூப்பர்வைஸர் வேலை. அடடா, இதுவும் கார்ப்பரேட் கம்பெனியில் ஏ.சி. ரூமில் எக்ஸிகியூட்டிவ் உத்தியோகம் இல்லை. ஆங்காங்கே சில வீடுகளில் மொசைக் கற்கள் பதிக்கிற, பாலீஷ் போடுகிற வேலைக்கு நான் கண்காணிப்பு அதிகாரி. நாலைந்து இடங்களில் வேலை நடக்கும். அதிகாலையில் ஆட்களை ஆங்காங்கே பிரித்து அனுப்பி விட்டு, மாறி மாறி சைக்கிளில் பறந்து திரிந்து மேய்க்க வேண்டும்.

ஜப்பானியர்கள் தேநீர் அருந்துவதையே ஒரு தவம் போலச் செய்வார்களாமே. அப்படி பீடி பிடிப்பதை ஒரு யோகம் போலப்

பயில்வார்கள் நம் ஆட்கள். வெட்டி அரட்டையும், கேலிப் பேச்சுக்களுமாக நேரத்தை ஓட்டுவார்கள் சிலர். கிடைக்கிற சொற்பக் கூலியையும் விட்டுவிடக் கூடாதே என்று வேலைக்கு வந்துவிட்டு, உடம்புக்கு முடியாமல் சுருண்டு கிடப்பார்கள் சிலர். நம் அதிகாரத்துக்குட்பட்ட அளவில் அவர்களுக்குச் சலுகைகள் வழங்க வேண்டும். சாயங்காலம் சம்பளம் கொடுத்து அனுப்பிவிட்டு, மிச்சம் மீதி டைல்ஸ், பவுடர், மெஷின் எல்லாவற்றையும் ஆபீஸ் கொண்டுவந்து சேர்த்து கணக்கு முடிக்க வேண்டும்.

ஊருக்கு வந்த புதிதில் திரிந்த அப்பாவிப் பையன் இல்லை. இப்போது நான் கெஞ்சிக் கொஞ்சி, விரட்டி மிரட்டி வேலை வாங்கத் தெரிந்த கெட்டிக்காரன். அதாவது அப்படி நினைத்துக்கொண்டு இருந்தேன்.

ஒரு கட்டத்தில், கூலி உயர்வு கேட்டார்கள் தொழிலாளிகள். அவர்களின் முணுமுணுப்பு, குமுறலாகி, கொந்தளிப்பைத் தொட்டுவிட்ட நேரம். சேரனுக்குள் இருந்த சேகுவேரா விழித்துக் கொண்டான். நேரே முதலாளியிடம் போனேன்.

'எல்லாரும் சம்பளம் வேணும்னு கேக்கிறாங்க சார்' என்றேன்.

'அப்டியா? இப்ப குடுத்துட்டுதானே இருக்கோம்'' என்றார் கண்ணாடியை வேட்டியில் துடைத்தபடி ''இல்லீங்க, சம்பளம் கூடுதலா வேணும்னு.' என்ற என்னை நிமிர்ந்து பார்த்தார். 'அவங்க கேக்கிறதும் நியாயம்தாங்க' என்றேன் மறுபடியும். ''எப்பிடி?' என்றார் லேசான சிரிப்புடன்.

'எட்டு மணி நேர வேலைதான் பார்க்கலாம்னு சட்டம் சொல்லுது. ஆனா, நாம கெடுபிடியா வேலை வாங்குறோம்ங்க. அவங்க மணிக் கணக்கு பார்க்காம வேலை பாக்கிறாங்கன்னா, அதுக்குத்தக்கன

சம்பளம் கூட்டிக்குடுக்கிறது தானுங்களே சரி" என்றேன்.

'அப்டியா சொல்றே?' என்று கண்ணாடியை மாட்டியவர், 'சரி, நான் பார்த்துக்கிறேன், நீ கிளம்புப்பா' என்றார். புரியாமல், 'சார்!' என்றேன். 'கம்யூனிஸ்ட்டு, நக்சலைட்டுக்கெல்லாம் இங்க வேலை தர்றதில்லை. எனக்குக் கோபம் வர்றதுக்குள்ள போயிருடா" என லேசாக உறுமினார். அதிர்ச்சியும், அவமானமும், ஆச்சர்யமுமாக வெளியேறினேன். 'பாவம் தம்பி, எங்களுக்காகப் பேசப் போயி, உன் வேலை போயிருச்சேப்பா' என்றார்கள்.

எங்கோ தென்னாப்பிரிக்காவில் ரயில் பெட்டியைவிட்டு காந்தியை வெளியே தள்ளியதால்தானே இந்தியாவுக்கே சுதந்திரம் கிடைத்தது என்பதை, கம்பெனியை விட்டு என்னை வெளியேற்றியதுடன் ஒப்பிட்டுக் கொண்டேன். அதுவும், நக்சலைட் என்ற வார்த்தை எனக்கே சிலிர்ப்பாக இருந்தது. எல்லா இரவும் விடியுமாம், முதலில் இரவு எப்போது முடியும்?

சென்னைக்கு வந்து பழகியதில் சில நண்பர்கள் கிடைத்தார்கள். அதில் முக்கியமான சிலர், தயாளன், நடராஜன், சீனு என்ற புகைப்படக்காரர்கள். எஸ். என் போட்டோ ஸ்டுடியோ பக்கம் பொழுது போகாத நேரமெல்லாம் கிடப்பேன். அவ்வப்போது பாஸ்போர்ட், ஃபேமிலி போட்டோ எடுக்க யார் வந்தாலும், கூடமாட ஒத்தாசை செய்வேன். இப்போது தான் வேலை வேறு இல்லையே!

கல்யாண ஆர்டர்கள் வந்தால், சந்தோஷமாக போட்டோகிராஃபருடன் நானும் போய்விடுவேன். முக்கியமான காரணம், மூன்று வேளைச் சாப்பாடு. ஸ்வீட் கேசரியுடன் ஆரம்பிக்கும். டிஃபன் முதல், ஐஸ்க்ரீம் வரை நீளும் சாப்பாடு வரை கல்யாண உணவுக்கென்று ஒரு தனிச் சுவை இருக்கும்.

அப்பெர்ச்சர், ஷட்டர் ஸ்பீடு என சின்னச் சின்னதாகத் தொழில்நுட்பமும் கற்கத் துவங்கினேன். போட்டோகிராபர் சாப்பிடும்போது, திடீரென போட்டோ எடுக்கக் கூப்பிடுவார்கள். 'ஓடுறா, ஷட்டர் சிக்ஸ்ட்டீலதான் இருக்கு, அப்பெர்ச்சர் 5.6 வெச்சுக்க, ஃப்ளாஷ் ஆன் பண்ணிக்க' என்று என்னை விரட்டுவார்கள். ஆசை ஆசையாகப் படமெடுப்பேன்.

சமயத்தில் மணப்பெண்ணின் தோழிகள், தாவணிப் பெண்கள் எனச் சிக்கினால், கூட்டத்தில் அழகான பெண்ணை அழைத்து மத்தியில் நிறுத்தி, 'லேசா டௌன் பண்ணுங்க, ஸ்மைல் ப்ளீஸ்' என டெக்னிக்கல் உதார்விட்டு, ஓகே, ரெடி க்ளிக்' எனும்போது, டாப் கியரில் எகிறும் மனசு. சம்பளம் என்றெல்லாம் எதுவும் கிடையாது. ஸ்டுடியோவில் டீ, காபி, டிபன் என அவர்களுக்கு எது சொன்னாலும், எனக்கும் கிடைக்கும். இப்படியே போய்க்கொண்டு இருந்த வாழ்வில் ஒரு நாள் வானவில்!

அன்று பிஸியான முகூர்த்த நாள். எல்லோரும் வேலைக்குப் போய் விட்டார்கள். திடீரென ஒரு பிறந்த நாள் ஆர்டர். போட்டோ எடுக்க ஆள் இல்லை. 'ஏம்ப்பா நீ போயிட்டு வர்றியா?' என்றார் முதலாளி. நான் ஆவேசமாகத் தலையாட்டி எழுந்த வேகம், அவருக்குச் சந்தேகம் தர, 'தெரியும்ல'' என்றார் கேள்வியாக.

'அண்ணே, தெளிவா எடுப்பேண்ணே. ஷட்டர் 60, அப்பெர்ச்சர் 5.6 ணே'' என்றதும் ஒரு கேமரா வையும் 5 ஃபிலிம் ரோல்களையும் கொடுத்து அனுப்பினார். கையில் கேமரா கிடைத்ததும், எனக்கு சினிமா சிறகு முளைத்தது!

பூப் போட்ட கவுனில் பர்த் டே பாப்பா. சுருள்சுருளாய் வண்ணக் காகிதங்கள் ஊஞ்சலாடின. பொட்டு வைத்த பலூன்கள் கொத்துக்

கொத்தாய்க் காய்த்திருந்தன. டேப் ரிக்கார்டரில் மேற்கத்திய சங்கீதம். சரிபாதி அரை டிக்கெட்டுகள் நிரம்பிய விழா. மத்தியில் ஒரு மேஜை மீது மெழுகுவத்திகள் சிரிக்கும் வட்ட கேக்.

யாரோ ஒரு குட்டியின் பலூனை இன்னொருவன் டொப்பென உடைக்க, அது தன் உலகமே உடைந்து விட்டதாகத் தரையில் புரண்டு அழ க்ளிக். உடைத்த பையனை அவனது அம்மா நறுக்கென மண்டையில் கொட்ட, அவன் தன் பங்குக்கு அலற க்ளிக். மொத்தக் கூட்டமும் சமாதானப்படுத்தி, கேக் வெட்டத் துவங்குகையில் 'ஹேப்பி பர்த் டே டு யூ' க்ளிக். மெழுகுவத்தியை அணைக்க முடியாமல் பாப்பாவோடு, அம்மாவும் அப்பாவும் சேர்ந்து ஊத க்ளிக். நளினமாக வெட்ட வராமல், கேக்கைக் குதறியெடுத்து ஊட்ட முயன்று, மூக்கு மேலெல்லாம் ஒட்டிய கேக் க்ளிக் என என் கண்ணுக்குச் சிக்கின ஒவ்வொரு காட்சியையும் க்ளிக்கினேன்.

வந்து பிரின்ட் போடக் கொடுத்தேன். சாயங்காலம் எல்லா போட்டோ கிராபர்களும் சினிமாவுக்குக் கிளம்பினோம். அதுவும் பாக்யராஜின் தாவணிக் கனவுகள்! அட, அது அப்படியே என் கதை. சரிபாதி என் வாழ்க்கை மிச்சம் மீதி என் கனவு.

கிராமத்தில் நாலு தங்கச்சிகளுடன் பிறந்த பாக்யராஜ், சினிமாவில் சாதிக்கத் துடிக்கிற படம். நான் பட்ட, படாத கஷ்டங்களெல்லாம் பட்டு, கடைசியில் பாக்யராஜ் வெற்றிக்கொடி கட்டுகிற கதை. க்ளைமாக்ஸில் தன் தங்கச்சிகளுக்கு அவர் கல்யாணம் பண்ணிவைக்கிற காட்சியில் நான் அழுதே விட்டேன். அருமையான காதலி, ஆசைப்பட்ட சினிமா, ஆசிர்வதிக்கப்பட்ட வாழ்க்கை என எல்லாமே கிடைத்தது பாக்யராஜுக்கு.

சினிமாவை என்னை வேறு மாதிரியாகப் பார்க்கப் பழக்கியது பாக்யராஜின் படங்கள்தான். பாரதிராஜா, அவர் சிஷ்யன் பாக்யராஜ், அவரது சிஷ்யன் பாண்டியராஜன், பார்த்திபன் என தமிழ் சினிமாவில் வாழையடி வாழையாக வந்தது குருகுலம்!

ஒரு சினிமா இப்படியும் இருக்கலாம், இவர்களும் நடிக்கலாம், இந்த மாதிரியான கதைகளையும் சொல்லலாம் எனப் பழைய இலக்கணங்களையெல்லாம் சில்லுச்சில்லாகப் பெயர்த்தெறிந்த பிதாமகர்கள்!

சினிமாவில் நேரடியாக நடிப்பதை விட, டைரக்ஷன் கற்றுக்கொண்டு, பிறகு நாம் இயக்கும் படத்தில் நாமே ஹீரோவாகிவிடலாமே என அன்று இரவு சாப்பிடும்போது, எனக்குள் ஒரு விதை விழுந்தது.

இரவெல்லாம் திரைக் கனவுகள். ஒரு நாயகன் உதயமாகிறான் ஊரார்களின் இதயமாகிறான்' என பாக்யராஜின் ஜிகினாச் சட்டை மாட்டிக்கொண்டு நானும் ஆடினேன், பாடினேன்.

காலையில் அவசரமாக ஸ்டுடியோவுக்கு ஓடினால், செம கோபத்தில இருந்தார் முதலாளி ''மடையா மடையா, முட்டாப் பயலே! பர்த் டே போய் போட்டோ எடுடான்னா, என்னடா எடுத்திருக்கே? அழுறதும், சண்டை போடுறதும்னு. அஞ்சு ரோல் ஆர்டரைக் கரியாக்கிட்டியேடா. வரிசையா நிக்கவெச்சு அழகா எடுக்காம, இப்பிடியா ஒருத்தன் மூஞ்சியும் ஒழுங்காத் தெரியாம எடுப்பே. இப்ப பார்ட்டி வந்து திட்டப் போறான்'' என்று கடித்துத் துப்ப, நொறுங்கிப் போய் மூலையில் உட்கார்ந்தேன்.

பார்ட்டி வந்தார். அமைதியாக போட்டோ கவரை அவரிடம் கொடுத்துவிட்டு கணக்கு நோட்டைப் புரட்டுவது மாதிரி பாவ்லா

காட்டினார் முதலாளி. எனக்கோ இதயம் எஞ்சின் வேகத்தில் துடித்தது!

அவர் போட்டோவை எடுத்தார். முதல் போட்டோவைப் பார்த்தார். அடுத்த போட்டோவைப் பார்த்தவர் குபுக்கெனச் சிரித்தார். அடுத்த போட்டோவுக்கு "சூப்பர்" என்றார். 'சார்! போட்டோ எடுக்க வந்த பையன் எங்கே சார்?' என்றார். ஒளிந்து உட்கார்ந்திருந்த என்னைக் காட்டினார் முதலாளி.

'தம்பி, பிரமாதம்ப்பா. ஒவ்வொரு போட்டோவும் நேச்சுரலா எடுத்திருக்கே, சூப்பரா இருக்கு. எனக்கு இந்த பொம்மை மாதிரி போட்டோ எடுக்கிறது பிடிக்காது. வெரி குட்' என்று என் கையில் எக்ஸ்ட்ரா பத்து ரூபாயைத் திணித்தார். பரவசத்திலும் பதற்றத்திலும் நான் தயக்கமாய் முதலாளியைப் பார்த்தேன். 'வாங்கிக்க சேரா, சார் சந்தோஷமாத் தர்றாரு' என்றார் முதலாளி உற்சாகத்தில்.

"ரொம்ப தேங்க்ஸ் சார்!'

லலலாலலா ஒரு நாயகன் உதயமாகிறான்!

பிழைப்புக்கான நகரம்!

ஏக்கத்திலும் தூக்கத்திலும் துயரத்திலுமே முடிந்துவிடுவதில்லை வாழ்க்கை!

கண்ணதாசன் இன்று இருந்தால், ஒரு கிலோ ஸ்வீட், காரம் வாங்கிக்கொண்டு போய் அவர் காலில் விழுந்திருப்பேன்.

'நினைப்பதெல்லாம் நடந்துவிட்டால் தெய்வம் ஏதுமில்லை!' என்றார். அதற்காக, நினைத்தது எதுவுமே நடக்காவிட்டால்?

அவரே பதிலும் சொன்னார். 'நடந்ததையே நினைத்திருந்தால் அமைதி என்றுமில்லை!'

எலெக்ட்ரிக் பல்பு, ஏரோப்ளேனெல்லாம் ஏற்கெனவே கண்டுபிடித்துவிட்டதால் அமைதியாக இருக்கிறேனே தவிர, அடிப்படையில் நான் ஒரு ஐடியா பாண்டி!

ஏவி. எம். மாதிரி சினிமா ஸ்டுடியோவிலேயே சில நாட்கள் வேலை இருக்காது. எங்கள் போட்டோ ஸ்டுடியோவிலோ முகூர்த்த சீஸன் தவிர, மற்ற நாட்களெல்லாம் பாஸ்போர்ட் போட்டோ எடுக்க யாராவது வந்தால் தான் உண்டு. அதனாலென்ன அடுத்து என்ன செய்யலாம்?

காற்று வாங்க மெரீனா போனவன் கவிதை வாங்கி வராமல், ஸ்டுடியோவில் கேமரா வாங்கத் திரும்பி வந்தேன். கடற்கரையில் போட்டோ எடுக்கலாம் என்பது திட்டம்

கூட்டம் கூட்டமாக குடும்பம் குடும்பமாக வருபவர்களிடம் மிகப் பணிவான குரலில் கேன்வாஸ் பண்ணுவேன் ‘சார் போட்டோ ஃபேமிலி போட்டோ, கலர் போட்டோ ஹேப்பி மெமரி சார். ஒரு மேக்ஸி போட்டோ டொன்ட்டி ருபீஸ். ஃப்ரீ க்ளிக் சார். அட்ரஸ் குடுத்தா டோர் டெலிவரி. அப்ப கேஷ் குடுத்தா போதும் சார்!’’ - அலையில் விளையாடுவது, குதிரை சவாரி செய்வது, பலூனும் காத்தாடியுமாக நிற்பது என என் கையில் வைத்திருக்கிற சாம்பிள் போட்டோக்களைக் காட்டிக் கரைப்பேன். சில பேர் சம்மதிப்பார்கள். உள்ளூர் என்றால் அட்ரஸ் வாங்கிக்கொண்டு, க்ளிக் பண்ணுவேன். வெளியூர் என்றால், காசு கொடுத்தால் தபாலில் போட்டோ அனுப்பிவைப்பேன். சாயங்காலம் மூன்று மணிக்கு பீச்சுக்குப் போனால், ஆறு மணி வரை ‘சார் போட்டோ, கலர் போட்டோ, ஃபேமிலி போட்டோ!’’.

இரவு ஸ்டுடியோ திரும்பி, டெவலப் செய்து பிரின்ட் போட்டு, மறுநாள் காலையில் டோர் டெலிவரிக்குப் போவேன். சிலர் பரவசமாகி, ஐந்து ரூபாய் எக்ஸ்ட்ரா தந்து அனுப்புவார்கள். சில பேர் தந்த அட்ரஸே பொய்யாக இருக்கும். மதியம் வரை அலைந்துவிட்டு, மெரீனாவுக்கு மறுபடியும் ஓடுவேன். ‘‘சார் போட்டோ , கலர் போட்டோ, ஃபேமிலி போட்டோ !‘

சில நாட்கள் ரோல் தீரும். சில நாட்கள் சாப்பாட்டுக்குக் கூட துட்டு தேறாது. அமிஞ்சிக்கரை நோக்கி நடந்தே வருவேன். வாழ்க்கையில் வறுமைக் கோடு வரலாம். வறுமை ரோடே வந்தால்?

வழியில், பஸ் ஸ்டாப்களில் பார்வையற்றவர்கள் சில பேர் டோலாக்கு தட்டியபடி பாடுவார்கள்.

‘நெஞ்சிருக்கும் எங்களுக்கு

நாளை என்ற நாளிருக்கு

வாழ்ந்தே தீருவோம்.

எங்கே கால் போகும் போகவிடு,

முடிவைப் பார்த்துவிடு.

காலம் ஒரு நாள் கை கொடுக்கும்

அதுவரை பொறுத்துவிடு!’

எல்லா தெய்வங்களும் எனக்காக மாறு வேஷம் போட்டு வந்து பஸ் ஸ்டாப்பில் பாடுவது போலிருக்கும். கையில் இருக்கிற ஒரு ரூபாய், இரண்டு ரூபாயையும் காணிக்கையாகப் போட்டுவிட்டு நகர்வேன். ‘நாளை என்ற நாளிருக்கு , வாழ்ந்தே தீருவோம்!’’

பிழைப்புக்குச் சரியான நகரம் சென்னை !

உழைக்கத் தயாராக இருந்தால், உணவு நிச்சயம். தனக்கான வண்டி வரும் வரை காத்திருக்கிற புதியவர்கள்... தெருவோர டீக் கடைகள், கையேந்தி பவன்கள், கல்யாண சமையல் என்று சாப்பாடு சம்பந்தமான வேலைகளில்தான் முதலில் அதிகமாக நுழைவார்கள்.

இப்போதும் ஏதோ ஒரு ஓட்டலில் போய், ‘‘சார் வேலை வேணும்’’ என்று கேட்டால் மேலும் கீழும் பார்த்து பேர் ஊர் விசாரித்து விட்டு, ‘டேய் சந்திரா, பையனை உள்ள அனுப்பு. மாடி ரூம்ல குளிச்சுட்டு வேலையைப் பார்றா’’ என்று உடனே வேலை கிடைக்கும்.

செய்ய வேண்டிய வேலை அநேகமாக மூன்று பிரிவுகளில் அடங்கும். ஒன்று, டிரம் டிரம்மாகத் தண்ணீர் பிடித்து ஊற்றுவது, அல்லது எச்சில் இலைகள், டேபிள் க்ளீன் பண்ணி, தட்டுக்கள் கழுவிவைக்கிற வேலை. நறுக்கித் தர இருக்கவே இருக்கிறது கிலோ கணக்கில் வெங்காயம், காய்கறிகள்!

அதிகாலையில் ஆரம்பித்தால், நள்ளிரவு வரை நீளும் வேலை. மூன்று வேளைச் சோற்றுக்கு ஆசைப்பட்டால் சட்டை துணிமணியெல்லாம் அழுக்குப் பிடித்து, ஒரு அழுகல் வாசனை எந்நேரமும் இருக்கும்படி அழுக்கில் உடம்பு ஊறி, நம் மேல் நமக்கே வெறுப்பாகிவிடும்.

ஓரிரு வாரங்களில் பின்னிரவில் தன் பையை எடுத்துக்கொண்டு எகிறி எஸ்கேப்பாகி விடுவான்கள் பையன்கள். அதனாலென்ன, சென்னைக்குத் தினமும் சராசரியாக 3 ஆயிரம் பஸ்கள் வருகின்றன. பஸ்ஸுக்கு ஒருவன் என எடுத்துக்கொண்டாலும், 3 ஆயிரம் இளைஞர்கள் இப்படி வந்து இறங்குகிறார்கள். நீங்கள் சந்தோஷமாகச் சாப்பிடுங்கள்... 'ஏய்ய், சாருக்கு ஆனியன் ஜாஸ்தியா ஒரு டபுள் ஆம்லெட்!''

'நீ ஏன் இப்பிடித் திரியறே? உன்னை ஒரு ஜவுளிக் கடையில சேத்துவிடுறேன் சேரா! நிம்மதியான வேலை; ஃபேன் காத்துக்குக் கீழே அழகா உட்கார்ந்திருக்கலாம்'' என் நண்பன் ஒருவன் சொன்னதை நம்பி, அமிஞ்சிக்கரையில் ஒரு கடையில் சேர்ந்தேன். அப்போது சாட்டிலைட் சேனல்கள் இத்தனை பரபரப்பாக இல்லை என்பதால், விதி எனக்காக ஒரு குத்து ஆட்டம் போட்டுக்கொண்டு இருந்ததை நான் உணர முடியாமல் போயிற்று. காரணம், ஜவுளிக் கடை என்பது, குறுக்கும் நெடுக்கும் கம்பிகள் இல்லாத சிறைச்சாலை!

அதில் ஊழியம் பார்ப்பது ஜோசியக் கிளியாக இருப்பதற்குச் சமம். சீட்டு எடுத்துப் போடுவதற்குப் பதிலாக சேலை, துணிமணிகளை எடுத்துப்போடுவது என்னைப் போன்ற ஜவுளிக் கிளிகளின் வேலை. பிடித்ததை வந்தவர்கள் எடுத்துப் போக, அவர்கள் கலைத்ததை மறுபடி மறுபடி எடுத்து அடுக்க வேண்டியது முழு நேர வேலை.

அடுத்த முறை ஜவுளி எடுக்கப் போகும்போது, அங்கே வேலை பார்க்கிற ஊழியர்களைக் கவனியுங்கள். சச்சின் சமீபத்தில் செய்த சாதனை என்ன? வைகோ யாருடன் கூட்டணி அமைக்கப்போகிறார்? புதுப்பேட்டை எப்போ ரிலீஸ்? இப்படி என்ன வேண்டுமானாலும் கேளுங்கள், பாவம் அவர்களுக்குப் பதில் தெரியாது. ஊர் உலக நிலவரம் எதுவும் அறியாமல், உறக்கத்திலும் கூட கலைந்த துணிமணிகளை அள்ளி அடுக்குகிற கலவரக் கனவுகளே வந்துவந்துபோகும் வாழ்க்கை அவர்களுடையது!

அதிகாலையில் எட்டு மணிக்குக் கடை திறக்கும். இரவு கடை மூடும்போது பத்தரை பதினொன்றாகிவிடும். எங்கள் கடைக்கு வார விடுமுறையும் கிடையாது. 350 ரூபாய் சம்பளம்/

ஒரு அடி அகலம் கொண்ட பாதைககுள நிறக வேண்டும். சின்ன ஸ்டூல் இருக்கும், ஆனால் உட்காரக் கூடாது. ஃபேன் இருக்கும். வாடிக்கையாளர்கள் வந்தால்தான் போடுவார்கள் இல்லையெனில் அதுவும் கிடையாது. சுவாமி தரிசனத்துக்குக் காத்திருப்பது போல, வாசல் பார்த்தபடியே நின்றிருக்க வேண்டும்.

ஒரு குடும்பம் உள்ளே வரும். 'சேலை எடுத்துப் போடுப்பா' என்றதும், விதவிதமாக, ரகரகமாக, கலர்கலராக அள்ளிக் கொட்டுவோம். ''ஒண்ணும் புது டிஸைனா இல்லையே?' என்பார்கள்.

கைக்குச் சிக்கினதை எதையாவது எடுத்து ''இது பாருங்க, இது லேட்டஸ்ட் சார்' என்று அவசரமாகக் காட்ட வேண்டும். ''இவ்ளோ விலையா? டி.நகர் பக்கம் விலை கம்மி'' என்பார்கள். 'டிஸ்கவுன்ட் இருக்கு சார்'' என்போம்.

சிலர் சட்டென எதையாவது தேர்ந்தெடுப்பார்கள். சிலருக்கு மொத்தக் கடையையும் கலைத்த பிறகும் திருப்தி இருக்காது. மகளோ கணவரோ ஏதாவது ஒன்றை எடுத்த பிறகும், ''என்ன அவசரம், பொறுமையா நாலஞ்சைப் பாக்கலாம்' என்றபடி, 'அந்தா மூணாவது ஷெல்ஃப்ல இருக்கு பாரு, ஊதா கலரு, அதில்லப்பா, அடுத்தது, அத எடு தம்பி' என அலாவுதீன் பூதமாக்கி, வேலை வாங்குவார்கள்.

சேலைகளைக் கலைப்பதை வைத்தே ஒவ்வொரு பெண்ணின் குணத்தையும் கண்டுபிடித்துவிடலாம். எது கிடந்தாலும் தள்ளிவிடுவதும், தாறுமாறாகக் கலைப்பதுமாக சில பெண்களைப் பார்த்தாலே, புரிந்துவிடும். சிலர் துணியை பூப் போலத் தொட்டுப் பார்ப்பார்கள். ஒரு குழந்தையைப் போலக் கையில் எடுப்பார்கள். சிலருக்கு வண்ணங்களைத் தேர்ந்தெடுப்பதில் அழகான ரசனை இருக்கும். சிலரோ, சேலை கட்டி தெருவில் இறங்கினால், ஊரே திரும்பிப் பார்க்கும்படியான அதிரடியான கலரை அள்ளுவார்கள். யாரோ ஒரு சிறுமி என் தங்கை போல இருப்பாள். இன்னொருவர் என் அம்மாவை நினைவுபடுத்துவார். ஒரு சிலரைப் பார்த்தால், இப்படி ஒரு குணவதி என் வாழ்க்கைக்குள் வந்தால் எப்படி இருக்கும் என்று சில தருணங்கள் சிலிர்ப்பலை பரவும்.

கடைக்குப் புதுப் பையன் என்பதால், பெரும்பாலும் மடிக்கிற வேலை என்னுடையது. விரலெல்லாம் நோவும். தோள் பட்டைகள் வலியெடுக்கும். பசி வயிறு கிள்ளும். கண்ணுக்கு முன்னால் நைலான்

பூச்சிகள் பறக்கும். தெருவில் விபத்தே நடந்தாலும் போய் எட்டிப் பார்க்கக்கூட முடியாது. மதியச் சாப்பாட்டுக்கு பக்கத்தில் இருக்கிற ஒரு மெஸ்ஸுக்கு போய் வருகிற அரை மணி நேரம் மட்டும்தான் உலகத்துக்கும் நமக்கும் தொடர்பு. காலையில் ஏழு மணிக்குச் சாப்பிட்ட நான்கு இட்லிகள் எப்படித் தாங்கும். அந்நேரம் பார்த்து யாராவது கஸ்டமர் வந்துவிட்டால், அதுவும் போச்சு. மூன்று மணிக்கு மெஸ்ஸுக்கு ஓடினால், சாம்பார் ரசமாகி, சோறு பிளாஸ்டிக் போல விறைத்துக்கிடக்கும்.

ஒரு மதியம் மெஸ்ஸில் இருந்தபோது, நண்பன் ஒருவன் ஓடி வந்து சொன்னான் ''பீட்டர் கடைக்கு போனு வந்துச்சுடா, ஒங்க அப்பா பேசினாரு, உன் தங்கச்சி பெரிய மனுஷியாகிருச்சாம்!''

குபுக்கென எனக்குள் பொங்கிய ஆனந்தமும் அழுகையும் யாரிடம் பகிர்வது? நான் தூக்கி வளர்த்த பாப்பா என்னை யானையாக்கி, 'டொண்டாய்ங் டொண்டாய்ங்' என ஊர்வலம் வந்த குட்டிப் பெண். தெருவில் நாயைப் பார்த்தாலே, அண்ணே' என அலறி என் காலைப் பிடித்துக்கொண்டு அலறிய பாவாடைத் தங்கச்சி, அம்மாச்சிக்கும் அம்மாவுக்கும் சமமாக சமையல் வேலைகளைப் பார்த்த சகோதரி, தனக்கான இட்லியை எனக்காக எடுத்துவைத்துவிட்டு பழைய சோறைப் பிழிந்து பிழிந்து தின்று சிரித்த அழகி.

பாதிச் சாப்பாட்டில் எழுந்து ஓடினேன். முதலாளியிடம் விஷயத்தைச் சொல்லி, ''ஊருக்குப் போவணுங்க'' என்றேன். கல்லாவைப் பார்த்துவிட்டு, இரண்டு ஐம்பது ரூபாய் நோட்டுக்களை எடுத்துக் கொடுத்தார். ரூமில் கிடந்த டிரஸ்ஸை ஒரு ரெக்ஸின் பைக்குள் திணித்துக் கொண்டு ஒரு நண்பனைத் தேடிப் பிடித்தேன்.

என் வாழ்வில் முதன் முறையாக வட்டிக்குக் கடன் வாங்கப் போய் நின்றேன். 'ஆயிரம் ரூவா வேணும், அர்ஜன்ட் செலவு. நா பொறுப்பு'' என்றான் நண்பன். பலசரக்குக் கடை அண்ணாச்சி, ஒரு பாக்கெட் நோட்டு போட்டு எழுதிக் கொடுத்தார். என் முகவரியை ஒரு பேரேட்டில் குறித்துவிட்டு, ''இந்தாப்பா' என ஆயிரம் ரூபாய்க்கு ஒரு மாத வட்டியை எடுத்துக்கொண்டு 900 ரூபாய் நீட்டினார். 'மாசாமாசம் ஒண்ணாந் தேதி வட்டி வந்துரணும். இல்லேன்னா, நா வந்துருவேன்' என்றார். கையெடுத்துக் கும்பிட்டுவிட்டு பாண்டி பஜார் ஓடி தங்கச்சிகளுக்கு கம்மல், வளையல், பொட்டு என அள்ளினேன். பக்கத்துக் கடையில் தாவணியும், பாவாடை சட்டைத் துணிமணிகளும் வாங்கிக்கொண்டு பஸ் ஏறினால், பொங்குகிறது கண்ணீர்!

பழையூர்பட்டியில் போய் இறங்கி பையை வைக்கும் முன்னரே ''ஏஞ் சாமி வந்திருச்சு!' என்று ஓடி வந்து என் முகத்தை அள்ளியது அம்மாச்சி.

ஒரு உலக்கை வைத்து உலகத்திருந்து பிரித்து உள் ரூமுக்குள் உட்காரவைத்திருந்த என் தங்கச்சி ரமா, ''அண்ணே!'' என்று மலர்ச்சியாகச் சிரிக்க, பதிலுக்குச் சிரித்தவன் பயங்கரமாக அழுதேன்.

என் உள்ளங்கைக்குள் அள்ளிப் பார்த்த தங்கை, தாவணி உடுத்திய மரப்பாச்சி பொம்மை போல இருந்தாள். சின்னத் தங்கச்சியோ இட்லிப் பானையுடன் அடுப்பில் கிடந்தாள். இளைத்த சிங்கம் போல இருந்தார் அப்பா. அம்மாச்சி சாயல் வந்துவிட்டது அம்மாவுக்கு. பழைய சேலை உடுத்திய பத்ரகாளி போல இருக்கும் அம்மாச்சி, கிழவியாகி இருந்தது.

சட்டையைக் கழற்றியதும், 'என்னய்யா, இம்புட்டு இளைச்சுட்ட, நெஞ்செலும்பெல்லாம் தெரியுதேப்பா' என்றார் அம்மா

ஆற்றாமையுடன். துவைக்க என் சட்டையை எடுத்த தங்கச்சி, பாக்கெட்டில் இருந்ததைக் கொட்டி விட்டுப் போக, அந்தப் பாக்கெட் நோட்டை அப்பா பார்த்து விட்டதை நான் கவனிக்கவில்லை.

‘கடைக்குப் போயிட்டு வந்துருவம்'' என்று அப்பா என்னை அழைத்துக்கொண்டு நடந்தார். வழியில், ‘வட்டிக்குக் காசு வாங்கினியாக்கும்'' என்றார். துணுக்கென்றது எனக்கு. ‘காலகாலமா நாம அனுபவிக்கிற கொடுமை போதாதாப்பா. நாம பொழைக்கிற பொழப்புக்கு வட்டிக்குக் காசு வாங்கினோம்னா, என்னவாறதுப்பா?‘ என்றார்.

''இல்லேப்பா, நான் சம்பாரிச்சு...''

‘போதும்ப்பா நீ பட்டணத்துல பொழச்சது. வம்சத்தைக் காப்பாத்தலேன்னாலும் வயித்துக்காவது கஞ்சி குடிக்கணும்ப்பா. மொதல்ல சலூனுக்குப் போயிட்டு வா'' என்று அனுப்பினார்.

மேலூர் சலூனில், அதிர்ச்சியாக என்னைப் பார்த்தார் மாணிக்கம். ''ஏ... என்ன சேரா? கமல்ஹாசன் மாதிரி இருப்ப, இப்ப பழைய பாக்யராஜ் மாதிரி வந்து நிக்குறே?'' என்று விசாரித்தார். ஊரில் யார் பேச்சுக்கும் விசாரிப்புக்கும் பதில் சொல்ல முடியாமல், கூசிப்போனேன்.

‘ஏனப்பா, நீ தனியாக் கெடந்து இம்புட்டுச் சொமக்கணும். இங்கியே இரு. ஆளும் பேருமா என்னமாச்சும் பண்ணி வண்டிய ஓட்டுவோம். இந்த வனிதாவும் உக்காந்துட்டான்னா, என்னா பண்றது? பொட்டப்பிள்ளைகளுக்கு ஒரு விசேஷம் பண்ணணும்னா, கொள்ளச் செலவு கெடக்கேய்யா'' என்றது அம்மாச்சி.

இரவெல்லாம் இதுதான் பேச்சு. இரு பக்கக் கதைகளும்

கவலைகளும் பகிர்ந்துகொள்ள ஒரு இரவு போதாதே. எல்லோரும் உறங்கிப்போன பின்னால், சன்னதம் கொண்ட சாமியாய் என் நெஞ்சின் மேல் ஏறி நின்று ஆடியது மனசு!

"உன் சம்பாத்தியத்துல மொதல்ல நீ சாப்பிட்டு, வாங்குன கடனை அடைச்சு, மிச்சம்பிடிச்சு வீட்டுக்கு அனுப்பறதெல்லாம் நடக்குற காரியமா?"

'டேய், நடிக்கணும்னுதானே மெட்ராஸ் கிளம்பினே, அப்புறம் எதுக்கு போட்டா ஸ்டுடியோ, புரோட்டாக் கடைனு அலையறே. தப்பு உன் பேர்லதாண்டா!"

'சினிமானா என்ன லேசா? சும்மா கதவைத் தட்டுறது கெணக்கா தட்டுனா கிடைச்சிருமா சான்ஸு முட்டுறா, ஒரே முட்டா முட்டித் தூக்கு!'

அதிகாலையில் எல்லோரும் எழுந்தபோது, நான் குளித்து முடித்து பையைக் கட்டி ரெடியாக இருந்தேன். யார் சொல்லியும் கேட்காமல் கிளம்ப, அம்மாச்சி அப்போதும் திருநீறு பூசி வழியனுப்பியது. 'பாப்பாத்தி கருப்பாயி உன்னைய நம்பி விடுறேன். பாத்துக்க எம் புள்ளைய!"

முட்டு... ஒரே முட்டா முட்டித் தூக்கிரு!

மே ஐ கமின்?

தோல்வியின் உப்பும் வெற்றியின் இனிப்பும் கலந்ததுதானே வாழ்வின் ருசி!

மும்முரமாகத் தொடங்கியது முற்றுகைப் போர். சினிமாவில் ஜெயிக்க, முதலில் சினிமாவுக்குள் இருந்தாக வேண்டுமே. சிப்பாய் வேலை கிடைத்தாலும் சரி, சித்தாளாகவே ஆனாலும் சரி, சினிமாவுக்குள் என்ன வேலை கிடைக்கும் எனத் தேடியதில், திறந்தது முதல் ஜன்னல்!

கதிரேசன் என்று புரொடக்ஷன் மேனேஜர் ஒருவர் இருந்தார். தேவர் ஃபிலிம்ஸில் வேலை பார்த்தவர். அவரை கஸ்தூரி அப்பத்தாவுக்குத் தெரியும். ''ஏனப்பா கதிரேசா, இவன் நம்மூர்ப் பையனப்பா. சினிமாக் கிறுக்காத் திரியிறான் எங்கிட்டாச்சும் சேத்துவிடேன்'' என்றதும் கதிரேசன் என்னைத் திரும்பிப் பார்த்தார். அப்பத்தாவால் ஆரம்பித்தது என் சினிமா!

'காலைல சைதாப்பேட்டைக்கு வா' என்று விலாசம் சொன்னார். அனிதா ஜனனி ஆர்ட்ஸ் என்பது கம்பெனி. 'நாலும் தெரிந்தவன்' என்பது எடுக்கவிருக்கும் படம். கவுண்டமணி சார் ஹீரோ!

அந்த அலுவலகத்தில் நான் 'ஆல் இன் ஆல் அழகு ராஜா'. ''தம்பி ரெண்டு டீ சொல்லு'' என்பார்கள். ''கேரியர எடுத்துக்க, மூணு மீல்ஸ் வாங்கிட்டு வந்துரு'' என விரட்டுவார்கள். போன்கள் அட்டெண்ட் பண்ணுவேன். விசிட்டர்கள் வருவதைக் குறித்துவைப்பேன். யார் யாரையோ திட்ட முடியாத கோபத்தை என் மீது கொட்டுவார்கள். அதிகாலையில் ஆபீஸ் திறந்து வாசல் கூட்டுவதில் துவங்கி, நள்ளிரவில் ஆபீஸ் பூட்டுவது வரை என் பொறுப்பு.

'ப்ரியா' படத்தில் ஸ்ரீதேவியின் மாமாவாக வருவாரே, அந்த நடராஜ் சார்தான் டைரக்டர். ''தெரியும்ல, சார் ரஜினிக்கு ரொம்ப தோஸ்து!'' என்பார்கள். பிரமிப்பாகப் பார்ப்பேன். 'கட் பண்ணா ஓப்பன் பண்ணா... ஜூம் பண்ணா ' என என்னென்னவோ காதில் விழும். எதையும் நின்று கேட்க, ரசிக்க முடியாது. கவுண்டமணி சாரின் கார் வரும்போது, கடவுளே வருவது போல அத்தனை பேரும் எழுந்து நிற்பார்கள். சரமாரியாக வணக்கங்கள் விழும். மௌனமாகக் கடந்து போவார். நல்ல மூடில் இருந்தால், ''கொக்கமக்கா வணக்கங்கோய்!' எனச் சிரிக்கவைத்துவிட்டுப் போவார்.

ஒரு முறை என்னைப் பார்த்து, 'தலை ரொம்ப வலிக்குதுடா தம்பி. என் தலையைக் கழட்டித் தர்றேன். கொஞ்ச நேரம் வெச்சிருக்கியா?' என்றார். சினிமா ஜோக் கேட்டது மாதிரி சிரித்த என்னை 'அடேய் எள்ளுருண்டைத் தலையா! உன் சம்பாத்தியத்துல ஒரு சாரிடான் வாங்கிட்டு வாடா!' என விரட்டினார். மாத்திரை வாங்கி வரும்போது, சிலிர்ப்பாக இருந்தது. இந்த மாத்திரை யாருக்கு, கவுண்டமணி சாருக்கு வாங்கித் தருவது யார். நான் ஆஹா, நாம் சினிமாவுக்குள்தான் இருக்கிறோம்!

அலுவலகத்தில் இரவு எல்லோரும் கலைந்த பிறகு சிதறிக்கிடக்கிற மிச்சங்களைக் கூட்டி அள்ளுவேன். நசுக்கிய சிகரெட்டுகள், கடித்த எலும்புகள், திரவ டம்ளர்கள் எனச் சுத்தம் செய்யும்போது மட்டும் மனசு நடுங்கும்.

சினிமா மாதிரி ஒரு அசுர வைத்தியம் வேறெதுவும் கிடையாது. ஒரே நாளில் அடித்துக் கிழித்து அவமானப்படுத்தி, எப்படிப்பட்ட சித்தனையும் பித்தனையும் மறுநாளே புத்தன் ஆக்கிவிடும் சினிமா. அதனாலென்ன, தெய்வங்கள் திரும்பிப் பார்க்காவிட்டாலும் பூஜையில் குறை வைக்காத ஏழை அர்ச்சகன் போல் நான் இருந்தேன்!

ஆதாம் ஏவாளுக்கு ஆப்பிள் என்றால் எனக்காக சாத்தான் எடுத்து வைத்திருந்தது சாராயம்!

படத்துக்குப் பணம் போடுபவர் பாலசிங்கம் என்ற சிங்கப்பூர்க்காரர். 'முதலாளி' என்பார்கள் எல்லோரும் பணிவாக. அவர் வீட்டு வேலைக்கு என்னை அழைத்துப் போனார்கள். சினிமாவில் வருவது போல விளக்குகளும், மேஜைகளும், குஷன் சோபாக்களுமாக அட்டகாசமான பங்களா.

சார் 'சாப்பிட்டுவிட்டு' சாப்பிடுவார். மயில் தோகையின் பச்சை வண்ணத்தில் வசீகர வளைவுகள் கொண்ட பாட்டில் என் எதிரே இருப்பது 'வசந்த மாளிகை' சிவாஜியோ என்று சந்தேகம் வரும். மெலிதாகப் பாடுவார். சத்தம் போட்டுச் சிரிப்பார். இது சும்மா மைண்ட் ரிலாக்ஸ்!'' என்பார் மிதக்கும் குரலில்.

ஒரு நாள் இரவு. வீட்டில் யாரும் இல்லை. சார் சாப்பிட்டார். பிறகு சாப்பிட்டார். ''காலைல ஆறு மணிக்கு எழுப்பு'' என்று படுக்கப் போய்விட்டார். டைனிங் டேபிளில் இருந்தது சரக்கு.

''வாடா மாப்ளே ஒரு பெக் போடுறா!'' என்று கூப்பிட்டான் சாத்தான். தயக்கமாக இருந்தது. ''சும்மா மைண்ட் ரிலாக்ஸ்டா, கமான்!' எனக் கண்ணடித்தான். பச்சை மயில் எழுந்து ஆட ஆரம்பித்தது. ''சும்மா ஒரு ஸ்மால் போடு மாப்ளே'' என்றான். கிளாஸ் எடுத்து கொஞ்சம் ஊற்றினேன். தண்ணீர் கலந்தேன். 'வெரிகுட், சியர்ஸ்!'' என்றான் சாத்தான். மூக்கைப் பிடித்துக்கொண்டு ஒரே மடக்கு. தொண்டையில் தொடங்கி அது வயிறு வரை குடலுக்குள் வழிந்து ஓடுவதை உணர முடிந்தது. கசப்பும் காரமும் எரிச்சலுமாக ஒரு உணர்வு. மிச்சம் இருந்த மிக்சரை அள்ளித் தின்றேன்.

நான்கைந்து நிமிடங்கள். எனக்குள்ளே ஒரு மேளக்காரன் 'டிவின் டிவின் டிவின்' என இழுக்க ஆரம்பித்தான். 'சூப்பர்ல மாப்ளே, இது சுகம்டா நீயெல்லாம் லார்ஜே அடிக்கலாம்' என்று அழைத்தான் சாத்தான். அது செகண்ட் ரவுண்டு. இந்த முறை மொடக்கென குடிக்காமல் சார் மாதிரி லேசாக வாய் கொப்பளித்து கசப்பை ருசித்து விழுங்கினேன்.

'இதெல்லாம் பழகுனாத்தேன் மாப்ளே ஒரு தெம்பு. உழைச்ச உடம்புக்கு ஒரு ரிலாக்ஸு மனசுக்கு ஒரு டானிக்கு!'' என்றான் சாத்தான். சிரித்தேன். எழுந்து ஜன்னல் பக்கம் நின்றால், லேசான வியர்வைக்கு இரவுக் காற்று இதமாக இருந்தது.

'சேரன்ட்ட ஒரு ஸ்பீடு இருக்குப்பா. அவன் சாதிக்கணும்னு துடிக்கிறான். நிச்சயம் ஒரு நாள் பெருசா வந்துருவாம்ப்பா' எனக் கவுண்டமணி சார், டைரக்டரிடம் சொல்ல, நெகிழ்ந்தேன்.

''சார், அந்த செகண்டு ஹீரோ கேரக்டருக்கு ஒரு வில்லேஜ் ஃபேஸ் வேணும்ல. பாக்யராஜ், பாண்டியராஜன் டைப் ரோலு. அத நம்ம சேரனைப் பண்ணவெச்சா எப்பிடி இருக்கும் சார்?'' என்றார் டைரக்டர்.

''ஏன், அவனையே ஹீரோவாவே பண்ணச் சொல்லேன், என்ன வெளையாடுறியா? எந்திரி, மொதல்ல எந்திரிடா!' சடாரெனக் கோபமாகிவிட்டார் கவுண்டமணி.

''இல்ல சார், சும்மா ஒரு ஐடியாவுக்கு '

'டேய்ய் எந்திரிடா!'' - என் முன்னே முதலாளி நின்றிருந்தார். பதறி எழுந்து 'சார்'' என்றதும், ''ஏண்டா, என்னை ஆறு மணிக்கு எழுப்பிவிடறவனா நீ? எட்டு மணிக்கு உன்னை நான் எழுப்பிட்டு இருக்கேன். எந்திரிடா, காபி போடுறா' என்று அதட்டினார். எழுந்து ஓடினேன் செம தலைவலி.

இரவு அப்படியே ஜன்னலோரமாகவே தூங்கிப் போயிருக்கிறேன். சுய நினைவே இல்லை. நல்ல வேளை, முதலாளி கண்டுபிடிக்கவில்லை. ஆனால், குற்ற உணர்ச்சி என்னைக் குத்திக்கிழித்தது.

நான் குடித்தது முதலாளிக்குத் தெரிந்திருந்தால், வேலை போயிருக்கும். கதிரேசன் சார் நிச்சயம் அப்பத்தாவிடம் சொல்லியிருப்பார். அய்யாச்சியெல்லாம் என்னை அடித்தே கொன்றுவிடும். சரி, இப்போதுதான் யாருக்கும் தெரியாதே. அதற்காக, யாருக்கும் தெரியாவிட்டால் செய்த தவறு சரியாகிவிடுமா என்ன? 'திருடியது. குடித்தது, முதலாளியை ஏமாற்றியது என்று மூன்று தவறுகள். இனி, நான் குடிக்க மாட்டேன் என எனக்குள்ளே நான் சத்தியம் செய்தேன், அப்போதைக்கு!

எல்லாம் சரியாக நடந்தும், படம் ரிலீஸாகவில்லை. பரபரப்பாக இருந்த அலுவலகம், சடாரென முடங்கியது. ஒரு வேலையும் இல்லை. டெலிபோன் பெல்கூட அடிக்கவில்லை. சோர்ந்து திரிந்த நேரத்தில், இன்னொரு ஜன்னல் கொக்கியைத் திறந்தார் கதிரேசன்.

ஆண்களை நம்பாதே' என்று ஒரு படத்தை அலமு மூவீஸ் என்ற கம்பெனி ஆரம்பித்தார்கள். அங்கே என்னைச் சேர்த்துவிட்டார். புதிய வேலை, அசிஸ்டெண்ட் புரொடக்ஷன் மேனேஜர். பாண்டியன் - ரேகாதான் ஹீரோ ஹீரோயின். ஊட்டியில் ஷூட்டிங்.

அதிகாலை நாலரை மணிக்கு அலாரம் வைத்து எழுந்திருக்க வேண்டும். எழுந்த வேகத்தில் காபி ரெடி பண்ணி, ரூம்ரூமாகக் கதவு தட்டி எல்லோரையும் எழுப்பிக் குளிக்கவைத்து, லொகேஷனுக்கு வண்டிகளில் ஏற்றி அனுப்ப வேண்டும். எல்லோருக்கும் முன் ஸ்பாட்டுக்கு ஓடி, டிஃபன் பரிமாறி, இன்னொரு பக்கம் மேக்கப்மேன்களை முடுக்கி, காஸ்ட்யூமர்களை விரட்டி, ஆர்ட் டைரக்டர், கேமராமேன் எனக் கெஞ்சிக் கொஞ்சி, 'ஷாட் ரெடி' என்ற குரல் கேட்ட பின்னால் தான் நான் ஒரு வாய் சாப்பிட முடியும்.

அவசரமாகச் சாப்பிட்டுவிட்டு, அதே வேகத்தில் மதியச் சாப்பாடு, லொகேஷன் பெர்மிஷன், ஆர்ட்டிஸ்ட் வரப் போக வாகன ஏற்பாடு. திடீர்திடீரென பிளாஸ்டிக் குடங்கள், அரிக்கேன் விளக்குகள், பலூன்கள் எனக் கேட்பார்கள். எல்லாம் விரல் சொடுக்கும் நேரத்தில் ரெடியாக வேண்டும்.

இப்படியே இரவு வரை ஓடும். எல்லோரும் உறங்கப் போன பின்னால், நான் படுக்கப்போகும் போது மணி நள்ளிரவு ஒரு மணியாகிவிடும். மறுபடி நாலரை மணிக்கு அலாரம். இதற்கு மத்தியில் கையில் ஒரு பணப்பை. ஆகும் செலவுக்கெல்லாம் பணம் கொடுத்து, கொடுத்ததைக் கணக்கில் குறித்து எனத் தாவு தீரும் வேலை. இத்தனை ஓட்டத்துக்கு மத்தியிலும் நான் என்ன ஸீன், என்ன ஷாட், என்ன வசனம், எப்படி எடுக்கிறார்கள் என்பதையும் ஆசையாகக் கவனித்தபடி திரிவேன்.

அங்கே டைரக்டர் அலெக்ஸ் பாண்டியனிடம் ஒரு உதவி இயக்குநர் இருந்தார். சுருட்டை முடி - கறுப்பு நிறம் - நல்ல உயரம் - செம ஸ்டைலாக ஜாவா பைக்கில் வருவார். அவர் கே.எஸ்.ரவிகுமார். செம சவுண்டு பார்ட்டி. ஸ்பாட்டில் யாராக இருந்தாலும் விரட்டி வேலை வாங்குவார். அடுத்த லொகேஷனுக்கு பர்மிஷன் கிடைப்பதில் தாமதமானாலோ, அவசரமாகக் கேட்ட ஏதோ ஒரு பொருள் வர நேரமாகும் என்றாலோ அவரிடம்தான் போய்ச் சொல்வேன் ''சரி, க்விக்கா ரெடி பண்ணு'' என்று விரட்டிவிட்டு, அது வரும் வரை சமாளிப்பார். அந்த நன்றியில் அவ்வப்போது ஒரு சலாம் போடுவேன். முக்கால் இஞ்ச் சிரிப்பார்.

ஒரு புரொடக்ஷன் மேனேஜர் ஒழுங்காக இருந்தால், ஒரு படத்துக்கு 20 லட்ச ரூபாய் வரை செலவுகளை மிச்சப்படுத்தித் தர முடியும். இல்லை, 20, 30 லட்சம் நஷ்டப்படுத்தவும் முடியும். அப்படி ஒவ்வொரு நிமிடமும் பணம் கரைகிற, கரைக்கிற வேலை சினிமா!

இத்தனை ஒழுங்காக இருந்தும் கடைசியில் ஒரு நாள் கணக்கு முடிகும்போது 12 ஆயிரம் ரூபாய் இடித்தது. செய்த செலவுக்குக் கையில் விவரம் இல்லை. அது பற்றிய நினைவும் இல்லை. மனசுக்குள் மல்லுக்கட்டிப் பார்த்த பிறகும் பதில் கிடைக்காததால், நேரே சின்னமணி சாரிடம் போய் நின்றேன். ''என்னப்பா?'' என்றார். 'சார், ஒரு 12 ஆயிரம் ரூபா இடிக்குது சார். செலவு பண்ணேன். ஆனா, கணக்கு இல்ல. என் சம்பளத்துல 6 ஆயிரம் இன்னும் பாக்கி இருக்கு சார். அத எடுத்துக்குங்க. மிச்சத்தை நான் எப்பிடியாச்சும் கட்டிர்றேன் சார்'' என்றேன். 'அட, இது ஒரு மேட்டரா? சரி விடு... உட்காரு' என்றார். ''இல்ல சார், ஒழுக்கமா வேலை பார்த்தேன் சார். சேரன் திருட்டுப் பயனு யாராச்சும் சொல்லிட்டா என்னால தாங்க முடியாது சார்'' எனும்போதே அழுதுவிடுவேன் போலிருந்தது. 'அட விடுப்பா, நம்ம அடுத்த

படத்துக்கும் நீதான் மேனேஜர்' என்றார் சமாதானமாக. 'இல்ல சார், இனிமே நான் இந்த வேலை பாக்க மாட்டேன் சார். நான் நடிக்கணும், டைரக்ட் பண்ணணும்னு வந்தேன் சார்' - என, அவர் என்னை ஆச்சர்யமும் குழப்பமுமாகப் பார்க்கப் பார்க்க, வேதனையுடன் வெளியேறினேன்.

அடுத்த இரண்டு வருடங்கள் என் எல்லா நம்பிக்கைகளையும் நொறுக்கியது, காலம்!

'புதுப் படம், புது டைரக்டர் எல்லாம் நியூ ஃபேஸ்!' என்று டிஸ்கஷனுக்கு கூப்பிடுவார்கள். அதே 'கட் பண்ணா, ஓப்பன் பண்ணா, ஜூம் பண்ணா'தான். ஆனால், அவர்கள்தான் எனக்கு சாப்பாடு போட்டார்கள். பூஜையே போடப் படாத கதைகள், பூஜையுடன் நின்றுபோன படங்கள். ஷூட்டிங் போய் பணமில்லாமல் திரும்பிய தினங்கள் என சினிமாவின் இன்னொரு பக்கம் அவஸ்தையானது.

புது வசந்தம்' என்று ஒரு படம் வந்தது!

ஊர் உலகமே கொண்டாடிய படம். நாலு இளைஞர்கள், ஒரு நாயகி, ஒரு மொட்டை மாடி அவ்வளவுதான் படம். ஆண் பெண் நட்பைப் பற்றிய அந்தப் படம் பாராட்டப்பட்ட போது எனக்கும் நம்பிக்கை வந்தது. காரணம், 'கனவுக் கோட்டை' என்று நானே ஒரு நோட்டில் கதை, திரைக்கதை, வசனம், இயக்கம் என என் பெயரை எழுதிவைத்து அழகு பார்த்த ஒரு கதையும் அதே போன்ற ஒரு பின்னணி கொண்டது. அட, ஒரு வெற்றிப் படக் கதைபோல யோசிக்கிற கற்பனை நம்மிடம் இருக்கிறது என்ற நம்பிக்கை முளைத்தது.

அப்போது ஆர்.பி. சௌத்ரிதான் ஆயிரமாயிரம் இளைஞர்களுக்கு ஆண்டவர். வாய்ப்பு கேட்டு அவர் அலுவலக வாசலில் கூட்டம் அலைமோதும். நானும் நின்றேன். "என்ன விஷயம்?' என்று

கேட்டார்கள். ''அசிஸ்டெண்ட்டா சேரணும்'' என்றேன். ''நீ வேணா ஒண்ணு பண்ணு. விக்ரமன் சார் அசிஸ்டெண்ட் ரவினு ஒருத்தர் புதுசா படம் பண்ணப் போறார். அவர்ட்ட ட்ரை பண்ணிப்பாரு' என்றார்கள். 'ரேஷன்ல கெரசின் ஊத்தறாங்கோ'' என்றதும் ஓடி வருமே ஒரு கூட்டம், அந்த வேகத்தில் ரவியின் வீடு தேடி ஓடினேன்.

காலிங் பெல் அடித்ததும், 'யாருப்பா?'' என எட்டிப் பார்த்தவர் கே.எஸ்.ரவிகுமார். அவரைப் பார்த்ததும் என் நெஞ்சுக்குள் ஒரு சின்ன வெளிச்சம். 'யேய், என்னப்பா?' என்றார். 'சார், வேலை வேணும் சார்'' என்றேன். என்னை புரொடக்ஷன் ஆளாக மட்டுமே தெரியும் என்பதால், 'தேனப்பன்னு ஒருத்தர் பாத்துக்கிறாரே. சரி, நீ ஆபீஸ்ல வந்து பாரு'' என்றார்.

சூப்பர் குட் ஆபீஸ் - வாசலில் தேனப்பன். மூக்கின் மீது முக்கால் கிலோ கோபத்தை உருட்டி உட்கார்ந்து இருந்தார். ''என்னா?'' என்றதும் ''சார் வரச் சொல்லியிருக்காங்க'' என்றேன். உள்ளே நிவேதா, தயாளன், சுப்ரமணியம் என டைரக்டரின் உதவியாளர்கள் இருந்தனர். டைரக்டருக்கு சலாம் போட்டேன். 'அதாம்ப்பா கம்பெனி ஆளுங்களே இருக்காங்க, நீ வேற எங்கியார்கம் ட்ரை பண்ணு' என்றார். ''இல்ல சார், நான் உங்ககிட்டே அசிஸ்டெண்ட்டா சேர வந்தேன்' என்றதும், 'பார்றா'' எனச் சிரித்தார். ''நிறைய கதை வெச்சிருக்கேன் சார்'' என்றேன் வேகமாகவும் தாகமாகவும்

டைரக்டர் என்ன ஜாலி மூடில் இருந்தாரோ, 'எங்க சொல்லு' என்றார். நான் எனக்குத் தெரிந்த கதைகளை, எனக்குத் தெரிந்த விதத்தில் 'கட் பண்ணா சார், ஓப்பன் பண்ணா சார்.. ஜூம் பண்ணா சார்'' என்று எடுத்துவிட ரொம்பவே ரசித்தார், இடையிடையே சிரித்தார்.

"ஓ. கே. ஏய் இவனுக்கும் கொஞ்சம் இடம் குடுங்கப்பா" என்றார் அவருக்கே உரிய ஸ்டைலில் 'ரொம்ப தேங்க்ஸ் சார்'' என்று சலாம் போட்டேன். 'ஒரு நாளைக்கு ஒரு கும்பிடுதான் அலவ்டு!'' என்றார் கறாராக.

மவுண்ட்ரோட்டில் செம டப்பாங்குத்து ஆடியது மனசு. எதிர்ப்பட்ட எல்லோரையும் பார்த்துச் சிரித்தேன். இரண்டு பாக்கெட்டிலும் கைவிட்டுக்கொண்டு, ரஜினி சார் போல நடந்தேன்.

வாழ்வில் சில இனிதான தருணங்கள் என்றும் மறப்பதில்லை, அது எனக்கு அப்படி ஒரு அழகான தருணம்!

ரூமுக்குப் போனதும் ஒரு கடிதம் எழுதினேன்... என் அன்பு ராணிக்கு... ப்ரியமுடன் உன் சேரன் எழுதுகிறேன். எனக்கு வேலை கிடைத்துவிட்டது. டைரக்டர் கே.எஸ்.ரவிகுமார் சாரிடம் அசிஸ்டெண்ட்டாகச் சேர்ந்துவிட்டேன்' என்று என் மனைவிக்கு ஒரு கடிதம் எழுதினேன்.

'நிறுத்து நிறுத்து... மனைவியா? என்னப்பா சொல்றே?'... எனப் புருவம் உயர்த்துகிறீர்களா?

ஆமாம், அதுவரை யாருக்கும் நான் சொல்லவே இல்லை, எனக்குத் திருமணமாகிவிட்ட விஷயத்தை.

'வருங்காலம் வரும் காலம் இதுதானா?' என நான் இங்கே தவித்துக்கொண்டு இருந்த அந்த நேரத்தில், ஊரில் இருந்தாள் என் அன்பு மனைவி செல்வராணி!

காதல் வந்தல்லோ!

குட்டி 'ஃப்ளாஷ்பேக்' கூட்டிச் செல்ல விரும்புகிறேன்!

அது பொழுது போகாத ஒரு நாளாக இருந்தது. வேலை இல்லாத காலத்தில், கண் போன போக்கில், கால் போன போக்கில், மனம் போன போக்கில், நமக்கும் சேர்த்துச் செலவழிக்கத் தயாராக இருக்கும் ஆள் போகும் போக்கில் நாமும் நடப்போமே, அப்படி ஒரு நாள் ''கிய்க்கிக்கீய்க்'' என்று அழைத்தது கிளி.

'பங்காளி கிளி ஜோசியம் பாக்கலாமா?' என்றான் நண்பன். அவன் எலி ஜோசியமே பார்க்கக் கூப்பிட்டாலும் தயாராக இருந்தேன்.

''என்னப்பா கரெக்ட்டா சொல்லுமா உன் கிளி?'

'இது ஆண்டாள் கிளி சாமி, உள்ளது உள்ளபடி, எல்லாம் நல்லபடி சொல்லும்'' என்றார் ஜோசியர்.

'கிளி சொல்றதைவெச்சு என் எதிர்காலம் மட்டுமில்லே, உன் எதிர்காலமும் இருக்கு, புரியுதுல்ல'' என நண்பன் சொல்ல, சிரித்த ஜோசியர், கூண்டைத் திறக்க, எட்டிப் பார்த்தது பச்சைக் கிளி.

அது எடுத்தது திருப்பதி வெங்கடாசலபதி படம். ''செல்வம் வந்து கொட்டும். வாய்ப்பு வசதி வந்து சேரும். குடும்பத்தில் சந்தோஷம்

கூடும். இது உங்க மனசில் இருக்கிற காரியம் நிறைவேறுற நேரம்' என்றார். பார்ட்டி குஷியாகி, முழுசாக பத்து ரூபாய் நீட்டிவிட்டான். அதோடு எழுந்து வந்திருக்கலாம். 'சேரா நீயும் பாரேன், இவனுக்கு ஒரு சீட்டு எடுப்பா'' என்றான்.

பச்சைக் கிளி வந்தது. கழுத்தைச் சாய்த்து என்னை ஒரு தினுசாகப் பார்த்தது. தயங்கித் தயங்கி, ஒவ்வொரு சீட்டாக உருவி உருவிப் போட்டுவிட்டு, கட்டக் கடைசியில் ஒரு சீட்டை இழுத்துப் போட்டுவிட்டு, அதுவாகவே கூண்டுக்குள் ஓடிவிட்டது. பிரித்துப் பார்த்தால், நாகப் பாம்பு படம். 'தம்பி, உங்களுக்கு ஒரு தோஷம் இருக்கே'' என்ற ஜோசியர் சட்டெனதன் எதிர்காலம் குறித்த தயக்கத்தில் சுதாரித்து, இன்னொரு சீட்டு எடுக்க மறுபடியும் கிளியை அழைத்தான். லைசென்ஸ் இல்லாமல் டிராஃபிக் போலீஸிடம் சிக்கியவன், இருபது ரூபா நோட்டை நீட்டிவிட்டு எஸ்கேப் ஆவானே, அப்படி வேண்டா வெறுப்பாக வந்த வேகத்தில் ஒரு சீட்டை எடுத்துக் கொடுத்தது கிளி. பிரித்தால், பல்லி படம்!

'அடடா, தெய்வங்களெல்லாம் உங்களை விட்டு விலகிருச்சே தம்பி' வருத்தமாகச் சொன்னவர், ''எதுக்கும் இன்னொரு சீட்டு எடுத்துப் பாத்துரலாம்'' என்று என் எரிச்சலைக் கூட்டினார். 'ஆமா, அடுத்து தவக்கா படம் வரும். அதான் என் நிலைமை என்னன்னு எனக்கே தெரியுமே. இதுல இந்தக் கிளிய வேற கூப்பிட்டுவெச்சு கிண்டல் பண்றியா?' என்றேன் குமுறலாக ''இல்ல தம்பி, எது ஒண்ணுக்கும் பரிகாரம் பண்ணிரலாம், அறுபத்து மூணு ரூபா இருந்தாப் போதும்'' என்றார்.

''நீ வெச்சிருந்தா எனக்குக் குடு, ஆகாரமே இல்ல இதுல பரிகாரமாம்ல பரிகாரம்' என்றேன். 'தம்பி கோபமா இருக்காப்ல''

என்றவரைப் பார்த்து, 'சேச்சே, கொலைவெறியோட இருக்கேன்' என்றேன்.

அப்படி, தெய்வங்களும் விட்டு விலகின பொழுதில் என்னை ஒரு தேவதையாய் வந்து தாங்கியவள், செல்வராணி!

'ஏதேதோ எண்ணம் வளர்த்தேன் உன் கையில் என்னைக் கொடுத்தேன்!' - இந்தப் பாடல் கேட்டால், உங்களுக்கு என்னவெல்லாம் நினைவுக்கு வரும். கமல், கே.பாலச்சந்தர், இளையராஜா, வைரமுத்து, சித்ரா..?

எனக்கு ராணி நினைவு மட்டுமே வரும்... செல்வராணி!

ஊரில் என் தங்கச்சிக்கு சடங்கு!

பூப்புனித நீராட்டு விழா விசேஷத்துக்கு பத்திரிகை அடித்தாகிவிட்டது. ஏதேதோ பழைய கசப்புகளால், சிதறிப் போயிருந்த சொந்தங்களை ஒருவர் விடாமல் அழைத்து விட ஆசைப்பட்டது அம்மாச்சி. அப்படி ஒரு கூட்டத்துக்குப் பத்திரிகை வைத்து அழைக்க என்னை அனுப்பினார்கள்.

நிறைய சொந்தங்கள் இருந்தது மதுரையில். சின்னத் தாத்தா, சரசு அப்பத்தா என்று வீடு வீடாக நுழைகிறேன். ஒவ்வொரு வீடும் பிரமாண்டம். மொசைக் தரைகள், பெரிய பெரிய பீரோக்கள், சோபாக்கள், மோட்டார் பைக்குகள். 'தெவ்வான பேரனா, கமலா மகனா?' என ஆசை ஆசையாக வரவேற்கிறார்கள். 'மோகன், பேங்க் மேனேஜரா இருக்கான், யாதவா காலேஜ்ல படிக்குது அருணா' - உற்சாகமாகப் பேசுகிறார்கள். பழைய வருத்தங்கள் மறைந்து புதிய சந்தோஷங்கள் பூக்கின்றன.

அப்படி ஒரு வீட்டில் ''இப்போ புனிதா அத்தை எங்க இருக்காங்க?'' என விசாரித்தேன். என் அம்மாவின் அத்தை மகள் அவர். திருச்சிப் பக்கம் முசிறியில் நடந்தது அவர் திருமணம். என் சிறு வயதில் காவிரி ஆற்றில் குளித்து, அங்கேயே புது டிரெஸ் போட்டு அந்தக் கல்யாணத்துக்குப் போய் வந்த நினைவு இருக்கிறது. அது ஏதோ பெரிய இடத்துச் சம்பந்தம். அதற்குப் பிறகு அவர்களைப் பற்றி எதுவும் தெரியாது. இப்போது கேட்கிறேன்... ''புனிதா அத்தை எங்க இருக்காங்க?'

'இங்கதான் இருக்குது. மீனாச்சிபுரத்துல' என்று முகவரி தந்தார்கள். அத்தைக்கும் பத்திரிகை தர வேண்டும் என விலாசம் விசாரித்துப் போனால், அட்டைப் பெட்டிகளுக்குச் சுண்ணாம்பு அடித்து அடுக்கிய மாதிரி வரிசை வீடுகள். ''இங்க புனிதா அத்தைன்னு..'' என்றதும், 'மாடி வீடுப்பா!' எனக் கை காட்டியது ஒரு பெரியம்மா படியேறும் போதும் யோசனை, சரியான அட்ரஸ்தானா?

'வாப்பா, எங்கே இருந்து வர்றீங்க?'' என யோசனையாக வாசலில் நிற்கிறார் புனிதா அத்தை. விவரம் சொன்னதும், குபீரென மலர்கிறது முகம். 'வாங்கப்பா, உள்ளே வாங்க'' என அழைக்கிறார். உள்ளே போனால், சற்றே பெரிய சதுரமாய் ஒரே ஒரு அறை. அவ்வளவுதான் வீடே!

அதை நான் எதிர்பார்க்கவில்லை என்பதால், அதிர்ந்தேன். திரும்பினால், ஓரமாக மூன்று பெண்கள் நின்றிருந்தார்கள். ''இது நம்ம தெய்வானை அப்பததா பேரன், கமலா அத்தைன்னு சொல்வேன்ல அவுக மகன் சேரன்' என்றவர், ''இது மூணும் எம் புள்ளைக , இது செல்வராணி, இது ஜெயந்தி, இவ தேவி'' என்று அறிமுகப்படுத்த, இரு கை குவித்து ''வணக்கம்'' என்று சிரித்தனர். எளிமை, ஏழ்மையின் அழகு!

உடைந்த வயர் சேர் மட்டுமே அமர இருந்த வீட்டை, அந்தப் பெண்கள் அலங்கரித்தார்கள். மல்லிகைப்பூவை மட்டுமே ஆபரணமாக அணிந்த பெண்கள் அந்த வீட்டையே வெளிச்சமாக்கினார்கள். ஒரு சிரிப்பு, ஒரு பேச்சு, மனசையே மலரவைத்து விடுமே, அதை நான் அப்போதுதான் உணர்ந்தேன்.

இருந்த பதினைந்து நிமிடங்களில், பதினைந்து வருடக் கதையைச் சொன்னார்கள். எல்லாம் இருந்து, ஒவ்வொன்றாய் இழந்து, நெஞ்சில் உரத்துடன் மூன்று பிள்ளைகளைச் சுமந்து வாழ்கிற வாழ்க்கையை அத்தை விவரித்த விதம், ஒரு மென் சோகக் காவியம். என் குடும்பத்தையே கண்ணாடியில் பார்ப்பது மாதிரி, ஏதோ என் வீட்டிலேயே உட்கார்ந்திருப்பது போல இருந்தது.

விசேஷத்துக்கு அத்தனை பேரும் வந்தார்கள். பிரிந்தவர்கள் கூடினால், கொண்டாட்டம்தானே. தங்கச்சிக்கு அலங்காரம் பண்ணியது செல்வராணி. 'பாசமலர்' சிவாஜி போல, நான் ஃபீல் பண்ணியபடி திரிய, வந்த பெண்களின் சிரிப்பில் மிதந்தது வீடு. ‘ஏதோ விசேஷத்துக்கு வந்தோம் போனோம்னு இருக்காம, வரப் போக இருக்கணும்ப்பா'' என்று அத்தையிடம் சொன்னது அம்மாச்சி. பஸ் ஸ்டாண்டு வரை போய் டாட்டா காட்டிவிட்டு வந்தவன், அன்று சாயங்காலமே சென்னைக்குக் கிளம்பினேன். வழக்கம் போல மேலூரிலேயே பஸ் பிடித்துவிட்டால், வாழ்க்கையில் என்னதான் சுவாரஸ்யம்? ஒரு புதிய அத்தியாயத்தின் தொடக்கமாக, ''மதுரைக்குப் போய் மெட்ராஸ் பஸ் பிடிச்சுக்கிறேன்'' எனக் கிளம்பினேன். போகிற வழியில், புனிதா அத்தை வீட்டுக்கு இரண்டாம் விஜயம்!

‘என்னப்பா?‘ என்றார் அத்தை ஆச்சர்யமாக. ‘மெட்ராஸுக்குக் கிளம்பிட்டேன். அதான் சொல்லிட்டுப் போலாமேன்னு'' என

இழுத்தேன். ''ஏதாச்சும் சாப்பிட்டுத்தேன் போனும்' என்றதும், தோசை சுட்டது ராணி.

'நீங்க சினிமால என்ன வேலை பாக்கிறீங்க?'' என்றது தேவி. 'புரொடக்ஷன் வேலை பார்க்கிறேன். நடிக்கணும், டைரக்ஷன் பண்ணணும்னு ஆசை. முயற்சி பண்ணிட்டு இருக்கேன்' என்றேன் பெருமையாக. யாருக்கு என்ன புரிந்ததோ, 'சாப்பாட்டுக்குக் கஷ்டப்படுவான் போல' என்று ராணிக்கு நிச்சயமாகத் தெரிந்திருக்கும். எக்ஸ்ட்ரா ஒரு தோசை போட்டு அனுப்பியது. 'ஹிஹிஹி' எனச் சிரித்தபடி பையைத் தூக்கிக்கொண்டு, ''நல்லாப் படிக்கணும் என்ன' என்றபடி மெட்ராஸுக்குக் கிளம்பினேன். மனசு மட்டும் மதுரையிலேயே... ஆகா, சேரா!

பழையூர்பட்டிக்கு போஸ்ட் கார்டு எழுதினால், மீனாட்சிபுரத்துக்கு இன்லண்டு லெட்டரே எழுத ஆரம்பித்தேன். அத்தைக்கு எழுதுவது மாதிரி எல்லோருக்குமாக எழுதுவேன். வரிகளுக்கு நடுவில், வார்த்தைகளுக்கு நடுவில் வாசித்துவிட மாட்டாளா என்ற ஏக்கத்தில், 'ராணி, நீ நல்லாப் படிக்கணும். தங்கச்சிகளைப் பொறுப்பாகப் பார்த்துக்கணும்' என்று என்னென்னவோ எழுதுவேன். அபூர்வமாக சில பதில் கடிதங்கள் வரும். ஒரு நாள் அதிசயமாக, ராணியிடமிருந்தே ஒரு கடிதம் வந்தது. அரசாங்க முத்திரையில் இருந்த மூன்று சிங்கங்களும், 'கலக்கிட்டியேடா சேரா!' என்று கர்ஜித்து வாழ்த்தின. வழக்கமான விசாரிப்புக் கடிதம்தான். ஆனால், எழுத்துக்களுக்கு நடுவில் இருந்த இடைவெளியைக் கூட வாசிக்கும் வல்லமை பெற்றிருந்தேன்.

'ஏழை காத்த அம்மன்' என்று எங்கள் ஊரில் ஒரு சாமி உண்டு. ஏழைகளைக் காக்கும் அம்மன் என்றும் ஏழு குழந்தைகளைக் காத்த அம்மன் என்றும் சொல்வார்கள். எனக்கோ அது காதல் காக்க வந்த சாமி!

'இந்த வட்டம் திருவிழாவுக்குப் புள்ளைகளைக் கூட்டிட்டு புனிதாவை வரச் சொல்லலாம். அதுகளும் எப்பவும் வீட்டுக்குள்ள அடைஞ்சு கெடக்கும்ல'' என்றது அம்மாச்சி. சிட்டாகப் பறந்துபோய் விஷயம் சொல்லி விசேஷத்துக்கு அழைத்தேன். தயங்கிய அத்தை, 'எனக்கு வேலை கெடக்குப்பா, பிள்ளைகளை வேண்ணா கூட்டிட்டுப் போப்பா' என்றது. 'இதற்குத்தானே ஆசைப் பட்டாய் இளஞ்சேரா!' என்று கொண்டாடிக் கூட்டிப் போனேன். அந்த பஸ் பயணத்தில் அவர்கள் பெண்கள் பக்கமாய் அமர்ந்திருக்க, கூட்டத்தில் நான் குஷியாக நின்றிருந்தேன். டேப்பில் புன்னகை மன்னன் பாட்டு.. 'ஏதேதோ எண்ணம் வளர்த்தேன், உன் கையில் என்னைக் கொடுத்தேன்' என்றது.

வீட்டில், சின்னப் பெண்கள் இருவரும் என் தங்கச்சிகளுக்கு சரி ஜோடியாக இருந்தனர். சொட்டாங்கல் ஆடினார்கள். அரிசி களைவதில் ஆரம்பித்து, காய்கறி நறுக்குவது தொடங்கி, சாமிக்கு மாவிளக்கு போட தயார் பண்ணுவது வரை, உற்சாகமாய் இருந்தனர்.

ராணி இத்தனை அழகாகப் பாடும் என்பது அப்போது வரை தெரியாது. அது அடிக்கடி பாடிய பாடல், 'ஏதேதோ எண்ணம் வளர்த்தேன்'. பாட்டின் வரிகள் அடிக்கடி கேட்கவே வரிக்கு வரி பொழிப்புரை எழுதிப் படித்துப் பார்த்தேன். "சில காலம் நானும் சிறை வாழ்கிறேன் உனக்காகத் தானே உயிர் வாழ்கிறேன்!' என்றால் என்ன அர்த்தம், இது கா+த+ல் = காதல்தானே என்று கூவும் மனசு. என் வீட்டில் எனக்கு சாப்பாடு பரிமாறும்போது, எக்ஸ்ட்ரா எக்ஸ்ட்ரா கொஞ்சம் சேர்த்துவைப்பாள். தனக்கும் சேர்த்து எனக்கே சாப்பாடு வைக்கிறதோ எனத் தோண, பரவசமாகும் பொழுது!

இரவு நேரங்களில் வீட்டில் திண்ணையில் எல்லோரும் அமர்ந்து

கதை பேசும்போது, அம்மாச்சி என் பெருமையை அள்ளிவிடும். நான் ராணியின் ரியாக்ஷனையே ஆர்வமாகக் கவனிப்பேன். திருவிழாவுக்குப் போனால், ரிப்பனா, வளையலா, ராட்டினமா? யெஸ் மேடம், எஞ்ஜாய்!

திருவிழா தினங்கள் முடிந்தன. ஊர் திரும்ப வேண்டும். அதிரசம், முறுக்கு என்று வீட்டில் பைகளை நிறைத்து அப்பா சைக்கிளில் ரெடியாக இருந்தார். அதில் ஜெயந்தி ஏறிக் கொள்ள, கிளம்பிவிட்டார் அப்பா. ‘எனக்குப் போகவே மனசில்லை ‘ என்ற ராணியிடம், ‘அது சரி, எம் பேரனைக் கட்டிக்க, இங்கியே இருந்துரலாம்‘ என்று சிரித்தது அம்மாச்சி. அடுத்த சைக்கிளில் தயாராக இருந்த எனக்கு அது சாமியின் அசரீரி போல இருந்தது. ராணி ஏறியதுமே தேரானது வாகனம்.

போகிற வழியில், மனசு என்னவோ சொல்லத் தவிக்கிறது. வார்த்தைகள் தான் வர மறுக்கின்றன. திடீரெனப் பெரிய மனுஷன் தோரணையில் பேச ஆரம்பித்தேன். ‘‘இது படிக்கிற வயசு. படிப்புலதான் கவனமெல்லாம் இருக்கணும் புரியுதா?’’ என்றேன். பின்னாடி பேச்சைக் காணோம். ‘‘பெரியவங்க சும்மா என்னமாச்சும் சொல்வாங்க. அதெல்லாம் யாருக்கு எங்க யாரோட எழுதியிருக்கோ, அப்பிடி விதிப்படிதேன் நடக்கும்’’ என்றேன். அதற்கும் பதில் இல்லை.எங்காவது வழியிலேயே விழுந்து விட்டாளா என்று திரும்பிப் பார்த்தால், உம்மென்று அமர்ந்து வந்தாள். ஆகா, பேசத் தெரியாமல் பெரிதாய் சொதப்பிவிட்டேனோ என்ற ஆதங்கத்தில், ‘எங்களுக்கும் எல்லாம் மனசுக்குள்ள இருக்கு, அதுக்கு ஒரு நேரம் காலம வரணும்ல‘ என்று என்னென்னவோ உளறினேன். பஸ் ஸ்டாப்பில் இறங்கும்போது, ‘‘உங்கப்பாட்டுக்கு என்னென்னவோ சொல்றீங்க, அப்பிடிலாம் ஒண்ணுமில்லை’’ என்றாள். பகீரென்றது எனக்கு!

நொடியில் ஒடிந்துபோய் நின்றேன். பஸ்ஸில் ஏறியவர்கள் அப்பாவிடம், ''வர்றோம் மாமா'' என்றார்கள். பஸ் உறுமிக் கிளம்பும்போது, ஜன்னல் பக்கம் இருந்த ராணி லேசாக என் பக்கம் திரும்பி, ''லெட்டர் போடுங்க' என்று சொல்லிவிட்டுப் போனாள். இப்போ, இதுக்கென்ன அர்த்தம்!

பைத்தியக்காரா... பைத்தியக்காரா!

அன்று மாலையே நானும் சென்னைக்குக் கிளம்ப வேண்டும். நேரே மதுரைக்குப் போனேன், அத்தை வீட்டுக்குத்தான். வழியில் பஸ் ஸ்டாண்டில் அரை கிலோ ஸ்வீட்டும், 25 ரூபாய்க்கு மல்லிகைப் பூவும் வாங்கிக்கொண்டேன்.

'அத்த.'' என்று நான் வீட்டுக்குள் நுழைய அதிர்ந்துவிட்டார். ''என்னப்பா, நீயும் பின்னாடியே வந்துட்ட'' என்றார். ''இல்ல, நான் ஊருக்குப் போறேன், அதான்'' என்றவன், ''வர்றப்ப வாங்கினேன்'' என்று ஸ்வீட் பார்சலை நீட்ட, ''இப்பத்தேன் மொத பஸ்ல அதிரசம், முறுக்குன்னு குடுத்து அனுப்பியிருக்கீக. இப்ப அடுத்த பஸ்ல ஸ்வீட் வேற வாங்கிட்டு வந்திருக்கே?' என்றார். அடுத்து நான் மல்லிகைப பூவை நீட்ட, 'இது என்னாது? எம் புள்ளைக என்ன கரகாட்டமா ஆடப் போவுதுக, இம்புட்டுப் பூவு எதுக்கு?'' என்றார். அதற்கும் சேர்த்து அசடு வழிந்தேன். ராணிக்குத் தெளிவாகவே புரிந்திருக்கும்.

ஊருக்கு வந்த எனக்கு ஒன்றுமே ஓடவில்லை. சினிமாவில் இருந்து என்ன சாதிக்கப்போகிறோம். பேசாமல் மதுரைக்குப் போய் ஏதாவது ஒரு கடையில் மாசச் சம்பளத்துக்குச் சேர்ந்து விடலாம், வேலையைச் சாக்குவைத்து வீட்டில் பேசி எப்படியாவது ராணியைக் கல்யாணம் செய்துவிடலாம் என்று யோசனை. ஒரு மாதிரி மையமாக, நான் மதுரைக்கு வந்துவிடலாம் என நினைக்கிறேன் என்று ஒரு கடிதமாக எழுதி அனுப்பிவிட்டேன் அத்தை வீட்டுக்கு.

அடுத்த மூன்றாவது நாள், எனக்கு இரண்டு கடிதங்கள் வந்தன. ஒன்று ராணி எழுதியது...

‘கடிதம் படித்தேன், கஷ்டமாக இருந்தது. நீங்கள் ஆசைப்பட்டுப் போன இடத்திலேயே வேலை பாருங்கள். நீங்கள் நிச்சயமாக ஜெயிப்பீர்கள். அன்று ஊரில் இருந்து வரும் வழியில் நீங்கள் என்னிடம் படபடவென ஏதேதோ பேசிவிட்டீர்கள். எனக்கு அப்போது பதில் சொல்லத் தெரியவில்லை . ’தூக்கம் விழிக்கிறேன், பூக்கள் வளர்க்கிறேன்’. இப்படிக்கு, உங்கள் ராணி’ என்று கடிதம்

மளுக்கென கண்ணீர் முளைத்தது. என் வாழ்வில் எனக்கென வந்த முதல் காதல் சொல்லும் கடிதம், அது காதல் அல்ல, பேரன்பு!

கூடவே இன்னொரு கடிதம், என் அப்பாவிடம் இருந்து...

‘அன்பு மகன் சேரனுக்கு, அப்பா எழுதுவது. ஒரு முக்கியமான விஷயம் சொல்லவே இந்தக் கடிதம். நீ குழந்தையாக இருந்தபோது தனியாக உன்னை வைத்துக்கொண்டு தனியாமங்கலத்தில் நான் சிரமப்பட்ட கதையை உனக்குச் சொல்லியிருக்கிறேன். அங்கே கிருஷ்ணன் மாமா வீட்டில்தான் உன்னைத் தூங்கவைப்பார்கள். அவர்கள் நமக்கு உதவியாக இருந்தார்கள். கிருஷ்ணனுக்கு மூன்று மகள்கள். அதில் மூத்த பெண்ணுக்கு உன்னைத் திருமணம் செய்துவைக்கிறேன் என கிருஷ்ணனிடம் ஒரு நாள் குளிக்கும்போது, தண்ணீரில் சத்தியம் செய்து கொடுத்தேன். இப்போது அந்தப் பெண் பெரிய மனுஷியாகிவிட்டது. உனக்கு அதைப் பேசி முடிக்கலாம் என ஆசைப்படுகிறேன. உன் விருப்பம் என்ன என்பதை உடனே கடிதம் எழுதவும்.’

ஒரே நாள் இரண்டு கடிதங்கள்.. என் இதயம் கிழிகிற ஓசை எனக்கே கேட்டது!

மிஸ்டர். மின்னல் !

எல்லாக் கனவும் நனவாகுமாம் ஏதோ ஒரு நாளில்...

என் கனவும் நனவானது ஒரு திருநாளில்!

ராணியின் கடிதம் பார்த்து நெகிழ்ந்தேன். அப்பாவின் கடிதம் கண்டு அதிர்ந்தேன். அடுத்த பஸ் பிடித்து பழையூர்பட்டிக்கு ஓடினேன். வீட்டில் விஷயம் சொல்லிப் போராடினேன். இரண்டு பேர் சேர்த்து இழுத்தால், காதல் தேர் கல்யாணத்துக்கு வந்துவிடாதா?

ஒரு விஷயம் தெரியுமா. 'தவமாய தவமிருந்து' படத்தில் இடம்பெற்ற காதல் போராட்டத்தில் பெரும்பகுதி என் வாழ்க்கை. விடிந்தது ஒரு இரவு. மலர்ந்தது புது உறவு!

இப்போ நேரே சினிமா!

என் இயக்குநர் கே.எஸ் ரவிகுமார்... ஹிட்லராகப் பிறந்திருக்க வேண்டியவர். ஹெட் மாஸ்டராக இருந்திருக்க வேண்டியவர். பார்வையிலேயே பயமுறுத்துவார். பேச்சில் திகிலூட்டுவார். சரமாரியாகத் திட்டுவார். சகட்டுமேனிக்கு அடிப்பார். இதயம், இரக்கம் என்ற இரண்டும் இவரிடம் இல்லவே இல்லையா என நான் நினைத்த கணங்கள் நிறைய உண்டு. காரணம் என் அப்போதைய ஆர்வக்

கோளாறு, அலட்சிய மனோபாவம். அரைவேக்காட்டுத் தனமாக நான் அலைந்த நேரம் அது!

'குறைகுடம் கூத்தாடும்' என்பார்கள். நானோ டப்பாங்குத்தே ஆடித் திரிந்தேன். அதையெல்லாம் நினைத்தால் இப்போது என்னை வெட்கம் பிடுங்கித் தின்கிறது. இதோ, இன்று என் மேஜை மீது அவர் புகைப்படத்தை வைத்து வணங்குகிறேன். என் இயக்குநர் எத்தனை நல்ல ஞானத் தகப்பன் எனப் புரியவைத்தது காலம்!

முதல் படம் 'புரியாத புதிர்'!

பேண்ட் ஷர்ட் போட்ட பேய் பிசாசு மாதிரி வேலை பார்ப்பார் டைரக்டர். ஷூட்டிங் என கேமராவைத் தூக்கி வைத்துவிட்டால், அது ஏதோ பீரங்கி வைத்த போர்க்களம் மாதிரி இருக்கும்

ரகுவரன், ரேகா, ரகுமான், ஆனந்த்பாபு என பிரபல நடிகர்களைப் பக்கத்தில் பார்க்கிற பிரமிப்பு ஒரு பக்கம். அழகழகான பெண்களைப் பார்க்கும் போது மனசு ஒரு நாய்க் குட்டி போல அவர்கள் பின்னால் ஓடுகிற சிலிர்ப்பு ஒரு பக்கம். சினிமாவில் சேர்ந்துவிட்ட பெருமிதத்தில் நெஞ்சு நிமிர்த்தித் திரிகிற திமிர் ஒரு பக்கம் என நிதானம் புரிபடாத நேரம். ஆனால், டைரக்டர் வந்து விட்டால் பூனைக்குட்டி போல பம்மி விடுவேன்.

டைரக்டர்... டெரர்!

அவர் கண்ணில் சிக்கிவிட்டால், பரேடு கிளப்பி விடுவார். கிளாப் அடிப்பது, வேடிக்கை பார்க்க வரும் கூட்டத்தை அடக்குவது அது இதுவென அவர் என்ன வேலை சொன்னாலும் செய்து முடித்தாக வேண்டும். 'இல்ல சார், அது வந்து சார், என்னாச்சுன்னா சார்' என்பது மாதிரியான விளக்கங்கள், சமாதானங்களை ரசிக்கவே மாட்டார்.

எதுவானாலும், 'முடியாது' என்ற பதில் மட்டும் அவரிடம் சொல்லக்கூடாது. ''ஏன் முடியாது, ஏண்டா முடியாது, எவன்டா சொன்னான் முடியாதுன்னு?' என்று எகிறிவிடுவார். எதையும் கடைசிக் கட்டம் வரை விரட்டிப் பார்க்கிற வேகம், அவர் கற்றுத் தந்த பால பாடம்.

ஸ்பாட்டில் வந்துவிட்டால், ஒரு நிமிடம் வீணாக்க மாட்டார். வேலையில் இறங்கும் முன்பே, இன்று என்ன ஸீன், என்னென்ன ஷாட், எவ்வளவு நேரம் போகும் என்று தெளிவான திட்டத்துடன் இருப்பார். அவர் வேகத்துக்கு ஈடு கொடுத்து ஓட, தேசிங்குராஜாவின் குதிரையாகவே இருந்தாலும் முடியாமல் மூச்சுத் திணறிவிடும்.

அதிகாலை 'குட்மார்னிங்' தொடங்கி, நள்ளிரவு 'குட்நைட்' வரை அவர் பக்கம்தான் அத்தனை பேரும் இருப்போம். இரவு பகலாக வேலை. இடுப்பொடிக்கிற ஓட்டம். அத்தனை பேருக்கு முன்னால் திட்டு வாங்குகிற மனச் சோர்வுகள். உதவி இயக்குநர்கள் பார்ப்பது வேலை அல்ல அது சினிமாவின் தொடக்கக் கல்வி என அப்போது எனக்குப் புரியவில்லை.

இன்னொரு பக்கம், இப்படி எத்தனையோ போராட்டங்களுக்கு நடுவே பூப் பறிக்கிற வேலை, இயக்குநருடையது. மறுநாள் எடுக்க வேண்டிய காட்சி, படத்தின் மிக முக்கியமான, சென்சிட்டிவான ஸீன்!

மனைவி ரேகா மீது ரகுவரனுக்குச் சந்தேகம். வார்த்தைகளாலேயே குத்திக் கிழிப்பார். வீட்டுக்குள் வரும்போது, ஆனந்த்பாபுவுடன் பேசிக்கொண்டு இருப்பார் ரேகா. ரணகளமான ஸீன் அது.

எப்போதோ கதை பேசி, அந்தக் காட்சிக்கு யோசித்து யோசித்து அடித்துத் திருத்தி எழுதிய வசனம் தயாராகவே இருந்தது. முதல் நாள் இரவு அதை எடுத்து வாசிக்கச் சொல்லிக் கேட்டார் டைரக்டர். சிறிது

நேரம் யோசித்தார். "ப்ச் . பவரே இல்லியே, ஆசிட் அடிச்ச மாதிரி வார்த்தையில வயலன்ஸ் வேணுமேப்பா, அது மிஸ்ஸாகுதே" என்று ரெஸ்ட்லெஸ்ஸாகி விட்டார். என்னென்னவோ பேசியும் எழுதியும்கூட திருப்தி வராமல், "சரி, காலையில பார்த்துக்கலாம்' என்று போய்விட்டார்.

காலையில் டைரக்டர் வந்தார். வேலைகள் தொடங்கின. அந்த ஸீன் வந்ததும், ரகுவரனை அழைத்தார். 'ஐ நோ!' என்றார். ரகுவரன் நிமிர்ந்து பார்க்க, 'இந்த ஒரே வார்த்தைதான் சார் டயலாக். இதை முப்பது தடவையாவது நீங்க சொல்லணும். ஒவ்வொரு தடவை நீங்க சொல்லும்போதும் வேறவேற எமோஷன் வேணுங்க. வருத்தம், கோபம், வக்கிரம், கொலைவெறின்னு அடி மனசு வலி, இரை தேடற பசி, வேட்டையாடுற வெறின்னு கண்ணு மின்னணும்!" என விவரிக்க ஆரம்பித்தார்.

ரகுவரனுக்கு அது சவால். மொத்த யூனிட்டுக்குமே குழப்பமும் ஆச்சர்யமும் கண்களில் கூடு கட்டி மின்னின. "இன்னொரு வாட்டி சொல்லுங்க சார்" என்றார் ரகுவரன். மறுபடி மறுபடி சொன்ன டைரக்டர் அதை நடித்தே காட்டினார். ரகுவரன் அதை உள்வாங்கி, இன்னும் மெருகேற்றி மனிதனாக, தெய்வமாக, மிருகமாக மாறிமாறி 'ஐ நோ' சொன்ன காட்சி, இன்றைக்கும் தமிழ் சினிமாவில் பிரபலம். நான் என் இயக்குநரை பிரமிப்புடன் பார்க்க ஆரம்பித்தேன்.

முதல் நாள் எல்லோரும் தூங்கப் போனபோது, இரண்டரை மணியாவது இருக்கும். அதிகாலையில் எழுந்து ஷூட்டிங் ஸ்பாட் ஓடி வந்துவிட்டோம். இத்தனைக்கும் இது முதல் நாள் அல்ல, இடைவிடாது இரவு பகலாக 23வது நாளாக வேலை பார்த்துக் கொண்டு நிற்கிறோம். இத்தனை பரபரப்புக்கு நடுவிலும் இரவெல்லாம் தூங்காமல்

யோசித்திருக்கிறார் டைரக்டர்.

எல்லோருக்கும் உண்டு கனவுகள், கற்பனைகள். ஆனால், அதை ஒரு கலையாக்குகிற திறமைதான், ஒரு கலைஞனை வித்தியாசப்படுத்தி வேறுதளத்துக்கு இட்டுச் செல்கிறது!

28 நாட்களில் மொத்தப் படத்தையும் முடித்துவிட்டார் டைரக்டர். அப்படி ஒரு மிஸ்டர். மின்னல்!

இந்தப் படத்தில் எனக்கு இன்னொரு சந்தோஷம். நடிக்க வேண்டும் என்ற என் அரிப்புக்குச் சின்னதாக ஒரு பிள்ளையார் சுழியும் போட்டாச்சு. ஆனந்த்பாபுவை ரகுமான் உதைக்கிற காட்சியில், அந்த அலுவலகத்தில் அமர்ந்திருக்கிற யாரோவாகிய நான் சடக்கென எழுந்து அதிர்ச்சியாக ஒரு ரியாக்ஷன் கொடுக்க வேண்டும். படத்தில் அதிக பட்சம் இரண்டு செகண்டுகளே வருகிற ஷாட், ஆனாலும் நான் நடித்ததாச்சே. நைஸாகக் கெஞ்சி எடிட்டர் அறையில் இருந்து வெட்டப் பட்ட துண்டு பிலிம்களைப் பொறுக்கினேன். அது நான் இருக்கும் அந்த அதிர்ச்சி ரியாக்ஷன் ஃபிரேம்கள். சின்ன வயசில் யார்யாரோ நடித்த துண்டு பிலிம்களைப் பொறுக்கி வந்து ஆசை ஆசையாகப் பார்த்துத் திரிந்த எனக்கு இது எத்தனை பெரிய வெற்றி. எவ்வளவு பெரிய சந்தோஷம்! நான் நடிகனாகி விட்டேன் என்பதை பாதி தமிழ்நாட்டுக்குப் பரப்பி விட்டேன்!

டைட்டில் எழுதும்போது உதவி இயக்குநர்கள் பட்டியலில் என் பெயரும் போட வேண்டுமே ''சேரன்னு போட்ரலாம்லடா'' என்றார் டைரக்டர். நான் தயக்கமாய் பார்த்தேன். ''என்னடா, ஏதோ ஒரு கருத்து சொல்ல விரும்புறே போலிருக்கே?'' என்றார். ''இல்ல சார், எம் பேரை இளஞ் சேர ராஜன்னு போடுங்க சார்' என்றேன்.

‘ஓ, அதான் உன் முழுப் பேரா?'' என்றவரிடம், ‘‘இல்ல சார் பாரதிராஜா, இளையராஜா, பாக்யராஜ், பாண்டிய ராஜன்னு ராஜா பேரு வெச்சவங்க தமிழ் சினிமால ஹிட்டு சார். அதான் ஒரு எஃபெக்ட்டுக்கு‘ என்றேன்.

‘டேய், இவன் சொன்ன மாதிரியே போட்ருங்கப்பா. தமிழ் சினிமாவுக்கு இன்னொரு ராஜா வந்துட்டாரு‘ - சிரித்தார் டைரக்டர். படம் ரிலீஸானதும் தியேட்டர் தியேட்டராக ஓடிப் போய்ப் பார்த்தேன்.

அன்று வானத்தில் புதிதாக நட்சத்திரம் ஏதும் முளைக்கவில்லை. அதனாலோ என்னவோ எம்.ஜி.ஆர்., சிவாஜிக்கு அப்புறம் அடுத்த தலைவன் வந்துவிட்டதை யாருமே கவனிக்கவில்லை. 'சூப்பர் குட்' படம் சூப்பர் ஹிட்!

அடுத்து 'சேரன் பாண்டியன்'!

இந்தப் படத்தில் இன்னும் முன்னேற்றம். ஓடியாடி நானே முன்நின்று பல வேலைகளைப் பார்க்க ஆரம்பித்தேன். வாய்க் கொழுப்பும் கூடியது. எதற்கெடுத்தாலும் விவாதம் பண்ணுவேன். இரண்டு பாராக்கள் எக்ஸ்ட்ராவே பேசுவேன். சமயங்களில் டைரக்டரே எரிச்சலாகும்படி நடந்துகொண்டு இருக்கிறேன். அதெல்லாம் தவறு என்று புரியாமல், எனக்கும் சினிமா தெரியும் என்கிற மமதையில் செய்தவை.

படத்தில் ஒரு சின்ன ஸீன் நடிககிற வாய்ப்பு. ஒரு பஸ்ஸில் ஆனந்த்பாபுவிடம், ‘டிக்கெட் டிக்கெட்'' என்று சொல்லிவிட்டு டிக்கெட் கிழித்துத் தர வேண்டிய கண்டக்டர் வேடம். ‘சார், நான் நடிக்கிறேன் சார்'' என டைரக்டரிடம் கிட்டத்தட்ட கெஞ்சினேன். அவர் ஏதோ சரத்குமார் கேரக்டரையே எனக்குத் தருவது போல, ரொம்பப் பிகு

பண்ணி ''சரி, போயி காஸ்ட்யூம் வாங்கிக்க'' என்றார். கடைசியில் ஒரு நடிகனுக்கு உடனே இரண்டாவது படம் கிடைப்பது எவ்வளவு பெரிய வாய்ப்பு.

'பாக்யராஜ் 'சிகப்பு ரோஜாக்கள்'ல சர்வரா யூனிஃபார்ம் போட்டு நடிச்சாரு. அப்புறம் பார்த்திபன் 'தாவணிக் கனவுகள்'ல போஸ்ட்மேனா யூனிஃபார்மோட வருவாரு. அடுத்து தமிழ் சினிமால யூனிஃபார்ம் போடுற அசிஸ்டெண்ட் டைரக்டர் நீதான் சென்டிமென்ட்டாவே வொர்க் அவுட்டாயிருவேப்பா'' என்றார் காஸ்ட்யூமர்.

ஏற்கெனவே காய்ச்சலில் இருந்த எனக்குக் கிறுகிறுவென இன்னும் டெம்பரேச்சர் டிகிரி டிகிரியாக ஏறியது. என் ஸீன் எப்போது எடுப்பார்கள் எனத் தெரியாமல் ஓடியாடி வேலை பார்த்துத் திரிந்தேன். சாப்பிடவும் இல்லை. டைரக்டர் ஏதோ சொன்னார் என்று ஓடியவன், திடீரெனத் தலை சுற்ற, கண்ணுக்குள் பூச்சி பறக்க, பொத்தென விழுந்துவிட்டேன். கண் விழித்துப் பார்த்தபோது என் தலை மாட்டில் டைரக்டர் நின்றிருந்தார்.

'ஆக்சுவலா இந்த ஸீன்ல, ''நான் இப்ப எங்க இருக்கேன்?'னு நீ கேட்கணும். அப்புறம்தான் நான் பதில் சொல்லணும். சரி, பரவாயில்லே இப்ப நானே சொல்லிடுறேன், நீங்க இப்போ கோயம்புத்தூர்ல ஒரு ஆஸ்பத்திரியில் இருக்கீங்க சேரன் சார்' என்றார் டைரக்டர்.

'சார்' எனப் பதறி நான் எழ முயற்சிக்க, ''ஏண்டா உடம்பு சரியில்லேன்னா சொல்ல மாட்டியா? ஸ்பாட்ல திடீர்னு மயக்கம் போட்டுட்டே. தொட்டுப் பார்த்தா உடம்பு கொதிக்குது. 108 டிகிரி ஜுரம்டா'' என்ற டைரக்டர், என் தலை மீது கைவைக்க, நெகிழ்ந்து போனேன்!

தொடர்ந்து படப்பிடிப்பு நடக்க, எனக்குள் இன்னொரு பழக்கம் வந்தது. விஜயகுமார், சரத்குமார் இருவரையும் நெருங்க ஆரம்பித்தேன். டைரக்டர் தென்படாத சமயங்களில் இன்னும் உரிமையுடன் பழகுவேன். டைரக்டர் எடுக்கிற காட்சிகளைப் பற்றி, எழுதிய வசனத்தைப் பற்றி, அது இப்பிடி இருந்திருக்கணும், இதை அப்பிடி எடுத்திருக்கணும்' என்றெல்லாம் மற்றவர்களிடம் என் மேதாவித்தனத்தை எடுத்துவிடுவேன்.

அப்படியே நைஸாக சரத் சாரின் அன்பைப் பெற்றுவிட்டேன். பேச, பழக அருமையான மனிதர். பெரிய வீட்டுப்பிள்ளை என்ற பந்தா இருக்காது. மிக மரியாதையாகப் பேசுவார்.

அவரிடம் ஒட்டிக்கொண்டு, 'ஒரு நல்ல சப்ஜெக்ட் சார். பவர்ஃபுல் கேரெக்டர்'' என்று எதையெதையோ சொல்லி கொஞ்சம் அவரையே கரைத்து விட்டேன்.

படம் முடியும் நேரத்தில், ஒரு நாள் டைரக்டரிடம் போய் நின்றேன்.

'என்ன?' என்றார் புருவங்களால்

'நான் தனியா ஒரு படம் பண்ணலாம்னு இருக்கேன் சார்'' என்றேன்.

அதிர்ந்துவிட்டார் டைரக்டர். 'டேய், என்னடா சொல்றே?'

'ஆமா சார், சரத் சாரை வெச்சு ஒரு படம் பண்ணலாம்னு. ஒரு புது புரொடியூஸர் பேசி வெச்சிருக்கேன் சார்.'

'டேய், உனக்கு என்னடா தெரியும்? அதுக்குள்ள படம் எடுக்கப் போறேங்கிறே. '

''நல்ல சப்ஜெக்ட் சார்.'

'கதை கெடக்கட்டும், அதை எடுக்கத் தெரியுமாடா உனக்கு?'

'அதெல்லாம் அட்ஜஸ்ட் பண்ணி எடுத்துருவேன் சார்''

'அட்ஜஸ்ட் பண்ணியா? என்னடா சொல்றே?''

'டிசைட் பண்ணிட்டேன் சார். உங்ககிட்டே சொல்லிரலாம்னுதான் '

'சரி, என்னவோ பண்ணு, நல்லாயிரு போ!'' என்று எழுந்து போய்விட்டார் டைரக்டர்.

அடுத்த ஒரு வருடம் சினிமா உலகம் என்னைத் தெருத்தெருவாக தினம்தினம் இழுத்து அடித்து கொடூரமாகப் பாடம் நடத்தியது. நினைத்தது எதுவுமே நடக்காமல், எதுவும் கிடைக்காமல் அத்தனையும் கானல் என உணர்ந்தபோது பசியின் கொடுமை தாங்காமல் டைரக்டரிடமே போய் நின்றேன்.

'வாங்க டைரக்டர் சார்!'' என்றார் என் டைரக்டர்.

''என்னை மன்னிச்சிருங்க சார்' என்று அவர் பாதம் தொட்டுக் கும்பிட்டேன்.

'வா, வந்து உக்காரு, என்ன பண்ண, வயிறு சொல்லிக் குடுத்தப்புறம்தான் சில பேருக்கு வாழ்க்கை புரியுது!' என்றவர் எனக்கு சாப்பாடு போட்டார்.

உப்புக்கு அவசியமே இல்லாமல், ஒவ்வொரு வாய் உணவையும் பிசைந்து தின்றேன் கண்ணீரில்!

முதல் முயற்சி !

அம்மா ஐ லவ் யூ!'

இதுதான் நான் இயக்க ஆசைப்பட்ட முதல் படம்!

'ஒப்பன் பண்ணா மெரீனா பீச் சார். நிலா வர்ற நேரம். சரத் சார் ஆசை ஆசையா தன் பொண்ணுங்களுக்கு பலூன் வாங்கித் தர்றார். பசங்க ஜாலியா விளையாடுறாங்க. அந்த சந்தோஷத்தைக் காட்றோம். இங்க ராஜா சார், ஆர் ஆர்ல பின்றார்ங்க.

குப்புனு அடிச்சுத் தூக்குது காத்து. பசங்க பலூனை கை தவறிக் காத்துல விட்டுர்றாங்க. பலூன் பறக்குது. பசங்க கத்துறாங்க. பலூன் பறக்குது. பசங்க கத்துறாங்க. கட் ஷாட்ஸ் போடுறோம். சரத் சார் அதைப் பிடிக்க ஓடுறார். சரசர சரசரன்னு அதெல்லாம் ராஜா சார் பாத்துக்குவார். அப்போ பார்த்து கடல் பக்கமிருந்து ரேவதி மேடம் என்ட்ரி.

ஹேண்ட் பேக், குடை, காட்டன் சாரி. ஹை ஸ்பீடுல வர்றாங்க. காத்துல சேலை பறக்குது. தலைமுடி பறக்குது. அவங்க பக்கம் பலூன் பறந்து வருது. தாவி ஒவ்வொண்ணாப் பிடிக்கிறாங்க. பசங்களுக்கு சந்தோஷம். சரத் சார் முகத்தில் ஒரு பிரைட்னெஸ். ரேவதி மேடம்

அப்பிடியே கண்ணால சிரிக்கிறாங்க. நாலு பேரும் சந்தோஷமா நிக்கிறப்போ, கையில் கேமராவோட ஒருத்தன் வர்றான் சார்.

'சார் போட்டோ, ஃபேமிலி போட்டோ, கலர் போட்டோ, ஹேப்பி மெமரி சார். ஒரு மேக்ஸி போட்டோ டொன்ட்டி ருபீஸ் சார்'ங்கிறான். சரத் சார் சிரிக்க, க்ளிக் அப்பிடியே நாலு பேரையும் ஃபிரேம் பண்றோம். சாங் ஆரம்பிக்குது சார்' - இப்படி பி.வாசு சார் பாணி ட்ரீட்மென்ட் என நினைத்து, நானே ஒரு திரைக்கதை எழுதினேன்.

கதை என்ன தெரியுமா? தாயில்லாத இரண்டு பிள்ளைகள் தகப்பனால் வளர்க்கப்படுகிறார்கள். அப்பாவை நேசிக்கிற ஒரு பெண்ணை, அவர்களும் நேசிக்க ஆரம்பிக்கிறார்கள். இதுதான் ஒன் லைன்!

'என்ன சேரா எப்டி இருக்கே?' என அந்நேரத்தில் யார் என்னிடம் சிக்கினாலும், ஆளை அமுக்கி மொத்தக் கதையையும் மூன்று மணி நேரம் சொல்லி, கருத்து வேறு கேட்பேன். என் முகம் பார்த்தாலே, வந்த வேலையை மறந்து எதிர் சந்துகளில் ஓடி ஒளிவார்கள். விடுவேனா நான்? பலரைத் தேடிப் போய் கதவு தட்டி எழுப்பி கதை சொல்லிக் கதறவைத்த காலங்களும் உண்டு.

ஒரு குயர் நோட்டு போட்டு, மொத்த கதையும் ரெடி. அது சரி, பேப்பரில் எழுதியாச்சு. பிலிமில் எழுத காசு வேணுமே! புரொடியூஸர்கள் தேடுவோம். அந்த நோட்டுக்கு சிவாஜி படம் அட்டை போட்டு எடுத்துக்கொண்டு ஏரியா ஏரியாவாகப் பயணம் போவேன். அப்படி வலம் வந்ததில் சிக்கியது ஒரு செய்தி 'கோயம்புத்தூர்க்காரர் ஒருத்தரு வாராவாரம் புதன்கிழமை வருவாரு. சினிமா எடுக்கிற ப்ளான்ல இருக்காரு. நல்ல சப்ஜெக்ட் சிக்கிருச்சுன்னா பூஜை போட்ரலாம்னு சொல்றாரு' என்றார்கள். விலாசம் விசாரித்தோம்.

புரசைவாக்கத்தில் இருந்தது அந்த லாட்ஜ்!

'வணக்கம் சார்' என்று கும்பிடு போட்டோம். ''வாப்பா, நீதான் டைரக்டரா?' என்றார்.

டைரக்டர் என்ற வார்த்தையே என்னைக் கிறங்கடிக்க, முகமெல்லாம் சிரிப்புடன், ''ஆமா சார். இவர் என் அசோசியேட் டைரக்டர்'' என்றேன் துணைக்கு வந்த என் நண்பன் சேகரைக் காட்டி

'யாரைப் போட்டு எடுக்கலாம்னு?'

'சரத்குமார் சார். ரேவதி மேடம்னு ஃபிக்ஸாகி இருக்கேன் சார். மியூஸிக் இளையராஜாதான் வேணும் சார்!''

'அட, அவர் பெரிய ஆள்ல. பேசிக்கிருவோம். ஆமா.. எம்புட்டுச் செலவாவும்?''

''ஒரு அறுபது இருந்தாப்போதும் சார். காப்பி ரெடி பண்ணிரலாம்!''

'அறுபதெல்லாம் ஜாஸ்திப்பா. நாப்பதுக் குள்ள முடிச்சுக் குடுத்துருவியா?''

ஏதோ இந்தக் கேள்விக்கும் பதில் சொல்லிவிட்டால், பணத்தைக் கொடுத்துவிடுவாரோ என்ற பரவசத்தில், ''முதல்ல கதையைக் கேட்ருங்க சார்' என்றேன். 'கேப்போம், சரி முதல்ல எதுத்த கடையில் ஒரு பொங்கலு வட, ஒரு பூரி செட்டு, அப்பிடியே வர்றப்ப ஒரு தந்தி பேப்பர் வாங்கிருந்தா'' என முப்பது ரூபாய் எடுத்து நீட்டினார். அதிர்ந்து போனேன். சரி, நம் வாழ்க்கைக்கே சோறு போடப்போகிற மகராசனுக்கு ஒரு பொங்கல் வாங்கித் தந்தால் குறைந்தா போய்விடுவோம் என இறங்கிப் போய் வாங்கி வந்தோம். மிச்சக் காசு மூன்றரை ரூபாயைத் திருப்பித் தந்தபோது, ''வெச்சுக்க வெச்சுக்க'' என்றார். அது எனக்கு அடுத்த இடி. சாப்பிட்டு முடித்தவர் வாயைக்

கொப்பளித்தபடி பெட்டியில் இருந்து ஒரு சட்டையை உதறி மாட்டினார். ''ஒரு சோலியா போயிட்டு வந்துர்றேன், வெயிட் பண்ணுப்பா'' என்று கிளம்பிப் போய்விட்டார். சத்தியமாய் எனக்கு ஒன்றுமே புரியவில்லை.

போனவர் மதியம் இரண்டு மணிக்கு வந்தார். ''என்னா வெயிலு, யப்பா. நல்ல பசி. சிக்கன் பிரியாணி வாங்கிட்டு வந்துர்றியா?'' என்றபடி நூறு ரூபாய் எடுத்து நீட்டினார். காசை வாங்கிக்கொண்டு வெளியே வந்தால், தலை கிர்ரென்றது. அப்புறம் வாங்கிவந்து தந்த பிரியாணியை நிதானமாகச் சாப்பிட்டபடி, ''ம் ரஜினிக்குச் சொல்ற மாதிரி கதை ரெடி பண்ணியிருக்கியா?'' என்றார். ''இல்ல சார். சென்டிமென்ட்ல போயிரலாம்னு பார்த்தேன். ரஜினின்னா ஆக்ஷன் கேப்பாங்க. நாம ஒரு மெசேஜோட சொல்லணும்னு.. '' என்று இழுத்தேன்.

'நீ சொல்றதும் கரெக்ட்டுதான். ஆமா, ஜெயமாலினி கல்யாணம் பண்ணிட்டுப் போயிருச்சாம்ல, இனிமே நடிக்க வராதா?' என்றார். என்ன சொல்வதெனத் தெரியாமல், 'சார், கதை கேட்ரலாம் சார்'' என்றேன். 'கதை எங்க போகப்போகுது. சரி, சொல்லு'' என்றார். 'ஓப்பன் பண்ணா மெரீனா பீச் சார்.. '' என்று ஆரம்பித்து ஆறேழு பாராகூட போயிருக்க மாட்டேன். குறட்டைச் சத்தம்தான் கேட்டது.

தயாரிப்பாளர் எப்போது எழுந்திருப்பார் என்று காத்திருந்தால், சாயங்காலம் ஐந்தரை மணிப் பக்கம் முழித்தார். 'அசந்துட்டேன்' என்றவர், 'ஒரு காபி சொல்லிருப்பா'' என்றவர், ''நீங்க சாப்பிட்டீங்களா?'' என்றார். அப்போதும் தன்மானம் தடுக்க, நான் 'ஓ' எனத் தலையாட்ட, பசி தாங்காத சேகர், 'இல்லைங்க' என்றான். அப்படியா என்று பதினேழு செகண்டுகள் யோசித்தவர், 'சரி, மூணு

காபியா வாங்கிக்க‘ என்று காசை நீட்டினார். காபியும் குடித்தாகிவிட்டது. சார் குளித்துவிட்டு வந்தார். ரூம் பில் செட்டில் பண்ணினார். ஊருக்குப் புறப்பட்டுவிட்டார். ‘‘சார் கதை?‘ என்றேன். ‘லேட்டாயிருச்சு. அடுத்த வாரம் வருவேன்ல. அப்போ சொல்லு‘ என்று ஆட்டோ பிடித்துப் போயேவிட்டார்.

‘என்னா சங்கரு?‘ என்றேன். ‘அவருக்கு ஆயிரம் டென்ஷன் இருக்குமப்பா. அடுத்த வாரம் கதை சொல்வோம்’’ என்றான்.

அடுத்த வாரம், அதற்கடுத்த வாரம் என வாராவாரம் புதன்கிழமைகள் வந்தன. சார் வந்தார். நாங்களும் போனோம். பொங்கல் வடை, பூரி செட், தந்தி பேப்பர், பிரியாணி, காபி என இது மட்டும்தான் நடந்தது. ஒரு கட்டத்தில் அவரை ரயில்வே ஸ்டேஷன் வரை போய் வாழைப் பழம் தண்ணீர் பாட்டில் வாங்கி வண்டியில் ஏற்றி டாட்டா காட்டும் வரை முன்னேறினோமே தவிர, அவர் கதையைக் கேட்கவே இல்லை.

லாட்ஜ் பையன்தான் ஒருமுறை சொன்னான்... ‘அந்தாளு பெரிய பணக்காரரு. கொஞ்ச நாளு சினிமா எடுக்கணும்பாரு. கொஞ்ச நாளு அரசியல்ல இறங்கலாம்னு யோசிப்பாரு. ஆனா, ஒண்ணும் பண்ண மாட்டாரு. எடுபிடி வேலைக்கு ஊர்லேர்ந்து கூடவே ஒரு பையனைக் கூட்டி வந்தா ஐநூறு அறுநூறு செலவாகும்ல. இப்ப நீங்க வந்து பார்த்துட்டுப் போறதுன்னால அவருக்கு அந்தச் செலவெல்லாம் மிச்சம்தான‘ எனறவன் எங்களை மேலும் கீழுமாய் பார்த்துவிட்டு, ‘‘வேலை ஏதும் வேணும்னா சொல்லுங்க, லாட்ஜ் ஓனர்ட்ட சொல்லிச் சேத்துவிடுறேன்‘ என்றான்.

மானம், அவமானமாகி வந்தவழி திரும்பிவிட்டோம். ‘‘விடு, எல்லாம் ஒரு எக்ஸ்பீரியன்ஸ்தான!‘ என்றான் சங்கர்.

அடுத்த தயாரிப்பாளரைத் தேடும் விஷயத்தில் மிகக் கவனமாக இருந்தோம். இடையிடையே கதையை இன்னும் மெருகேற்றி, சிக்குகிற நண்பர்களிடம் சொல்லி கருத்து கேட்கும் பழக்கத்தையும் விடவில்லை. அப்படிச் சொன்ன நண்பர்களில் ஒருவர், இப்போது சிசர் மனோகர் என்ற பெயரில் காமெடி நடிகராக வலம் வருகிறாரே அந்த பழனி. 'ஒரு ஃபீல் இருக்கு , கேக்குறியா?' என்றேன். ''சரி'' என்றவர் கதை கேட்கும் இடமாகத் தேர்வு செய்த இடம் என்ன தெரியுமா? அண்ணா சாலை! அதுவும் சர்ச் பார்க் பள்ளி வாசல். ஆயிரமாயிரம் வாகனங்கள் அசுர வேகத்தில் கடக்கிற இடத்தைத் தேர்வு செய்தது ஏன் தெரியுமா?

'அலமூ மூவீஸ் புரொடியூஸர் முன்னாடி டிராஃபிக் போலீஸ்ல இருந்தாரு. அவருக்கு இங்க தௌசண்ட் லைட்ஸ் சிக்னல்லதான் டியூட்டி. நம்ம பாண்டியராஜனே இங்க வந்துதான் கதை சொல்லி ஓ.கே பண்ணாரு. பத்து வருஷம் பட்டையைக் கௌப்புனார்ல. அப்பிடி ராசியான இடம்ப்பா இது'.

பப்பாய்ங், பப்பாய்ங் என வண்டிகள் கடக்கிற இடைவெளியில் ஒப்பன் பண்ணா மெரீனா பீச் கதையை நான் சொல்லி முடிக்க, 'பிரமாதம் கொன்னுட்டே, கிழிச்சுட்டே'' என்று என்னென்னமோ சொல்லி உற்சாகப் படுத்தினார் பழனி.

தயாரிப்பாளரும் சிக்கினார். திருப்பூர் பார்ட்டி சொன்ன அட்ரஸ் போய்ப் பார்த்தால், பந்தாவான வீடு, சேர், டேபிள், சோபா, இரைச்சலான பேச்சு. டெலிபோன் சத்தம். டேபிளின் மேல் தாமஸ் ஆல்வா எடிசனின் பெரிய புகைப்படம். எங்களுக்கு நம்பிக்கை வந்தது.

''வர்ற வியாழக்கிழமை காலைல பத்து மணிக்கு வந்துருப்பா'' என்றார்கள்.

சங்கர் குஷியாகிவிட்டான். ''வியாழக்கிழமை ராகவேந்திரர் நாளு, ரஜினியும் மூணாம் நம்பர். நீயும் மூணாம் நம்பர். போறப்போ கோயிலுக்குப் போயிட்டுப் போலாம்'' என்றதும், சாமி கும்பிட்டுவிட்டு, அந்த அலுவலகம் செல்லும்போது கொஞ்சம் தாமதமாகி விட்டது

யாருமே இல்லை. காலிங் பெல் அடித்தால், தயாரிப்பாளரே கதவைத் திறந்தார். 'என்னப்பா மொத நாளே லேட்டா வர்றே?'' என்றவர், சற்று நேரம் யோசித்துவிட்டு, ''சரி வா'' என்னை உள்ளே அழைத்தார்.' சங்கரு, பக்கத்துல எங்கியாச்சும் போயிட்டு ரெண்டு மணி நேரங் கழிச்சு வா' என்று உள்ளே போனேன். முதல் வேலையாகக் கதவைத் தாழ்ப்பாளிட்டார்.

'சொல்லுப்பா'' என்றபடி கண்களை மூடிக்கொண்டார். ''சார், ஒப்பன் பண்ணா மெரீனா பீச் ' என்று கதையை ஆரம்பித்தேன். பத்து நிமிஷம் ஓடியிருக்கும். 'ஒரு நிமிஷம்ப்பா, வந்துர்றேன்' என்று உள் ரூம் பக்கம் போனவர், பத்து நிமிடம் கழித்து வந்தார். அவர் கையில் ஒரு முறுக்கு இருந்தது. தின்றபடி, ''சரி, அங்க ஸ்கூல் பஸ்ஸு ஆக்ஸிடென்ட்டு. மேட்டரு ஹீரோவுக்குத் தெரியாது. ம் மேல சொல்லு'' என்றார்.

பரபரப்பான ஒரு சேஸிங் காட்சியை விவரிக்க ஆரம்பித்தேன். ''ஒரே ஒரு நிமிஷம்ப்பா '' என்று மறுபடியும் உள்ளே போனவர், வாயைத் துடைத்த படி வெளியே வந்தபோது, இன்னும் பத்து நிமிஷம் ஓடியிருந்தது. ஒரு கை நிறைய சிப்ஸ் வைத்திருந்தார்.

நான் கதையைத் தொடர ஆரம்பித்தேன். 'இந்தா இப்ப வந்துர்றேன்'' என மீண்டும் உள்ளே போனார். இம்முறை வரும்போதே கையில் கிளாஸையும் கொண்டு வந்துவிட்டார். ததும்பத் ததும்ப ராஜ திரவம்.

எனக்குக் கோபம் முட்டத் தொடங்கியது. 'கவுண்டமணி காமெடி மாதிரி ஏதாச்சும் ஒண்ணு சேத்துக்க, என்னா?'' என்றவர், திடீரென சத்தம் போட்டுச் சிரித்தார். ''எனக்குக் கதை ரொம்பப் பிடிச்சுப் போச்சு தம்பி.''

'சார், இன்னும் இன்டெர்வல் ப்ளாக்கே வரல சார்'' என்றேன் பதட்டத்தில் 'அட, அதைவிடு, நாம் படம் பண்றோம். இப்ப உனக்கு ஒண்ணு காட்டட்டுமா, இங்க வா' என்று அழைத்தவர், உள் ரூம் கதவைத் திறந்தார். உள்ளே மூன்று பெண்கள். எந்தவித நிதானமுமில்லாமல் ஆடைகளும் இல்லாமல் அலங்கோலமாகச் சுருண்டு கிடந்தனர்.

''பாத்தியா, பெறந்தமேனிக்கு கெடக்குறாளுக. நான் நேத்தே மெட்ராஸ் வந்துட்டேன். ஒரு போன் போட்டேன். மொத்தம் மூணு இருக்கு, பாத்து எடுத்துக்கங்கன்னு சொன்னான். மூணையும் கொண்டாடான்னு கூட்டி வந்துட்டேன். ராத்திரி பூரா சரக்கு. விடிய விடிய தெளியத்தெளிய அடிச்சுக்கிட்டே இருக்கோம். மூணு ஃபுல்லு முடிஞ்சுபோச்சுப்பா'' என்று அந்த ஆள் சொல்லச்சொல்ல, பொளேரென அவன் கன்னத்தில் அறையலாம் போல கோபம். இப்பொழுது, அடிக்க முடியாதே!

விருட்டென வெளியேறி வந்தால் வாசலில் சைக்கிளுடன் சங்கர். ''என்னா, க்ளிக்காயிருச்சா?'' என்றான். ரப்பென அவன் கன்னத்தில் அறைந்தேன்.

சினிமா மாதிரி ஒரு சொர்க்கமும் கிடையாது. சினிமா போல ஒரு நரகமும் கிடையாது. என் காது இரண்டையும் திருகி, காலம் நடத்திய பாடத்தில் பயந்து போய் என் டைரக்டரிடமே மறுபடி சரணடைந்தேன். 'ஊர் மரியாதை' தொடங்கி நாட்டாமை' வரை நல்ல பிள்ளையாக டைரக்டரிடம் சினிமா கற்க ஆரம்பித்தேன்.

‘சினிமால நீ என்ன வேணா சொல்லு, ஆனா நம்பும்படியா சொல்லு‘ என்பார். எல்லா வேலையும் செய்வேன் க்ளாப் அடிப்பதில் துவங்கி, தியேட்டர் ரிப்போர்ட் பார்க்கப் போவது வரை டைரக்டரின் நிழல் போலவே இருப்பேன். சினிமாவின் சின்னச் சின்ன நுட்பங்கள் பழகித் தந்தார். ஆக்ஷன் கன்டினியூட்டி, காஸ்ட்யூம் கண்டினியூட்டி, ஆர்ட் டைரக்ஷன் கன்டினியூட்டி என எது தந்தாலும் சின்சியராகச் செய்யப் பழகினேன்.

எடிட்டிங் அறையிலேயே கிடப்பேன். ஷாட் தேடுவேன். ரீல் சுத்துவேன். எடிட்டர் தணிகாசலம் சாரும் என்னைத் தன் சகோதரன் போல பாவித்து அன்பு செலுத்தினார். டைரக்டரும் எடிட்டரும் உட்கார்ந்து தேவையில்லாததை ஒதுக்கி, தேவையானதைச் செதுக்கி பூ தொடுப்பது போல படத்தை உருவாக்குகிற அதிசய ரகசியத்தை ஆச்சர்யமாகப் பார்த்துக்கொண்டு இருப்பேன்.

ஏதோ ஒரு அவசர வேலையாக டைரக்டர் கிளம்பிப் போய்விட, ஒரு காட்சியை நான், ஈரோடு செளந்தர் என நாங்களே படமாக்கினோம்.

’டேய், என் தம்பி பாத்ததுமே பயந்து ஓடுற கோழை இல்லடா, பத்து யானையே வந்தாலும் எதிர்த்து நிக்கிற சிங்கம்டா’ என்றெல்லாம் வசன விளையாட்டு நடத்தினோம். எடிட்டிங் டேபிளில் டைரக்டர் அந்தக் காட்சியைப் பார்க்க வந்தபோது அவ்வளவு பதட்டம். ‘ஓ.கே’’ என்று அவர் திருப்தியாக எழ, அப்படி ஒரு சந்தோஷம்!

’நாட்டாமை’ பரபரப்பான ஹிட்.

இரண்டாம் பிரவேசத்துக்கு இது சரியான நேரம் என்று நம்பினேன். எனக்குள் ’பாரதி கண்ணம்மா’ உருவானது அப்போதுதான்!

விடிந்தது!

பாரதியுடன் வாழ்ந்தவள் செல்லம்மா.. ஆனால், பாரதி வாழ்ந்ததோ கண்ணம்மாவுடன்!

காணி நிலம், கனவு பாரதம் என நீண்ட பாரதியின் கற்பனா உலகத்தின் கதாநாயகி, கண்ணம்மா

பாரதிக்கு கண்ணம்மா எனக்கு சினிமா!

நெஞ்சுக்குள் நெருப்புக் குஞ்சு வளர்க்கிற ஒவ்வொருவனும் பாரதியே. 'கொடிது கொடிது வறுமை கொடிது, அதனினும் கொடுமை இளமையில் வறுமை'. இருந்தாலும் திறமைக்கு ஏது வறுமை?

அதனால்தான் என் முதல் படத்துக்கு ஆசை ஆசையாகப் பெயர் சூட்டினேன், 'பாரதி கண்ணம்மாவென!

கண்ணம்மாவை எப்படியெல்லாம் பார்த்தான் பாரதி?

தோளில் தவழும் பிள்ளையாக, தோழியாக, அழகுப் பெண்ணாக, அன்புத் தாயாக அப்படித்தான் என் கதையில் பெரியவரின் மகள் கண்ணம்மாவையும் அவள் வீட்டு வேலைக்காரன் பாரதி பார்த்தான்.

கணவன் இறந்தால், சிதையில் அவன் உடல் எரியும்போது அதில் அவன் மனைவியும் வீழ்ந்து இறக்கும் உடன்கட்டைப் பழக்கம் இருந்த

தேசம் இது. அது கொடூரம். இங்கோ , அவளே உலகமென வாழ்ந்திருந்தான். இவன் காதல் கைகூடவில்லை. காதலி கண் மூடிவிட்டாள். காதலி எரிகிற சிதையில் தானும் விழுந்து இறந்தான், இல்லை இல்லை காதலுடன் ஒன்றாய்க் கலந்தான் என்று கதை சொல்ல ஆசைப்பட்டேன். இதில் மைய இழையாக நான் பின்ன விரும்பியது சாதிகள் இல்லாத உலகத்தை!

என் திரை வாழ்வுக்குக் கதவு திறந்தவர், தயாரிப்பாளர் ஹென்றி. காலிங்பெல் அடித்துக் கொடுத்தது, என் நண்பன் தேனப்பன்.

''புதுசா ஒரு புரொடியூஸர் வந்திருக்காரு. மலையாளி. பாம்பேல பிசினஸ் பண்ணிட்டு இருந்தவர். 'யவனிகான்னு மலையாளத்துல மொதப் படம் பண்ணாரு. நேஷனல் அவார்டு. இப்போ தமிழ்ல ஜெயராம் - குஷ்புவை வெச்சு 'கோலங்கள். னு ஒரு படம் பண்றார்ப்பா'' என்று தேனப்பன் சொல்லும்போது, இன்னொரு தயாரிப்பாளர் என்றுதான் நினைத்தேன்.

''இல்ல சேரா, இவரு ரொம்ப டேஸ்ட் உள்ள ஆளு. பேச்சும் சரி, பழக்கவழக்கமும் சரி, தரமா இருக்கும். இப்ப பண்ற கதை என்ன தெரியுமா, விபசாரத்துல சிக்கிக் கெடக்கு பொண்ணு.

பையன் போலீஸ் ஆபிசரு. அவளைக் காப்பாத்திக் கூப்பிட்டு வந்து வாழ்க்கை தர ஆசைப்படுறான். வீடு, உறவு, உலகம்னு எதுவுமே அவனையும் அந்தப் பொண்ணையும் நல்ல மனசோட ஏத்துக்க மாட்டேங்குது. ' எனத் தேனப்பன் சொல்லச் சொல்ல, எனக்குள் ஒரு தீபம் திரி தூண்டப்பட்டு ஒளிர்வது போல உணர்ந்தேன்.

ஹென்றி என்றால் என் நெஞ்சில் நன்றி என்று அர்த்தம். கதை சொல்லப் போய் உட்கார்ந்தேன். இப்படி ஒருவரால்தான் என்னைப் புரிந்து கொள்ள முடியும் என நம்பினேன். சரமாரியான மசாலாக்

கதைகள் ஆறேழு என் மண்டைக்குள்ளும் தொண்டைக்குள்ளும் கிடந்தன. அவற்றையெல்லாம் அன்னப்பட்சி போல ஒதுக்கினார் ஹென்றி சார். பாரதி கண்ணம்மா கதையைச் சொல்ல ஆரம்பித்தேன்.

பொதுவாக நான் கதை சொல்ல ஆரம்பித்தால், என் குரல் கூடும், குறையும். அழுவேன், அலறுவேன். ஹென்றி என் கண்கள் பார்த்துக் கதை கேட்டார். க்ளைமாக்ஸ் சொல்லி முடித்த விநாடியில், ''பிரமாதம்ப்பா , நாம பண்றோம்ப்பா !'' என்றார் பளிச்சென. என் கண்கள் உடைந்து வழியத் துடித்தன. இதயம் எட்டு ஹார்ஸ் பவர் மோட்டார் போல துடித்தது. ''நன்றி சார்'' என்றேன் ஹென்றி சாரிடம்.

நேரே டைரக்டரிடம் ஓடினேன். காலில் விழுந்து ஆசீர்வாதம் வாங்கினேன். 'வெரிகுட் பண்றா. இன்டஸ்ட்ரியே திரும்பிப் பார்க்கிற மாதிரி இருக்கணும்டா'' என்று வாழ்த்தியவர் ஒரு கடிதம் எழுதித் தந்தார். என் வாழ்க்கை முழுக்க நான் வாசித்துப் பார்க்கும்படியான ஒரு கடிதம்.

'பாரதிராஜாவிடமிருந்து பாக்யராஜ்,

பாக்யராஜிடமிருந்து பார்த்திபன்,

பார்த்திபனிடமிருந்து விக்கிரமன்,

விக்கிரமனிடமிருந்து கே.எஸ். ரவிக்குமார்,

கே.எஸ்.ரவிக்குமாரிடமிருந்து சேரன்

வாழையடி வாழையாய் தொடரும் தமிழ் சினிமாவில் என் சிஷ்யன் வெற்றி பெற வாழ்த்துகிறேன்' என்று கடிதம்.

நான் அவருடன் இருந்தபோதெல்லாம் சொல்லாத அன்பை, நான் இருக்கும் காலம் வரை நினைவிருக்கும்படி நாலே வரிகளில் எழுதித் தந்தார் டைரக்டர். அதனால்தான் அவர் என் டைரக்டர்!

உலகத்தில் கர்ப்பம் சுமப்பவள் பெண் மட்டுமில்லை . வயிற்றில் உயிர் சுமப்பதுகூட பத்து மாச அவஸ்தைதான். அதற்கு மேல் அதை இயற்கை வென்றுவிடும் அல்லது கொன்றுவிடும்.

கனவு சுமக்கிற ஒவ்வொருவனும் கர்ப்பம் சுமப்பவன்தான். எப்போது பிரசவம் எனத் தெரியாமல் வாழ்க்கையின் வீதிகளில் நெஞ்சில் கரு சுமக்கும்படி எனக்கும் அமைந்தது சூழல்.

அலுவலகத்தில் எங்களுக்கு ஒரு ரூம் கொடுத்திருந்தார் ஹென்றி சார். பென்சில், பேனா, ரப்பர், பேப்பர் என தினம் தினம் பரீட்சை எழுதுகிற மனநிலையில் திரைக்கதை வசனம் எழுதிக்கொண்டு இருப்போம்.

அதிகாலையில் உள்ளே வந்தால், நள்ளிரவு வரை அந்தக் கதையுடனே வாழ்வோம். அப்போது பார்த்து, 'கோலங்கள்' படம் எக்கச்சக்க பிரச்னைகளில் சிக்கியது. டைரக்டருக்கும் தயாரிப்பாளருக்கும் மன வருத்தங்கள். படம் பாதியில் நின்றது. ஒரு கட்டத்தில் டைரக்டரையே மாற்ற வேண்டிய கட்டாயம். இன்னொரு பக்கம் இந்தத் தாமதத்தால், பொருளாதாரச் சுமைகள். ஹென்றி சார் முகம் சுளிக்கவே மாட்டார். ஏதாவது பெரிய பிரச்னை என்றால், மறுநாளே பாம்பே கிளம்பிப் போய்விடுவார்.

அவ்வளவுதான், ஃபியூஸ் போன பல்பு போல ஆகிவிடும் வாழ்வு. பசிக்கு கொஞ்சம் ரொட்டி, உரைக்கக் கொஞ்சம் ஊறுகாய் என அதிலேயே பொழுது கழியும். பரணில் கிடக்கும் பழைய பேப்பர்களை எடைக்குப் போட்டு, அதில் கிடைக்கும் பணத்தில் ஆறேழு நாட்கள் பசியாற்றுவோம். பக்கத்து ஓட்டலில் ஒரு சென்னா பரோட்டா வாங்கிச் சாப்பிட்டால், அடுத்த நாள் வரை பசியெடுக்காது. சில பொருட்கள் சாப்பிட்டால், வாய் வலிக்கும். சிலது வயிறு வலிக்கும். பரோட்டாவுக்கு இந்த இரண்டு குணமும் முழுமையாக இருக்கும்,

அங்கே ஒரு ஆபீஸ் பாய் இருந்தான் பெயர் ஜான். இரவில் நாங்கள் கதை பேசும்போது, ''சார், நான் சூப்பர் கதை வெச்சிருக்கேன் சார். டைட்டில் தமிழன்'. கார்த்திக் சாரைப் போடுறதா ஐடியா சார். 'டாய்ய்ய்ய் நான் தமிழன்டா!''னு எகிறி எகிறி அடிப்பார் சார்' என்று ஹால் முழுக்கப் புரண்டு புரண்டு கதை சொல்வான். ஓ.கே. ஆன கதையையே வொர்க்-அவுட் பண்ண வழி தெரியாமல், ஒரு ஜாண் வயிறு பண்ணும் இம்சை தாங்க முடியாமல் தவிக்கிற நேரத்தில், இந்த ஜான் இம்சை வேறு.

'டேய் தமிழன் தமிழன்னு சொல்லிட்டுத் திரியுற, புரொடியூஸர் மலையாளிதெரியும்ல"என்பான்என்அசிஸ்டென்ட்ஜெகன்.வேதனைகளை இப்படி வேடிக்கைகள் பேசித்தான் மறக்க முயற்சிப்போம்.

ஒரு நாள் வந்து இறங்குவார் ஹென்றி சார். பளபளவென பல்புகள் எரியும். பட வேலைகள் நடக்கும். அப்புறமும் ஆயிரம் தடங்கல்கள் வரும். ஒரு கட்டத்தில் நாங்கள் உள்ளே புகுந்து அதற்கான சமரசங்கள், சமாதானங்களில் ஈடுபட ஆரம்பித்தோம். டைரக்டராக ஐ.வி.சசி வந்தார்.

ஏழுமலைகளைக கடநதாலதான ஏழுமலையானைத் தரிசிக்க முடியும் என்பதைப் போல தமிழகத்தின் ஏழு பெரிய ஏரியாக்களின் விநியோகஸ்தர்களைத் திருப்திப்படுத்தினால்தான், ஒரு படத்தைத் தியேட்டருக்குக் கொண்டு செல்ல முடியும். படத்தில் கமர்சியல் விஷயங்கள் இல்லை, பெரிய ஸ்டார்கள் இல்லை, மலையாள டைரக்டர் என்று என்னென்னவோ காரணங்கள். ஒவ்வொன்றாகச் சரிசெய்தார் ஹென்றி சார்.

இன்னொரு பக்கம் எனக்கும் பிரச்னைகள். ''பாரதி கண்ணம்மா'ங்கிற பேரை ஏற்கெனவே லிவிங்ஸ்டன் வெச்சிருக்காரும்மா. அது க்ளிக்

ஆவலை ராங் செண்டிமெண்ட்‘ என்றார்கள். ‘எட்டெழுத்து டைட்டில் வொர்க் அவுட் ஆவாதே. அதுனால வந்த சிக்கல்தான், இந்தப் படமும் ஆரம்பிக்க முடியலை, எடுத்த படத்தையும் ரிலீஸ் பண்ண முடியலை’’ என்பார்கள். ஹென்றி சார் எதற்கும் அசைந்து கொடுக்க வில்லை. ‘‘நீ உன் வேலையில் தெளிவா இருப்பா. இதை ரிலீஸ் பண்ணிட்டு ஆரம்பிச்சிரலாம்’’ என்பார்.

’கோலங்கள்’ ரிலீஸ் நேரத்தில், லேபில் படப் பெட்டிகள் தயாராகி விநியோகஸ்தர்களிடம் ஒப்படைத்த இரவு... ரணகள ராத்திரி. ஆளாளுக்கு ஹென்றி சாரிடம், எகிற ஆரம்பித்தார்கள். கோடி கோடியாகப் பணத்தைப் போட்டு துன்பங்கள் துயரங்கள் சுமந்து படத்தை முடித்துக் கொடுக்கிற ஒரு தயாரிப்பாளர் எத்தனை பேச்சு கேட்பது?

ஒரு கட்டத்தில், அங்கே ஹென்றி சாரைக் காணோம். ஆள் எங்கே என்று தேடினால், வடபழனி சாலையில் நடந்து போய்க்கொண்டு இருந்தார். தேடி ஓடிப் போய், ‘சார். என்ன சார் நீங்க நடந்தே வந்துட்டீங்க?’’ என்றால், விரக்தியிலும் வேதனையிலும் பளபளத்தது அவர் முகம். ‘அதோட விதி எப்படி இருக்குமோ, அப்படியே நடக்கட்டும். விட்ருப்பா‘ என்றவர், அடுத்த விமானம் பிடித்து பாம்பே போய்விட்டார்.

இன்னொரு பக்கம், டைரக்டரிடமிருந்து நான் வெளியே வந்த நேரம், அவருக்கு ரஜினி படம் கிடைத்து மின்னல் வேகத்தில் படம் ரிலீஸ் ’முத்து’ செம ஹிட்!

ரஜினி சார் நடித்து என் டைரக்டர் இயக்கும் படத்தில் வேலை பார்க்க முடியவில்லையே என்ற வருத்தம் ஒரு பக்கம். படம் ஹிட் என்பதால், அதில் பணிபுரிந்த அத்தனை பேருக்கும் தன் கையால் தங்கச் சங்கிலி பரிசு தந்திருக்கிறார் ரஜினி சார். அதுவும் ஐந்து பவுன் சங்கிலி. நானோ

ஐந்து ரூபாய்க்கே லாட்டரி அடிக்கவோ, வாங்கவோ கூட வழியில்லாமல் தவிக்கிறேன் வாழ்க்கையில் வருத்தப்பட்ட சம்பவம் அது.

இங்கே 'கோலங்கள்' படம் ரிலீஸ். ஆனால், எதிர்பார்த்த வரவேற்பு இல்லை. சில ஏரியாக்களில் பணத்தைத் திருப்பிக் கேட்டார்கள். ஏற்கெனவே இருந்த சுமைகள் போக, இப்போது இன்னும் இன்னும் பணப் பிரச்னைகள். நானும் நிலை குலைந்துபோனேன். அப்போது எங்களுக்கு ஆதரவாக இருந்தவர் அங்கே மேனேஜராக இருந்த சேகர். சினிமாவில் உதவி இயக்குநர்களுக்கு 'காட் ஃபாதர்'கள் புரொடக்ஷன் மேனேஜர்கள்தான்!

சாயங்காலம் பேட்டாவுக்கு அவர்களிடம்தான் கையேந்தி நிற்க வேண்டும். நமக்கு வேலை இருக்கும்போது ஏளனமாகத்தான் நடத்துவார்கள். நம்மிடம் ஏதும் இல்லாதபோதோ, அன்னை தெரசா போல வருவார்கள். ''எல்லாம் கரெக்டா அமையும். நம்பிக்கையா இரு. ஒரு நாள் போல ஒரு நாள் இருக்காது. வடபழனியில ஒவ்வொருத்தன் வாழ்க்கையும் எப்பிடியெல்லாம் மாறுதுன்னு பார்த்தவன்ப்பா நானு'' என்பார் குலதெய்வத்தின் குரலில்

விடிந்தது பொழுது!

ஹென்றி சார் கிளம்பி வந்தார். 'நாம் வேலையை ஆரம்பிச்சிரலாம்ப்பா'' என்றார். நான் வெளியே முதலில் போய்க் கதை சொன்னது விஜயகுமார் சாருக்கு. சுருக்கமாய்ச் சொன்னதோடு, எழுதிவைத்த கதையை அவர் வீட்டில் படிக்கக் கொடுத்து வந்தேன். அதை அவர் எடுத்துப் புரட்டும் முன்பே, அவர் மனைவி மஞ்சுளா மேடம் எடுத்து வாசித்திருக்கிறார். கதை அவருக்குப் பிடித்துப்போய்விட, விஜயகுமார் சாரிடம் அவர் என்ன சொன்னாரோ, மறு நாள் காலையில் நேரே ஆபீஸ் வந்துவிட்டார்.

‘பிரமாதமான கதைப்பா. நீ இதுல வாழ்ந்திருக்க தம்பி. நான் நடிக்கிறேம்ப்பா . சரி, ஹீரோ யாரு?‘ என்றார். அது அந்த நிமிடம் வரை முடிவு பண்ணப்படவில்லை. புதுமுகங்கள் போட்டு எடுப்பதற்கும் ஹென்றி சார் தயாராக இருந்தார்.

‘கார்த்திக்கைப் பார்த்து கதையைச் சொல்லு’’ என்றார் விஜயகுமார். தாழ்த்தப்பட்ட ஒரு இளைஞனின் கதையில் கார்த்திக் போல ஒரு சிவப்பான தோலுடைய ஒருவர் நடித்தால் எப்படிச் சரியாக வரும் என்று எனக்குத் தயக்கம். ஆனாலும் கதை சொல்லப் போனேன். செம பிஸியாக இருந்த கார்த்திக், ஓரிரு நிமிடங்கள் விசாரித்துவிட்டு, ‘கையில் என்ன?’’ என்று கேட்டார். ‘ஸ்கிரிப்ட் சார்‘ என்றேன். ‘‘அதைக் கொடுங்க, நான் படிச்சிடறேன்‘ என்றார். ‘‘இல்ல சார், கதையா படிக்கிறதைவிட நான் சொன்னா அது நல்லா இருக்கும் சார்‘ என்றேன். ‘நோநோ, நான் படிச்சிடுறேன்’’ என்று பைண்ட் வால்யூமை வாங்கிக் கொண்டு என்னை அனுப்பிவிட்டார்.

அவ்வளவுதான், விஜயகுமார் சார் சொன்னார் என்பதற்காக, ஒரு முறை கூப்பிட்டுச் சந்தித்துவிட்டு அனுப்பிவிட்டார் போல ஆக, இதுவும் நடக்காது. சரி, இரண்டு நாட்கள் கழித்து கதையை வாங்கிக்கொள்ளலாம் என ஆபீஸ் வந்து படுத்தேன். தூக்கமே வரவில்லை. நடு ராத்திரி டெலிபோன் அலறியது. எடுத்தால், கார்த்திக்!

அரைமணி நேரம் கதையை பாராட்டித் தள்ளினார். ‘நாம உடனே பண்ணலாம். மத்த எல்லா படங்களையும் இப்பவே கேன்சல் பண்றேன்‘ என்றார். எனக்கோ உற்சாகமும் கலவரமும் கலந்து கட்டி ஆடுகிறது. மறுபடியும் தூக்கம் போச்சு.

ஹென்றி சாரிடம் சொன்ன போது சந்தோஷப்பட்டார். ஆனால், அப்போது கார்த்திக் வாங்கிக்கொண்டு இருந்த சம்பளம் தர ஹென்றி

சாரிடம் உடனடியாகப் பணம் இல்லை. அட்வான்ஸ் தரத் தாமதமாவதைப் பார்த்ததும், இதற்கே இவ்வளவு லேட் என்றால், படத்தை ஒழுங்காகச் செய்து முடிப்பார்களா என்ற தயக்கம் அவர் தரப்பில். ஹென்றி சார், பாம்பே போனார். பணத்துடன் வந்தார். அதற்குள் காத்திருந்த கார்த்திக், வேறு வேலைகளில் பிஸியாகிவிட்டார்.

அப்போதுதான் ஹென்றி சாரைப் பற்றி எனக்கு ஒரு உண்மை தெரிய வந்தது. ஒவ்வொரு சிக்கலின் போதும் அவர் ஊருக்குக் கிளம்பிப்போவதன் ரகசியம், தன் சொத்துக்களை ஒவ்வொன்றாக விற்று விற்று ஒவ்வொரு முறையும் பணம் கொண்டு வந்திருக்கிறார். இவரை என் வாழ்க்கையில் கடவுளாகக் கும்பிட வேண்டும் என்று நினைத்த தருணம் அது. இன்றும் என் டேபிளில் என் தாய் - தந்தைக்குச் சமமாக நான் வைத்து வழிபடுவது என் டைரக்டரின் படத்தையும் ஹென்றி சாரின் படத்தையும்தான்.

கார்த்திக் கால்ஷீட் கிடைக்காத விஷயம் கேள்விப்பட்டு விஜயகுமார் சார் மறுபடியும் பேசினார். ‘பார்த்திபன் சரியா இருப்பாருப்பா'' என்றார். எனக்குப் புது நம்பிக்கை பிறந்தது.

பார்த்திபன் சார் எத்தனைக்கெத்தனை குறும்போ, இன்னொரு பக்கம் அவ்வளவு ஆழமும் ஈரமுமான இதயக்காரர். கதையைக் கேட்டவர், நடிக்கச் சம்மதித்தார். ஹீரோயின் தேடும்போது, அவரே சொன்னது... மீனா!

தேவர் வீட்டுப் பெண்ணாக, மீனா மிகச் சரியான தேர்வு. முட்டைக் கண்ணும், அப்பாவி முகமுமாக, அழகி!

ஏற்கெனவே 'நாட்டாமை' படத்தில் நான் வேலை பார்த்தவன் என்பதால் அறிமுகமும் உண்டு கதை சொன்னதுமே, ‘நிச்சயமா நான் நடிக்கிறேன்‘ என்றார். சந்தோஷமாக நான் கிளம்ப, ‘என் பேரென்னன்னு சொன்னீங்க?'' என்றார்.

‘கண்ணம்மா, பாரதி கண்ணம்மா!''

விதி எனும் விஷப்பாம்பு !

சேரன், சோழன், பாண்டியன்!

தமிழ் மண்ணை இந்த மூவேந்தர்கள் ஆண்டது போல, தமிழ் சினிமாவை ஆண்டதும் மூவேந்தர்களே... பாரதிராஜா - இளையராஜா - வைரமுத்து!

மூவருமே பாண்டி நாடு. இவர்கள் இணைந்து நெய்த பாடல்கள் இல்லாமல் இந்த மண்ணில் எந்தவொரு தமிழனின் நாளும் விடியாது. முடியாது!

பாரதிராஜாவின் படங்களைப் பாடங்களாகப் படித்தவன் நான். இளையராஜாவின் அருகில் நான் இருந்ததில்லையே தவிர, அவர் என்னோடு எப்போதும் இருக்கிறார். வைரமுத்து ஒருவகையில் எனக்கு உறவினர். ஆம், காற்று வழிச் சொந்தம்!

'என்னப்பா, ராஜா மியூஸிக்கா உனக்கு ஓ.கே-தானே?'' என என் தயாரிப்பாளர் ஹென்றி சார் கேட்டதும், தரையிலிருந்து இரண்டு அடி மிதந்தேன். மறுநாளே ராஜாவைப் பார்க்க அழைத்துப் போனார்.

ராஜா, தமிழ் சினிமாவின் கருவறையில் சன்னதம் கொண்டு ஆடும் சாமி. திரை இசைக்கு மெக்கா என்பது ராஜாவின் ரிக்கார்டிங்

தியேட்டர்தான். ஏழை கிறிஸ்தவன் ஒருவன், போப் ஆண்டவரைப் பார்க்க ரோமுக்குப் போனால் எப்படி இருக்கும். அப்படி அதிர்ந்தது என் இதயம்!

வேட்டி-சட்டை உடுத்திய ஆர்மோனியம் போல இருந்தார். கதை சொல்லச் சொன்னார். முழுசாக இரண்டரை மணி நேரம். இடைவேளைகூட விடாமல், நான் சொல்லி முடிக்க, 'சொன்ன மாதிரி எடுத்துக் காட்டிரு. நீ ஜெயிச்சிருவே!' என்றார். அருள்வாக்கு கேட்டு வந்தவன் போல, சிலிர்ப்புடன் வெளியே வந்தேன். அடுத்த பயணம் வைரமுத்துவின் இல்லத்துக்கு!

கண்ணதாசனைப் பற்றி நான் அறிந்ததெல்லாம் செவி வழிச் செய்தி. கண்கொண்டு பார்த்தது வைரமுத்துவைத்தான். கவிதையால் வாழ்பவன் கவிதையாகவேதான் வாழ்வான். வைரமுத்துவும் அப்படியே! அதோடு, ஒரு நிறுவனத்தின் தலைமை நிர்வாக இயக்குநர் போல இருப்பார். எதிலும் ஒரு கச்சிதம், ஒழுங்கு. எழுதுகிற தாளும், உடுத்துகிற உடையும்கூட அத்தனை சுத்தமாக இருக்கும். வட இந்திய உடைக்கு வாழ்க்கைப்பட்ட வடுகபட்டிக்காரர். கன்னுக்குட்டி, களத்து மேடு, அப்பத்தா, கேப்பக் கூழு, விதை நெல்லு என என் கிராமத்து உலகத்தையெல்லாம் கிறங்கடிக்கும் இலக்கியமாக்கிய மனிதர். இளைஞர்களுக்கு ஊக்கமும் உற்சாகமும் தருவதில், கவிஞருக்கு நிகர் அவரே!

கவனமாகக் கதை கேட்டார். தேன் கலந்த தேநீர் தந்தார். "டைரக்டருக்கு அடுத்து இன்னொருத்தன் மதுரை மண்ணைச் சொல்ல வந்திருக்கே! ஜீவனைப் பிடிச்சுட்டே. சிறப்பா செய்வோம்" என்று உடனே சம்மதம் சொன்னார்.

இளையராஜாதான் இசை என்று இவரிடமும், வைரமுத்து தான் பாடல்கள் என்று அவரிடமும் சொல்லவில்லை. இருபது ஆண்டுகள் தமிழ் பூமியின் காற்றைக் கௌரவித்தவர்கள் வெவ்வேறு பாதைகளில் தங்கள் பயணத்தைத் தொடர்ந்த தருணம் அது. கடவுள்களுக்கு கல்யாணம் பண்ணி வைக்க ஆசைப்பட்ட பக்தனாக என்னை நான் நினைத்தேன். ஆனால், பாரதிராஜாவாலேயே முடியாத ஒன்றை பாவப்பட்ட பையன் என்னால் சாதிக்க முடியுமா?

பொருத்தமாக ஹென்றி சாருக்கு பணக் கஷ்டம். பட்ஜெட்டுக்குள் ராஜ பவனி நடத்த வழியில்லை. எனவே, என் முதல் கனவு கலைய, இசையமைப்பாளராக எங்களின் அடுத்த சாய்ஸ் தேவா சார்!

அன்பான மனிதர். கதை சொன்னதும், ‘ஆனந்தமா பண்ணலாம்!’’ என்றார் அழகாக. அன்று ஃபிலிம் சிட்டியில் கம்போஸிங்!

அதிகாலையில் கம்பெனி காரில் ஏறிக் கிளம்புகிறோம். சின்னதாக வீசுகிற காற்றுகூட அத்தனை சுகமாக இருக்கிறது. அங்கே தேவா, வைரமுத்து, ஹென்றி ஆகியோருடன் பார்த்திபனும் உள்ளே நுழைகிறார். அதிர்ந்துவிட்டேன்.

பார்த்திபன் சாரென்றால் எனக்கு அப்போது பயம். என் டைரக்டரின் டைரக்டருக்கே அவர் டைரக்டராக இருந்தவர். சினிமாவில் கிட்டத்தட்ட எனக்கு அவர் கொள்ளுத் தாத்தா உறவு. அவர் முன்னால், நான் தேவா சாருக்கு கதை சொல்லி, காட்சியை விவரித்து எப்படிப் பாட்டு வாங்குவது?

என்னிடம் ஒரு நடுக்கம் இருப்பதை உணர்ந்துவிட்டார் பார்த்திபன் சார். அவருக்கு மற்றவர்களின் மனசைப் பிடிக்கவும் தெரியும். படிக்கவும் தெரியும். ‘தேவா சார், அடி பின்னியெடுங்க‘ என்று வாழ்த்திவிட்டு, கவிஞரிடம் விடைபெற்றபடி, ‘உற்சாகமா பண்ணுங்க

சேரன். சாயங்காலம் சந்திப்போம்'' என்று கிளம்பிப் போனார்.

தேவாவின் விரல்கள் ஆர்மோனியத்தில் விளையாட, அதில் ஒரு டியூன் பிடித்து மின்னல் வேகத்தில் எழுதினார். 'சின்னச் சின்ன கண்ணம்மா, எண்ணி ரண்டு வருஷமா, உன்னை எண்ணிக் காத்திருக்கா. !'

பூஜை. ஊரிலிருந்து அம்மா, அப்பா, அம்மாச்சி என எல்லோரும் வந்திருந்தார்கள். சினிமாக்காரர்களுக்கு நடுவே, ஓர் ஓரமாக என் கிராமத்துக் கூட்டம். அந்தக் கூட்டத்தில் இருந்து முதன்முதலாக ஒருவன் வெளியேறி சினிமாவுக்கு வந்திருக்கிறேன். டூரிங் டாக்கீஸ் ஆபரேட்டர் பாண்டியன் முகத்தில் அளவில்லாத ஆனந்தம். 'சேரா, நீயும் ஏதாச்சும் ஒரு ரோல்ல நடிடாப்பா. பாக்யராசு, பார்த்திபன்லாம் நடிக்கிறாகள்ல'' என்றார் அத்தனைக் கூட்டத்துக்குள்ளும், என் காதோரம். அம்மாச்சியோ, தான் பிறந்த பலனை பேரன் மூலம் அடைந்துவிட்டதைப் போல அவ்வளவு மலர்ச்சியாகச் சிரித்தது. எனக்கோ, என் குடும்பத்தின் குலசாமியே வந்துவிட்ட தெம்பு!

கடவுள்கள் படத்தை வைத்து கற்பூரம் கொளுத்தாமல், பகவத் கீதை - குரான் - பைபிள் மூன்றையும் முன் வைத்து ஆதரவற்ற குழந்தைகள் வந்து விளக்கேற்ற, வித்தியாசமான விழா அது. புதுமைப்பித்தனான பார்த்திபன்தான் நாயகன் என்பதால், எங்களின் ஒவ்வொரு முயற்சியும் சிறப்பாகவே அமைந்தது.

படப்பிடிப்புக்கு நான் லொகேஷன் பார்த்துவைத்திருந்தது சிவகெங்கை. என் கதைக்கு செக்கச்செவேலென ஒரு பூமி வேண்டும். சிவகெங்கைதான் அதற்குச் சரியான தேர்வு!

ஷூட்டிங் ஷெட்யூல் போட்டு எல்லாம் தயாராக இருந்த நேரத்தில், தென் தமிழகத்தில் கலவரம். அந்தப் பக்கம் ஷூட்டிங் நடந்தால், பெரிய

பிரச்னைகளைச் சந்திக்க வேண்டிவரும், நடிகர்களின் பாதுகாப்பே சிக்கலாகிவிடும் என்றெல்லாம் ஏதேதோ சொல்லி, வேலைகள் நிறுத்தப்பட்டன. முதன் முதலாகச் சோர்ந்தேன் நான்.

என்ன செய்வதெனப் புரியவில்லை. சம்பந்தமே இல்லாமல், செங்கல்பட்டில் முதலில் ஒரு பாட்டு எடுத்து விடலாம் என்றார்கள். வேறு வழியின்றி கிளம்பிப் போனேன். அங்கே ஒரு ஏரிக்கரையில், வைத்து 'தென்றலுக்குத் தெரியுமா தெம்மாங்குப் பாட்டு' என்ற பாட்டை முதலில் எடுக்கலாம் என்பது திட்டம்.

முன்கூட்டியே கிளம்பிப் போனோம். மறுநாள் காலையில் ஷூட்டிங். ஆனால் டான்சர்ஸ், யூனிட் ஆட்கள் என யாருமே வருகிற தகவல்கூட இல்லை. அதிகாலையில் ஃபர்ஸ்ட் ஷாட் எடுக்கவேண்டும் என்ற டென்ஷன் எனக்கு. எல்லோரும் வந்து சேர்ந்தால்தானே, அடுத்தடுத்த வேலைகளைப் பார்க்க முடியும் என்று பதறி, ஆபீஸுக்கு போன் போட்டால், சாதாரணமாக, 'ஷூட்டிங் கேன்சல் சார்' என்றனர். பணப் பிரச்னை. முதல் நாள் ஷூட்டிங்கே இப்படியென்றால்?

என் கனவுக் கோட்டைக்கு முதல் செங்கல்லை வைக்கும்போதே மனக் கோட்டை மொத்தமாகத் தகர்ந்தால், எப்படி இருக்கும்?

ஒரு சின்னப் பையன் இயக்குநராக வருகிறான் எனும்போதே எல்லோருக்கும் ஒரு அலட்சியம் இருக்கும். இப்போது இப்படிக் குளறுபடிகள் வேறு நடந்த பிறகு, யார் என்னை மதிப்பார்கள்? என்ன கம்பீரத்தோடு நான் வேலை வாங்க முடியும்? பார்த்திபன், மீனா, விஜயகுமார் சாரையெல்லாம் எப்படி எதிர்கொள்வது?

அப்படியே ஊருக்கே ஓடிப்போய் விடலாமா என்று வெறி வந்தது. யாரையும் பார்க்க முடியாமல், அவமானமாக உணர்ந்தேன். வெளியே நடமாடவே விருப்பமில்லாமல் வீட்டுக்குள்ளேயே முடங்கிவிட்டேன்.

என்ன செய்யப் போகிறோம் என்று புரியவில்லை. வயிற்றுக்கு உணவும் இல்லை. வாழ்க்கைக்கு வழியும் இல்லை.

சோர்ந்து சுருண்டு கிடந்த ஒரு மதியத்தில், ஹென்றி சார் என் வீடு தேடி வந்தார். 'சார், நீங்க எதுக்கு சார் இங்க?' என நான் பதற, ''இப்ப என்ன ஆகிப்போச்சுன்னு இப்படிக் கெடக்கிறே? எந்திரிப்பா, குளிச்சுட்டு ஆபீஸ் வா!'' என்றார். நான் மௌனமாக நிற்க, ''சினிமான்னா இது மாதிரி ஆயிரம் கஷ்டம் பாத்தாகணும். இப்ப ஃபைனான்ஸ் ரெடி. நான் எல்லோர்ட்டயும் பேசிட்டேன். எல்லாம் ஓ.கே. தவிர, இன்னொரு விஷயம். நீ ஆசைப்பட்ட மாதிரி சிவகெங்கைலயே ஷூட்டிங் வெச்சுக்கலாம்ப்பா' என்றார். பரபரப்பாகத் தயாரானேன். செங்கல்பட்டு ஷூட்டிங் கேன்சலானதும் நன்மைக்குத்தானோ!

மளமளவென வேலைகள் நடக்க, முதலில் ஒரு செட் சிவகெங்கை கிளம்பிப் போனோம். அவசரமாக லொகேஷன்கள் பார்த்து, பார்த்திபனும் மீனாவும் தங்க இடங்கள் தயார் பண்ணி... எல்லாம் ரெடி. சென்னையிலிருந்து யூனிட் வண்டிகள் ஒவ்வொன்றாகக் கிளம்பி வருகிற செய்தி கேட்கக் கேட்க, என் கனவு நனவாகிற நாள் வந்துவிட்ட சந்தோஷம் நெஞ்சுக்குள் இரவெல்லாம் உறக்கமில்லை. மறுநாள் விடிந்தால், எந்த வண்டியும் வந்து சேரவில்லை. டென்ஷனாகி போன் பண்ணினால், 'சாதிக் கலவரம் அது இதுன்னு டென்ஷன் இருக்கிற ஏரியாங்கிற தால, பிரச்னை வேணாம்னு ஆர்ட்டிஸ்ட் யோசிக்கிறாங்க. அதனால ஷூட்டிங்கை கோபிச்செட்டிபாளையத்துக்கு மாத்திக்கலாம்னு ப்ளான். எல்லாரும் நேரா கோபிக்கு வந்திருங்க'' என்றார் ஹென்றி சார்.

''என்ன சார் சொல்றீங்க? இங்க லொகேஷன் எல்லாம் ரெடி பண்ணிட்டு, திடீர்னு கோபின்னா எப்படி சார்?'

‘சேரன், நான் சொன்னா அதுல ஒரு அர்த்தம் இருக்கும். பிரச்னைகளுக்கு நடுவுல சினிமா பண்றோம். சினிமா எடுக்கிறதே பிரச்னையாகிருச்சுன்னா, நம்மால தாங்க முடியுமா சொல்லு. நீ வாப்பா, வந்து நீ நெனச்சதை எடு’’ என்று அழைத்தார்.

மறுபடியும் இடி. ஆனால், அந்தக்குழப்பத்துக்கு மத்தியிலும் எனக்குள் ஒரு ஃப்ளாஷ்! இது சிவகெங்கையில் மட்டும்தான் எடுக்க முடிகிற படமா? கோபிச்செட்டிப்பாளையத்தில் இதே கதையைப் படமாக்க முடியாதா என்ன?

கோபிச்செட்டிப்பாளையம். பசுமையான பூமி. முதல் நாள், முதல் ஷாட் அங்கே ஒரு பிள்ளையார் கோயிலில்தான் எடுப்பது சென்டிமென்ட் என்றார்கள். வெற்றி வெற்றி வெற்றி!’ ஆத்தா நான் பாஸாகிட்டேன்!’ ’இனிமே எல்லாம் சக்சஸ்தான்!’ மாதிரி ஏதாவது ஒரு டயலாக்கை நான் பார்த்திபனைப் பேசச் சொன்னால், அவ்வளவுதானா நீ?’ என அசால்ட்டாகப் பார்த்துவிடுவாரோ என்கிற பயம்.

யோசித்து யோசித்துப் பார்த்து, ஒரு பாடலுக்கான மாண்ட்டேஜ் ஸீனாக, மீனாவுக்குப் பார்த்திபன் திலகமிடுகிற காட்சியை பிள்ளையார் பின்னணியில் எடுத்தேன். ’ஸ்டார்ட் கேமரா, ஆக்ஷன்’ சொல்லும்போது, அப்படி ஒரு உதறல், பெருமிதம்!

அடுத்த விநாடி முதல் சாமி புகுந்தது போல, எங்கிருந்து வந்தது இவ்வளவு சக்தி என வெறிகொண்டு வேலை பார்க்கத் துவங்கினோம். தேடித்தேடி ஒவ்வொரு காட்சியையும் இழைத்து இழைத்து எடுத்தோம். சிவந்த மண்ணில் பார்த்திபன் நடந்து வருவது போல ஒரு காட்சி. அந்தப் பக்கத்தில் அத்தனை சிவப்பான மண்ணுக்கு வழியில்லை. எங்கேயோ திருப்பூர் பக்கம் அப்படி ஒரு இடம் இருக்கிறது என்று யாரோ சொல்ல, போய்ப் பார்த்து ஒரு டிராக்டரை

வரவைத்து கண்ணுக்கெட்டிய தூரம் வரை உழவைத்து, இயந்திரக் கலப்பை பூமியைக் கீறியெறிய, சிவந்த மண் பொங்கி வழிவதைப் பார்த்து ஆனந்தப்பட்டதெல்லாம் இப்போதும் நெஞ்சுக்குள் விம்முகிறது.

கோபிச்செட்டிப்பாளையம் பக்கம், எந்தப் பக்கம் போனாலும் ஊருக்கே சொட்டு நீலம் போட்டு வெள்ளையடித்தது போல சுண்ணாம்படித்த வீடுகளே இருக்கும். எனக்கோ செம்மண் பூசிய வீடுகள் வேண்டும். தேடித் தேடி ஒரு கிராமத்தைக் கண்டுபிடிப்போம். தெக்கத்தி முகங்கள் வேண்டும் என்று ஊர் ஊராக வண்டியெடுத்துப் போய் அள்ளிப் போட்டுக்கொண்டு வருவோம்.

கனவுதான்... கற்பனைதான். ஆனால், கண் முன்னே ஒரு ஜீவிதத்தை நிஜமாக்கும் முயற்சியில் நாங்களே கரைவோம், நெகிழ்வோம், மலர்வோம்! தேவர் வீட்டுப் பெண்ணாகவே மாறிப்போனார் மீனா. ஏழை இளைஞனாக, எனக்குள் இருந்த எளிய பாரதி என்னும் தமிழனாக உருமாறித் திரிந்தார் பார்த்திபன். ஒரு குடும்பம், அதன் உறவுகள், அவர்களுக்குள்ளான அன்புச் சங்கிலிகள் என அதைப் பின்னுவதே நாம்தான். ஆனால், அந்தக் கற்பனை உலகத்துக்குள் நாமே வீழ்ந்து கிடப்போம். மயிலிறகு போன்ற கதை. யுத்தம் போன்ற உழைப்பு.

இப்படி ஒரு நாள் அல்ல, இரண்டு நாட்கள் அல்ல. கிட்டத்தட்ட நாற்பது நாட்கள். எடுத்த ஃபிலிம்களை சென்னைக்கு பிராசஸ் பண்ண அனுப்பினோமே தவிர, எதையுமே பார்க்கவில்லை.

கேமராமேன் கிச்சாஸிடம் ஒரு நாள், ‘‘ஏன் சார், நாம் பாட்டுக்கு நாப்பது நாள் எடுத்துட்டோம். இன்னும் ஒரு பிரேம்கூட எப்படி

வந்திருக்குன்னு பார்க்கலையே? என்ன எடுத்திருக்கோம்னு ரஷ் பாத்துட்டோம்னா நல்லாயிருக்கும்' என்றேன்.

அவர் விருப்பமும் அதுவே. வேலைக்கு நடுவே சென்னை போய் வர முடியாது என்பதால், பக்கத்திலேயே ஒரு லோக்கல் தியேட்டரிலேயே ரஷ் ரீல்களைப் பார்க்கலாம் என சென்னையிலிருந்து வரவழைத்தோம்.

காலையில் ஏழு மணிக்கெல்லாம் தியேட்டர் ரெடி!

நான், கிச்சாஸ், எங்களின் உதவியாளர்கள் எனப் பத்து பேர் அமர்ந்தோம். முதன் முதலாக நான் இயக்கிய ஒரு படத்தின் ரஷ் காட்சிகளை அகன்ற பெரிய திரையில் நானே பார்க்கப்போகிற பரவசம் பதற்றம்!

திரையிட்டார்கள்.

முதல் ரீல், இரண்டாவது ரீல், மூன்றாவது ரீல், அய்யய்யோ!

திரையைப் பார்க்கப் பார்க்க, அதிர்ச்சியானேன். கிடுகிடுவென என் உடம்பு நடுங்க ஆரம்பித்தது. அழுதுவிடுவேன் போலிருந்தேன். ஸ்கிரீனில் ஒரு காட்சிகூட உருப்படியாக இல்லை. எல்லாமே அவுட் ஆஃப் ஃபோகஸ். எந்த வண்ணமும் ஒழுங்காக இல்லை. கலங்கலாகவே இருக்கிறது ஒவ்வொரு காட்சியும். பக்கத்தில் அமர்ந்திருக்கிற கிச்சாஸ் எந்தச் சலனமும் இல்லாமல் அமர்ந்திருக்கிறார்.

அய்யய்யோ! என்ன சார் இப்படிப் பண்ணிட்டீங்க? என் வாழ்க்கையே நாசமாகிப் போச்சே எனக் குமுறுகிறது மனசு. எதுவும் சொல்லாமல், அப்படியே எழுந்து வெளியே ஓடி வந்துவிட்டேன். குமுறிக் குமுறி அழுகை வருகிறது.

நான் ஆசைப்பட்ட சினிமாவை என்னால் எடுக்க முடியவில்லை. நாற்பது நாட்கள், இரவும் பகலுமாக வேலை பார்த்தது எல்லாம் வீண். என் பதினைந்து வருடத் தவம் நாசம். என் வாழ்க்கையே போச்சு!

கிச்சாஸ் பின்னாலேயே ஓடி வந்தார். ''ஏன் சார் இப்படிப் பண்ணீங்க?'' என்று அவர், நான் எதுவும் சொல்லாமல் வந்துவிட்டதைப் பற்றிக் கேட்க, 'அது நான் கேக்க வேண்டிய கேள்வி சார்'' என்று கோபத்தில் குமுறினேன்.

'பேக்-அப்!'' என்று படப்பிடிப்பை நிறுத்தினேன். எந்த சினிமாவுக்கு ஆசைப்பட்டு நான் சென்னைக்கு ஓடி வந்தேனோ, அதே சென்னைக்கு. இனி இந்த சினிமாவுக்கு நான் லாயக்கே இல்லை என்ற வேதனையோடு பயணமாகிறேன்!

என்னடா சாமி, விதி என்னும் விஷப் பாம்பு என்னை எத்தனை முறைதான் கொத்தும்?

புது டைரக்டரா சார்!

ஒவ்வொரு நாளும் புதியது புதியதாம் மானுட ஜீவிதத்தில்! ஒவ்வொரு காயமும்கூட புதியது புதியதுதானோ?

தேடித் தவித்துப் பெற்ற சினிமாவுக்காக, ஓடியாடி வேலை பார்த்த பிறகும் அது நினைத்தபடி வரவில்லையென்றால், அதற்கு நான் தகுதியானவன் இல்லையென்றுதானே அர்த்தம்.

'ஏன் பேக்கப்?' என்ற கேள்வி எல்லோரிடமும் என்னவென்று சொல்வது? பார்த்திபன் சாரிடம் மட்டும், 'நான் ஸ்டாப்பா வேலை பாத்துட்டே இருந்துட்டோம் சார். ஒரு சின்ன பிரேக் எடுத்து, இன்னும் கொஞ்சம் ஹோம் வொர்க் பண்ணிக்கலாம்னு தோணுதுங்க. ஒரு சிட்டிங் உட்கார்ந்து கரெக்ட் பண்ணிட்டு அப்புறம் பேலன்ஸ் வேலைகளை முடிக்கலாம்னு நினைக்கிறேன் சார்' என்றேன். ஏதோ பிரச்னை என்பதை நிச்சயம் உணர்ந்திருப்பார். ஆனால், எதுவுமே சொல்லவில்லை.

இரவில் ரயிலில் எனக்குள் நானே அழுதுகொண்டு இருந்தேன். கிச்சாஸ் தேடி வந்து என் அருகில் அமர்ந்தார். 'என்ன சேரன், ஒண்ணுமே பேச மாட்டேங்கிறீங்க? என்ன பிரச்னைங்க? காலைல ரஷ் பார்த்த பிறகு திடீர்னு இறுக்கமாகிட்டீங்க. ஏன், என் வொர்க் திருப்தியா

இல்லியா? ஏதாச்சும் வருத்தம் இருந்தா சொல்லுங்க, எதுவுமே சொல்லாம இருந்தா எனக்கும் ரொம்பக் கஷ்டமா இருக்குங்க'' என்றார்.

குமுறிக் கொட்டிவிட்டேன். ''என்ன சார் படம் எடுத்திருக்கீங்க? மொத்தப் படமும் கலங்கலா அவுட் ஆஃப் ஃபோகஸ்லயே இருக்கே சார். ஒரு ஃபிரேம்கூட ஒழுங்கா தெளிவா இல்லியேங்க. இப்ப மொத்தமும் வேஸ்ட்டாப் போச்சே சார்'' என நான் சொல்லச்சொல்ல, மௌனமாக இருந்தவர், மெள்ளச் சிரித்தார்.

''இதான் பிரச்னைங்களா? அப்பவே சொல்லியிருக்கலாம்ல'' என்றவர், விவரமாகச் சொன்னார். ''இது சும்மா டெஸ்ட் பிரிண்ட்டுங்க. ஒன் லைட் பிரிண்ட்டு. கலர், கிரேடிங், கரெக்ஷன் எதுவுமே பண்ணாத பிரிண்ட்டு . அதான் இப்பிடி இருக்கு. டிம்மா, அவுட் ஆஃப் ஃபோகஸா இருந்ததுக்குக் காரணம் நாம படம் பாத்தது வில்லேஜ் தியேட்டர்ங்க. காலைல ஏழு மணிங்கிறதால, ஆபரேட்டர்கூட இல்லாம யாரோ அசிஸ்டென்ட் ஓட்டினான். புரொஜெக்டரும் சரியில்லீங்க. சரி, இப்போ மெட்ராஸ் போறோம்ல, அங்க லேப்ல கரெக்ட் பிரிண்ட் போட்டுப் பார்ப்போம். அதைப் பாருங்க, அப்புறம் பேசலாம்'' என்று அவர் விவரிக்க, மூச்சு வந்தது எனக்கு.

'இல்ல சார், வாழ்க்கையில் நான் ஒவ்வொண்ணுக்கும் தயங்கி நின்னுருக்கேன். ஆனா, எப்பவும் எதுக்கும் பயந்து நின்னதில்லை. இப்போ ரஷ் பார்த்ததும் ரொம்பப் பயந்துட்டேங்க. நம்மளை நம்பி இவ்ளோ காசு கொட்டி இருக்காங்க, எல்லாமே போச்சேன்னு டென்ஷனாகிருச்சுங்க'' என்றேன்.

சென்னை வந்ததும், ஹென்றி சார் கேட்டபோது ரஷ் விஷயத்தைச் சொன்னேன். 'அட! என்னப்பா நீ, என்கிட்டே ஒரு வார்த்தை கேட்டிருக்கக் கூடாதா? எல்லாம் நல்லா இருக்குப்பா!' என்றார்.

'வந்ததும் நல்லதுக்குத்தான் சார். எடிட் பண்ணிப் பார்த்துட்டா, ப்ளான் பண்ணவசதியா இருக்கும் சார்" என்று தணிகாசலம் சாரிடம் ஓடினேன். கரெக்ட் பிரிண்ட்டுகளுடன் கிச்சாஸ் வர, எடுத்தவரை எல்லாக் காட்சிகளையும் ரஃப் எடிட் செய்து பிரசாத் லேப்பில் ஓட்டிப் பார்த்தோம்.

கவிதையாய் இருந்தது ஒவ்வொரு காட்சியும். இது நாம் இயக்கியதுதானா என்று சந்தோஷமாக இருந்தது. அங்கே இருந்த ஆபரேட்டர் இறங்கி வந்து, 'கண்ணுல ஒத்திக்கிற மாதிரி இருக்கு சார், புது டைரக்டரா சார்?' என்று ஹென்றி சாரிடம் கேட்க, 'ந்தா, இவர்தான் டைரக்டர்'' என்றார். 'சூப்பரா இருக்குங்க' என்றார் அவர். அதுதான் என் சினிமா வாழ்க்கையில் எனக்குக் கிடைத்த முதல் அங்கீகாரம்.

"இப்பவாவது பேசுவீங்களா?'' என்றார் கிச்சாஸ்.

'ரொம்ப ஸாரி சார். ரொம்ப தேங்க்ஸ் சார்' என நெகிழ்ந்து அவர் கைகளைப் பற்ற, மலர்ந்தார்.

வீட்டுக்கு வந்தால், ஊரில் இருந்து அப்பா வந்திருந்தார்.

'சும்மா பாத்துட்டுப் போலாம்னுதேன் வந்தேன். வனிதாவைப் பொண்ணு கேட்டு வர்றாங்கப்பா.

அதுக்கும் வயசாகிட்டே போவுதுல்ல. காலாகாலத்துல கல்யாணம் பண்ணிரணும்தானே'' என்றார்.

இரண்டு வருடங்களுக்கு முன் என் மூத்த தங்கை ரமாதேவிக்கு நடந்த திருமணம் நினைவுக்கு வந்தது. அம்மாச்சி, அம்மா, அப்பா மூவரும் தங்கள் சத்துக்கு என்னவெல்லாம் முடியுமோ, அதைப் போட்டு முடித்துவைத்த திருமணம்.

சின்ன வயதில் பார்த்து வளர்ந்த சிவாஜி படங்கள், ஒரு வீட்டுக்குள் ஒன்றாய் வளர்ந்த நினைவுகள்... என் தங்கைக்கு எப்படியெல்லாம்

மாப்பிள்ளை பார்க்க வேண்டும், அந்தத் திருமணம் எப்படியெல்லாம் நடக்க வேண்டும்' என்று எனக்குள் இருந்த கனவுகள் எதையும் என்னால் நிறைவேற்ற முடியவில்லை. என் கஞ்சிக்கே நான் தடுமாறிக்கிடந்த கட்டத்தில், தங்கையின் கல்யாணத்துக்கு நானும் விருந்தாளி போலத்தான் போனேன். ''அண்ணே'' என என் தங்கச்சி மணக்கோலத்தில் எழுந்து நிற்க, அழுகையும் சிரிப்புமாக அவளை வாரி அள்ளியது இன்னும் நினைவில் நிற்கிறது.

மறு வீடு கிளம்புகிறாள் தங்கை. அம்மாவின் தோளில் முகம் புதைத்துக்கொண்டு அவள் அழ, அம்மாச்சி, அம்மா, அப்பா, நான், வனிதா என எல்லோரும் கட்டிக் கதறித் தீர்த்ததைப் பார்த்து மாப்பிள்ளை வீட்டார்கள் திகைத்துப் போனார்கள்.

வருத்தத்தில், இயலாமையில், பிரிவுத் துயரில் நான் கைக்குச் சிக்கிய டம்ளரை வீசியெறிய, அது விழுந்து தெறித்த வேகம் பார்த்ததும் மாப்பிள்ளையின் அம்மா என் பக்கம் வந்து கையைப் பிடித்தார்.

'ஏம்ப்பா, ஒந் தங்கச்சிய நல்ல வீட்டுக்கு நல்ல மனுச மக்களோடதேன் அனுப்பிவெக்கிறீகப்பா ஆத்தீ, மனசுக்குள்ள எம்புட்டுப பாசம இருநதா இமபுட்டு அழுக வரும். இப்பத்தேம்ப்பா எனக்கு மனசு நிறைஞ்சு நிக்குது. எம் புள்ளையைக் கட்டிட்டு வர்றவ எப்படி இருப்பாளோன்னு திக்குதிக்குனு இருக்குமப்பா. ஒந் தங்கச்சிய, எம் மக கெணக்கா பாத்துக்கிறேன். இன்னிக்கு இங்க அழுவுறதுதேன் இவ கடேசியா அழுவுறதுன்னு எழுதிவெச்சுக்க சாமி. நம்ம வீடும் இதே கெணக்காத்தேன் இருக்குமப்பா. ஆயுசுக்கும் மேலுகாலு சொகத்தோட புள்ளகுட்டி சொந்தபந்தம்னு எல்லாம் கூடிப் பொழப்பமப்பா' என்று கூட்டிப் போன காட்சி, எனக்கு இன்னமும் நடுக்கமூட்டும்.

ஒரு நாக்கு, ஒரு வாக்கு. சிங்கம்புணரியில் என் தங்கை மன மகிழ்ச்சியுடன் நிறைவாக வாழ்கிறாள். இதோ, அடுத்த தங்கைக்குத் திருமணம். இந்த முறை என் பங்கை நான் விட்டுக் கொடுப்பதாக இல்லை.

''எப்பப்பா கல்யாணம் வைக்கலாம்னு?' என்று நான் கேட்க, ''அதேன்யா, உன் வசதிக்குத் தக்கன அதெல்லாம் முடிவு பண்ணிக்கிரலாம்னு பொறப்பட்டு வந்தேன்'' என்றார்.

''யப்பா, இப்ப நான் எடுத்துட்டிருக்க படம் வர்ற தீபாவளிக்கு ரிலீஸாகிரும்ப்பா. ஏதாச்சும் காசு குடுப்பாங்க. படம் நல்லா ஓடுச்சுன்னா, வேற படம் கிடைக்கும். அதுக்கும் அட்வான்ஸ் குடுப்பாங்க. அதுனால தீபாவளிக்கு அப்புறமா வனிதாவுக்குக் கலயாணம் வெச்சா, ஜாம்ஜாம்னு நடத்தலாம்ப்பா. பெரிய மண்டபம் பிடிச்சு, நல்லபடியா நகைநட்டு சீரு செஞ்சு அனுப்பலாம்ப்பா .'

''அப்பிடிங்கிறியா? அதுவும் சரிதேன்'' என்று கிளம்பினார் அப்பா.

இங்கேயோ பிரச்னை கிளம்பிவிட்டது. ஷூட்டிங் என்று போனவர்கள், பாதியிலேயே ஏன் திரும்பினார்கள் என்று வடபழனி முழுக்கப் பட்டிமன்றம்.

'புதுப் பையனுக்கு வெவரம் பத்தலையாம். எடுத்ததைப் போட்டுப் பார்த்திருக்காங்க. நஷ்டம்னு ஆகிப்போச்சு. அது இதோட போகட்டும்னு பாதியிலேயே நிப்பாட்டியாச்சாம்.''

''டைரக்டருக்கும் ஹீரோவுக்கும் சண்டைன்னுல்ல சொன்னாங்க.'

'அட, அது பார்த்திபனுக்கும் ஹென்றிக்கும் தான் முட்டிக்கிச்சுப்பா. பேசின சம்பளத்துல இன்னும் பாதிகூட செட்டில் பண்ணலையாம். படத்தை முடிப்பாய்ங்களா, முடிச்சாலும் ரிலீஸ் பண்ணுவாய்ங்களா,

ரிலீஸ் பண்ணாலும் போஸ்டரு, பப்ளிச்சிட்டினு ஏதாச்சும் பண்ணுவாய்ங்களான்னு தெரியலியேப்பா.'

அதிகாலையில் எழுந்து தந்தி, தினகரன் பார்த்துவிட்டு பொழுதுபோகாமல் ஆங்காங்கே யாராவது இப்படி ஏதாவது கொளுத்திவிட்டுப் போக, அது அன்று மதியத்துக்குள் வடபழனி வட்டாரத்தையே சுற்றி வந்துவிடும்.

யார் எதற்கு விளக்கம் சொல்வது? அதை எத்தனை பேருக்குச் சொல்வது? இது போன்ற வதந்திகளால், நின்று போன படங்கள், இழுத்து மூடப்பட்ட கம்பெனிகள், முறிந்த உறவுகள் என வடபழனியில் தனி வரலாறே இருக்கிறது. அதில் ஒரு அத்தியாயம் எனக்கே வந்து சேரும் என்பதை எதிர்பார்க்கவில்லை.

சின்னப் பிரச்னைக்குக் கிளம்பி வந்த எங்களால், மறுபடியும் ஷூட்டிங்கைத் தொடர முடியவில்லை. இது போன்ற வதந்திகளால், படத்துக்கு ஃபைனான்ஸ் தடைபட, தயாரிப்பாளரின் பழைய பிரச்னைகளுக்கு மீண்டும் உயிர் வர, எல்லாமே சிக்கலாகி, விஷயம் விவகாரமாகி, வில்லங்கத்தில் வந்து நின்றது.

இன்னொரு பக்கம் புதிதாக பூதாகரமாக முளைத்தது இன்னொரு சிக்கல்!

'சேரன், நம்ம படத்துக்கு ஒரு க்ளைமாக்ஸ் பேசிவெச்சிருந்தோம்ல, அதுக்கு ஆல்டர்னேட்டா இன்னொண்ணு எடுத்து வெச்சிருவோமா?'

தற்செயலாகக் கேட்டார் ஹென்றி சார்.

''ஏன் சார்?'

''இல்லப்பா, அது கொஞ்சம் ரிஸ்க்குனு ஆளாளுக்குப் பேசுறாங்க. ஹேப்பியா ஒரு ஃபினிஷ் குடுத்துட்டா என்ன?'

'அய்யய்யோ சார், அந்த க்ளைமாக்ஸ்தான் சார் மொத்தப் படமுமே. அதைப் போய் மாத்துறதா?' என்று பதறினேன். அவ்வப்போது என்னைத் தொட்டு விளையாடி வந்த விதி, என்னைத் துரத்தி ஆட ஆரம்பித்தது அப்போதிருந்துதான்.

'கண்ணம்மா யாரைக் காதலிச்சான்னு யாருக்குமே தெரியாது சார். அவ சிதையில் பாரதி ஏறி விழுகிறப்போதான் ஊர் உலகத்துக்கே அந்த உண்மை புரியுது சார். அதுதான் சார் கதை.

அதை மாத்தினா இவ்வளவு காலம் பட்ட எல்லா கஷ்டமும் போயிடும் சார்' என்று கெஞ்சினேன். குமுறினேன். முறைத்தேன். மன்றாடினேன்.

"நான் மட்டுமில்ல, பார்த்திபன் சாரே ஆல்டர்நேட்டும் பண்ணிப் பார்க்கலாம்னு சம்மதிச்சுட்டாருப்பா. வேணும்னா ஒண்ணு பண்ணலாம், ரெண்டு க்ளைமாக்ஸையும் ஷூட் பண்ணலாம். நாலு பேருக்குக் காட்டுவோம். எதை ரசிக்கிறாங்களோ, அதை க்ளைமாக்ஸா வெச்சுப்போம்" என்றனர்.

யார் அந்த நாலு பேர்? அவர்களின் விருப்பம் வேறாக இருந்தால், என் கதை, என் படம், என் கனவு, என் வாழ்க்கை என்னாவது?

"சேரா, இங்கன மெட்ராஸ்லயே மாப்பிள்ளை பாத்துருக்குப்பா. சிட்ஃபண்டு கம்பெனியில் வேலை பாக்குறாராம். போய்ப் பாத்துட்டு வந்துருவமா?" என்று அழைத்துப் போனார் அப்பா.

பையனைப் பிடித்துவிட்டது. பொதுவான விஷயங்கள் பேசிவிட்டுத் திரும்பும்போதும் சொன்னேன். 'மேலூர்ல நல்ல பெரிய மண்டபமாப் பாத்துருங்கப்பா. இங்க மெட்ராஸ்ல இருந்து என் ஃப்ரெண்ட்ஸ்லாம் வருவாங்கப்பா. படம் தீபாவளிக்கு ரிலீஸாகிரும்.

பிரமாதமா நடத்திரலாம்ப்பா !‘

என் உதவியாளர்களுக்கெல்லாம், ஏற்கெனவே பேசிவைத்திருந்த க்ளைமாக்ஸ்தான் ஒப்புதல். விஜயசங்கர் மட்டும் வேறு மாதிரி சொன்னார். ‘நம்ம க்ளைமாக்ஸை அவங்க வேணாம்னு சொல்லலியே. அதுனால, அவங்க சொன்ன மாதிரியே ரெண்டையும் எடுப்போம். நம்ம க்ளைமாக்ஸ் எமோஷன்லயே அடிச்சுத் தூக்கிரும். தைரியமா எடுப்போம்.’’

ஷூட்டிங்கே போக மாட்டேன் எனப் பிடிவாதமாக இருந்த நான், இரண்டு தேர்வுகளையும் எழுதத் தயாரானேன். அப்போது பார்த்து பார்த்திபன், மீனா கால்ஷீட் பிரச்னை. ஒருவழியாக இரண்டு பேரிடமும் பேசி எல்லாம் ரெடியான நேரத்தில் வீட்டுக்கு வந்து படுத்த என்னால், மறு நாள் காலையில் எழுந்திருக்க முடியவில்லை. உடம்பெல்லாம் அப்படி ஒரு வலி பலவீனமாக உணர்ந்தேன்.

ஆஸ்பத்திரிக்குப் போய் ஊசி போட்டு வந்த பிறகும், தண்ணீரைக் குடித்தால்கூட வாந்தி. ஒரு வாய்ச் சோறு, ஒரு இட்லிகூட இறங்கவில்லை. என் படத்தில் பார்த்திபனின் தங்கையாக நடித்த இந்துவின் அப்பா அப்போது என்னைத் தேடி வந்தார்.

‘என்ன சார், உடம்புக்கு முடியலேன்னு சொன்னாங்க, இப்ப எப்பிடி இருக்கு?‘ என்று உள்ளே வந்தவர் என்னைப் பார்த்ததும் பதறிப் போய், பக்கத்தில் வந்து என் கண்களைத் திறந்து பார்த்தார்.

‘அச்சச்சோ, சார் வாங்க ஆஸ்பத்திரிக்குப் போயிட்டு வந்திருவோம்’’ என்று அழைத்தார். ‘‘இதெல்லாம் இப்பிடியே விட்டுரக் கூடாது சார். மஞ்சக் காமாலைங்கிறது கெட்ட சனியன்’’ என்றார். கிறுகிறுவென எனக்குத் தலை சுற்றியது. என் நண்பன் சங்கரும் கூடவே இருந்தான்

திருவல்லிக்கேணி ஸ்டார் தியேட்டர் பக்கம் உள்ள ஆஸ்பத்திரியில் கீழாநெல்லி கரைத்துக் குடிக்கக் கொடுத்தார்கள். ஊசி போட்டார்கள். ஒரு மாசமாவது ரெஸ்ட் வேண்டும் என்றார்கள்.

ஷூட்டிங் நேரம்... 'பரவாயில்லே, என்ன பண்றது? உடம்பை முதல்ல தேத்திட்டு வா' என்றார்கள்.

'சார், ஷூட்டிங் இருக்கே சார்' என்றால், 'அட, அதை வேற யாரையாச்சும் வெச்சு எடுத்துக்கலாம். இல்லேன்னா பார்த்திபன் சார் இருக்கார்ல, அவரே பார்த்துப்பாரு' என்றார்கள்.

தனியே வீட்டில் கிடந்தேன். காலாகாலமாய் நான் வளர்த்த கனவு ஒன்று என் கண் முன்னாலேயே எனக்கு இல்லாமல் போகிறது. இன்னொரு பக்கம், இத்தனை காலமாக எத்தனையெத்தனை கனவுகளுடனோ என்னை வளர்த்த குடும்பத்துக்கு, இந்தத் திருமண நேரத்திலும் எதுவும் செய்ய முடியாமல் கிடக்கிறேன். வீட்டுக்கு மூத்தவன், வெளங்காமப் போயிட்டேனோ!

இந்தத் தீபாவளிக்கு என் படம் ரிலீஸாகாது. பிறகு ரிலீஸானாலும் அது என் படம் என்று சொல்லிக் கொள்ள முடியாது. எல்லாக் கண்ணீரும் வற்றிப்போகும் வரை அழுதேன்.

ஓட்டப்பந்தயத்தில் ஓட வந்தவன், மூச்சிரைக்க முடிந்த வரை வெறி கொண்டு ஓடி வந்தேன். என்னை மல்லாக்கத் தள்ளிவிட்டு என் முகத்தில் ஏறி மிதித்துவிட்டு முன்னே ஓடுகிறது உலகம்

என் தாயின் கர்ப்பத்துக்குள் சுருண்டு கிடந்த சிசுவைப் போல மீண்டும் என்னை உணர்ந்தேன், 'ம்மா, என்னை எடுத்துக்கோம்மா. உம் பிள்ளை தோத்துப் போயிட்டேம்மா!''

ரெண்டுல ஒண்ணு!

சித்தார்த்தனை புத்தனாக்கிய உலகம், என்னைப் பித்தனாக்கித் திரியவைத்தது!

ஒரே நேரத்தில் ஒவ்வொரு மனிதனும் இரு வேறு உலகங்களுக்குள் இயங்குகிறான். தனிமையில், வறுமையில், அதுவும் நோயின் பிடியில் சிக்கிக்கிடந்த நானோ, இரு வேறு நரகங்களுக்குள் கிடந்தேன். என் படம் என்னவாகும்? என் தங்கையின் திருமணம் எப்படி நடக்கும்? இனி நான் என்ன செய்வேன்?

மஞ்சள் காமாலையின் மடியில் கிடந்தபோது, எதையும் யோசிக்கக்கூட முடியாத அளவு பலவீனமாக இருந்தேன். யார் முகத்திலும் விழிக்க முடியவில்லை. ஒரு கட்டத்தில், என்னையே எனக்குப் பிடிக்கவில்லை!

'பார்த்திபன், மீனா கால்ஷீட் கஷ்டப்பட்டு வாங்கினது வீணாகிறக் கூடாதுப்பா' என்றார் ஹென்றி சார். அதுவும் நியாயம்!

'பாரதி கண்ணம்மா'வின் கதையை முழுக்கத் தெரிந்த இன்னொருவர் கேமராமேன் கிச்சாஸ். அவரை வைத்தே மீதம் இருக்கிற இரண்டு காட்சிகளை முதலில் எடுத்துவிடலாம் என்று விசாரித்தால்,

கஸ்தூரி ராஜாவின் ஷூட்டிங்கில் பிஸியாக இருந்தார் கிச்சாஸ்.

அப்போது உதவிக்கு வந்தவர் ரமேஷ் கண்ணா. டைரக்டரிடம் எனக்கு சீனியர். நகைச்சுவை நடிகராகத்தான் இப்போது அவர் பிரபலம். ஆனால், ரசனையான, ஆழமான, அருமையான படைப்பாளி. இன்னொருவர், நாகேந்திரன் என்ற பெயரில் அப்போது எனக்கு அறிமுகமான கேமராமேன் ப்ரியன். இருவரையும் வைத்து அந்தக் காட்சிகளை எடுத்துவிடலாம் என்பது யோசனை.

கதைச் சுருக்கம் சொன்னேன். சொல்லும்போதே மிகப் பலவீனமாகச் சொல்கிறேன் என்பதை உணர்ந்தேன். அதுவரை எடுத்து எடிட் செய்து வைத்திருந்த காட்சிகளை, எடிட்டர் தணிகாசலம் சார் அவர்களுக்குத் திரையிட்டுக் காட்டினார்.

படம் பார்க்கப் போய் வந்தவர்கள், என் முன் அமைதியாக அமர்ந்தார்கள். ஒரு வார்த்தைகூடப் பேசவில்லை. எனக்கோ பயம். ''என்ன சார், பிடிக்கலீங்களா. நல்லா இல்லீங்களா?' என்றேன் பரிதாபமாக. 'அடப் போடா இவனே! எப்பிடிறா எடுத்த..? மனசைப் பிசையுதுடா!'' என்றார் ரமேஷ் கண்ணா. ''ரொம்ப எமோஷனலா இருக்கு சார்!'' என்றார் நாகேந்திரன்.

எடுக்க வேண்டிய இரண்டு காட்சிகளையும் விளக்கினேன். ''டேய், நான் உன் அளவுக்கு எடுக்க மாட்டேன். ஆனா, நீ எடுத்து வெச்சிருக்க படத்தை நிச்சயமா கெடுத்துர மாட்டேன்டா நிம்மதியா இரு!'' என்று கிளம்பிப் போனார் ரமேஷ் கண்ணா.

வரும் வாரம்.. தீபாவளி!

மத்தாப்புக்களும், சர வெடிகளும், அதிர்வேட்டுக்களுமாக ஊரெங்கும் குதூகலம். நானோ கூனிக் குறுகிக் கிடந்தேன். என் படம்

ரிலீஸ் இல்லையே!

ஊருக்கு போன் போட்டேன். பக்கத்துத் தெருவில் இருந்த வீட்டுக்கு ஓடி வந்து முதலில் போனை எடுத்தது அம்மாச்சி.

''என்ன சாமி? எப்பிடிப்பா இருக்க? ஒஞ் சோலியெல்லாம் முடிஞ்சிருச்சா? கல்யாணத்துக்கு எப்ப கெளம்பி வர்றே? இங்க கொள்ள வேலை கெடக்குதப்பா. ஒன்ன எதிர்பார்த்துக் கெடக்கோம்''- உற்சாகத்தின் உச்சியில் நின்று பேசியது.

''இல்ல அம்மாச்சி'' என்றேன். அதற்கு மேல் குரல் எழவில்லை .

''யெய்யா!'' என்றது அம்மாச்சி.

'இல்ல அம்மாச்சி, தீவாளிக்கு என் படம் வராது. நின்னுபோச்சு'' என்றேன். பொங்கிவிட்டது கண்ணீர்.

''என்னய்யா சொல்ற? சின்னவளுக்கு விசேஷம் வெச்சிருக்கமேப்பா!' சொல்லும்போதே, அம்மாச்சியின் குரலும் நடுங்கியது. ''யெய்யா சாமி, என்னப் பெத்தவனே நீ சொன்னேன்னு தானப்பா நம்பி கல்யாணத்தை நிச்சயம் பண்ணிப் புட்டம். மண்டபம் பாத்தாச்சு, பத்திரிக குடுத்துட்டுத திரியுறம. பாததிரபணடம், சேல துணிமணி, நகநட்டு எதுவுமே இன்னும் வாங்கலியேப்பா. அய்யய்யோ, நான் என்னா பண்ணப்போறன்? வீட்டுக்குப் போனா, அண்ணன் எப்ப வருதுன்னு எஞ் செல்லம் கேக்குமே... அய்யய்யோ!' - அம்மாச்சி அந்தப் பக்கம் அழ ஆரம்பிக்க, கூடவே நானும் அழுதேன்.

''ச்சேரா, நான் அம்மா பேசுறேம்ப்பா..'

'ம்மா, படம் முடிஞ்சாத்தேன் காசு வரும்மா... என்னால முடியலம்மா!''

போனைப் பிடுங்கி அப்பா பேசினார். 'இன்னும் ஒரு மாசம்கூட இல்லியேப்பா. தங்கச்சி கல்யாணம் நின்டு போச்சுன்னா, ஊருக்குள்ள தல காட்ட முடியாதப்பா.' - அப்பா பேசப் பேச, அருள் ஏறியது எனக்கு.

'இப்ப வீட்ல எம்புட்டு காசு இருக்குப்பா?' என்று கேட்டேன். 'அது.. ஒங்கம்மாகிட்டே ஒரு பாஞ்சாயிரம் இருக்கும். நான் ஒரு பத்தாயிரம் தேத்திருவன். அம்மாச்சி ஐயாயிரம் ரூவா சேத்து வெச்சிருக்கு. மொத்தமா இருவது முப்பது ரூவாதேன் வரும். ஆனா, செலவுக் கணக்குப் பாத்தா, ஒன்ற லச்சம் ஆகுமாம்ப்பா ' என்றார்.

'யப்பா, நாம வனிதா கல்யாணத்த நடத்துறோம். எதுவானாலும் நா பாத்துக்கிறேன். நீங்க பத்திரிக குடுக்கிறதப் பாருங்க. அம்மாச்சியையும் அம்மாவையும் பாத்துக்குங்க. இது எதுவும் வனிதாவுக்குத் தெரிய வேணாம்ப்பா' என்று போனை வைத்தேன்

நான் தெய்வத்தைத் தேடி ஓடியது தேனாம் பேட்டைக்கு!

தேனப்பன் வீடு, சென்னையில் என் இரண்டாம் தாய் வீடு. வீட்டுக்குள் நுழைந்தால், 'வாப்பா' என்று சொல்லும் போதே, தட்டு நிறைய சோறு போட்டுக் கொண்டுவந்து நீட்டுகிற தாயன்பு. வீட்டுக்கு வெளியே நான் அம்மா, அப்பா என்று உணர்வுபூர்வமாக முதலில் அழைத்தது தேனப்பனின் அம்மா சரஸ்வதியையும் அப்பா பழனியப்பனையும்தான்.

தேனப்பன், என் நண்பன். எங்கள் டைரக்டரிடம் புரொடக்ஷன் மேனேஜராக இருந்தான். கன் பார்ட்டி' என்பார்களே, அப்படி ஒரு ஆள். அமெரிக்க அதிபரிடம் ஒரு காரியம் ஆக வேண்டும் என்றாலும், அவனை நம்பி அனுப்பலாம். 'வணக்கம் ஜார்ஜ் புஷ்ஷண்ணே' என்று கூச்சமில்லாமல் போய்ப் பேசி நினைத்ததை முடிக்கிற ஆள்.

நான் ஃபீலிங் பார்ட்டி, தேனப்பனோ டீலிங் பார்ட்டி!

டைரக்டர் ஏதாவது முக்கியமான வேலையென்றால் எங்களிடம்தான் ஒப்படைப்பார். 'மாடு கட்டிப் போரடித்தால் மாளாது செந்நெல் என்று யானை கட்டிப் போரடித்த' என்பதை ஒரு காட்சியாக்க வேண்டும் என்று டைரக்டர் ஒரு நாள் உத்தரவிட, ஊர் உலகத்தில் திரிந்த அத்தனை யானைகளையும் மறுநாளே கொண்டுவந்து நிறுத்தியவன். ஒரு பழைய டி.வி.எஸ். 50-யில் என்னை ஏற்றி பல வருடங்கள் பவனி வந்தவன். என் சென்னை வாழ்க்கைக்கு எல்லா திசைகளிலும் விளக்கேற்றிவைத்தவன். டைரக்டரிடம் நான் சேர்ந்த நாள் முதல், இப்போது எடுக்கிற என் முதல் படம் வரை எல்லாமே தேனப்பன் முயற்சியால் கிடைத்ததுதான். அவனிடம் என் தங்கையின் திருமணம் பற்றி சொன்னேன்

'இப்ப எவ்ளோ ரெடி பண்ணணும்?'' என்றான். 'ஒரு ஒண்ணே கால் லட்ச ரூபா வேணும்' என்றேன். 'என்னடா சொல்றே? பத்து இருபதுன்னா ரெடி பண்ணிரலாம். உன்னையும் என்னையும் நம்பி எவன்டா லட்ச ரூபா தருவான்?'' என்றவன், ''சரி வா, எங்கியாச்சும் ட்ரை பண்ணலாம்'' என்று நேரே ஒரு தயாரிப்பாளரிடம் கொண்டு போய் நிறுத்தினான்.

''சார், இவன் சேரன். நம்ம ரவிகுமார் சார் அசிஸ்டென்ட்டு. ரொம்ப டேலன்ட்டான பையன். 'பாரதி கண்ணம்மா'னு படம் எடுத்துட்டிருக்கான். அடுத்த மாசம் ரிலீஸு சூப்பர் ஹிட்டாவும் சார். நீங்க இப்ப ஒரு அம்பது ரூவா மட்டும் இவனுக்கு அட்வான்ஸா குடுத்துருங்க. மத்தது நாம் அப்புறம் பேசிக்கலாம்'' என்று அவர்களைக் கரைக்கப் பார்த்தான். தயாரிப்பாளர் என்னைப் பார்த்தார். நோயில் சிக்கி நரம்பனாக நின்ற என்னைப் பார்த்தால், முழுசாக பத்து ரூபாய்கூட தரத் தோணாது. அங்கே பைசா தேறவில்லை.

தேனப்பனின் சிங்கப்பூர் நண்பர்கள் வந்திருந்தனர். எல்லோரும் உற்சாகமாக இருந்தபோது, நான் மட்டும் மூலையில் உம்மென்று உட்கார்ந்திருந்தேன். ''என்ன சேரன் அப்செட்டா இருக்கீங்க?'' என்று அவர்கள் கேட்க, ''இல்ல சார், என் தங்கச்சிக்குக் கல்யாணம் சார்.. ' என்று கதையைச் சொன்னேன். 'அடுத்து என்ன செய்யலாம்னு பாருங்க, டல்லா இருந்தா எப்பிடி?' என்றவர்கள், 'நாங்க எங்க அன்பளிப்பா கல்யாண நகை பன்னிரண்டு பவுனையும் எடுத்துத் தர்றோம். மற்ற இடத்திலயும் ட்ரை பண்ணுங்க'' என்றனர்.

தேனப்பனும் நானும் தெருத் தெருவாகக் கிளம்பினோம். தெரிந்த ஒவ்வொரு வீடு, அலுவலகம் என ஏறி இறங்கினோம். தேனப்பன் நிறைய தந்தான். டைரக்டர் அவர் பங்குக்குத் தந்தார். ஹென்றி சார் கொஞ்சம் தந்தார். சிக்கிய நண்பர்களிடமெல்லாம், 'என் தங்கச்சிக்குக் கல்யாணங்க.' என்று சேகரித்து, ஒரு கட்டத்தில் ஒரு லட்ச ரூபாய் சேர்ந்ததும், அடுத்த பஸ் பிடித்து ஓடினேன் ஊருக்கு.

சொன்ன தேதியில் சொன்ன முகூர்த்தத்தில் வனிதாவின் கல்யாணம் நடந்தது. ஆசைப்பட்ட அளவுக்கு நடத்த முடியவில்லை. ஆனால், அவமானத்தில் இருந்து தப்பிவிட்டோம். ''மேலு காலு சொகமில்லாமக் கெடந்த புள்ளைக்கு கெழவி ரொம்ப செரமங் குடுத்துட்டேனோ'' என்று என் கன்னம் அள்ளிக் கொஞ்சி அழுதது அம்மாச்சி.

வீட்டின் சூழலும் என் மன வேதனையும் புதிய வைராக்கியத்தை உருவாக்கி இருநதது. இனி விடுவதில்லை. இது என் சினிமா. நான் நினைத்ததை எடுத்து முடிக்காமல் விட மாட்டேன் என்று வெறியுடன் வேலை பார்க்க சென்னை கிளம்பி வந்த எனக்கு, இன்னொரு அணுகுண்டு காத்திருந்தது.

இப்போது இரண்டு க்ளைமாக்ஸ்களையும் எடுக்க வேண்டும். ஒன்று. ‘‘சாதி சாதின்னு பார்த்து ஒரு பொண்ணைக் கொன்னுட்டீங்களேடா’’ என்பது மாதிரியான க்ளைமாக்ஸ். இன்னொன்று. என் மனதில் இருந்த சிதை நெருப்பு!

புயல் வேகத்தில் வேலைகளை ஆரம்பித்தோம். தெய்வமும் சாத்தானும் சரி பாதியாகப் புகுந்து பிடித்துக்கொண்டது போல ஓர் உழைப்பு. அத்தனை பேரும் அசுர பலத்துடன் ஓடியாடி இரண்டு க்ளைமாக்ஸ்களையுமே முடித்து விட்டோம்.

படம் டபுள் பாசிட்டிவ் பார்க்க வந்தார் பார்த்திபன் போட்டுக் காட்டினோம். நான் விரும்பிய க்ளைமாக்ஸை மட்டுமே போட்டிருந்தேன். படம் பார்த்தவர், ‘‘பிரமாதமா வந்திருக்குங்க. நினைச்ச மாதிரியே கொண்டு வந்துட்டீங்க. சரிங்க, அந்த இன்னொரு க்ளைமாக்ஸ் எங்கே.. அதையும் போடுங்க, பாத்துரலாம்’’ என்றார்.

நான் அதையும் ரெடியாக வைத்திருந்தேன். ஆனால், அது இன்னும் எடிட் பண்ணல சார், அப்பிடியே [illegible]க்கு‘ என்றேன்

பார்த்திபன் காயப்பட்டுவிட்டார். ‘ஏன் சார் எடிட் பண்ணலை? நீங்க எனக்கு ஒரு வார்த்தை குடுத்தீங்க. ஆனா, அதைக் காப்பாத்தலைல. எனக்கு ரொம்ப மனசு வருத்தமா இருக்கு சார்’’ என்று கிளம்பிப் போய்விட்டார்.

அதைச் சரிபண்ண முடியவில்லை. ஆனாலும், என் க்ளைமேக்ஸை நான் இழந்து விடுவேனோ என்கிற பயம். விட்டுக்கொடுக்க மனசே இல்லை. பார்த்திபன் சார் டப்பிங் பேச மறுத்தார். ஹென்றி சாரோ, ஒரு கட்டத்துக்கு மேல் பொறுக்க முடியாமல், ‘‘இந்தப் படத்துக்கும் உனக்கும் இதுக்கு மேல எந்தச் சம்பந்தமும் இல்லைனு எழுதிக் குடுத்துருப்பா‘ என்று கேட்டார்.

எனக்குத் தெரியாமல், எடிட்டரிடம் இருந்து ஃபிலிம் ரோல்களை எடுத்துச் சென்றுவிடுவார்களோ என்ற பயத்தில், தணிகாசலம் சார் ஆபீஸிலேயே காவலுக்குக் கிடந்தேன். பேசுவதெல்லாம் பிரச்னையாகி, இன்னும் இன்னும் பிரச்னை பெரிதாகவே, என்ன செய்வதெனப் புரியாமல் சபரிமலைக்கு மாலை போட்டுவிட்டேன். திட்ட நினைப்பவர்களுக்கு 'மாலை போட்ருக்கான்பா'' என்று கொஞ்சம் சூடு குறையுமே என்று எண்ணம்.

பயபக்தியுடன் சாமி கும்பிடுவேன். பக்தி கூட இரண்டாம்பட்சம் பயம்தான் முன்னே நிற்கும். 'சாமியே ஐயப்போ, ஐயப்போ சாமியே!'

இருந்தாலும், ஒரு கட்டத்தில் பிரச்னை முற்றிப்போக, பார்த்திபன் சாருக்கும் ஹென்றி சாருக்கும் கண்ணீர்க் கடிதங்கள் எழுதினேன். 'சார், இது என் வாழ்க்கை. என் நம்பிக்கை. நான் நினைச்சதை முடிச்சுக்குடுக்க எனக்கு தயவு செய்து அனுமதி குடுங்க. இல்லேன்னா நான் எழுதிவெச்சுட்டு தூக்குப் போட்டுத் தற்கொலை பண்ணிக்குவேன் சார். முத படம் எடுக்கிறப்போ என்னென்னவோ கஷ்டங்கள் நீங்களும் பட்டிருப்பீங்க. எனக்கும் அது நடக்கணுமா சார்?' என்கிற ரீதியில் கண்ணீர்க் கடிதங்கள்.

பார்த்திபன் சார் புத்திசாலி என்பது எல்லோருக்கும் தெரியும். ஆனால், அவர் குழந்தை மனசுக்காரர் என்பது பழகியவர்களுக்கு மட்டும்தான் புரியும். ரொம்ப ஈரமான மனசு. தற்கொலை அது இதுவென்றதும், என்னை அழைத்து நிறைய அறிவுரைகள் சொன்னார். சினிமா என்ற தொழிலின் கணக்குகளைப் பற்றியும் எடுத்துச் சொன்னார். நான் விடாப்பிடியாக நின்றேன்

'சரிங்க, அந்த ரெண்டு க்ளைமேக்ஸையும் ரெடி பண்ணி ஸ்கிரீன் பண்ணி நாலு பேருக்குக் காட்டுவோம். என்ன சொல்றாங்கன்னு

பார்த்துட்டு, அப்புறம் முடிவு பண்ணலாம்'' என்றார். நான் அதற்கும் ஒப்புக்கொள்ளவில்லை. அவரேதான் சொன்னார், 'அப்ப ஒண்ணு பண்ணலாம். உங்க டைரக்டர் கே.எஸ்.ரவிகுமாரைக் கூப்பிட்டுப் படத்தைப் போட்டுக் காட்டுவோம். அவருக்கு எது பிடிச்சிருக்கோ, அதையே வெச்சுக்கலாம்'' என்றார்.

நான் வீசிய பந்தில் என் விக்கெட்டே விழுந்துவிட்டது. விஷயம் சொன்னதும் டைரக்டர் கிளம்பி வந்தார். படம் பார்த்தார். பயந்து வெளியே நின்றிருந்தேன். ஒரு சிகரெட்டைப் பற்றவைத்தவர், 'ரெண்டுமே நல்லாத்தான் இருக்கு. டயலாக்லயே போற க்ளைமாக்ஸ் வந்து சேஃப்!' என்றார். எனக்கு இதயமே நின்றுவிட்டது.

ஆனா, அந்த சுடுகாட்டுல ஹீரோயின் எரியும்போது அவன் தாவி ஓடி வந்து நெருப்புல விழுறான் பாருங்க, ஹைய்யோ திக்குனு தூக்கிப்போடுதுங்க. சும்மா குப்புனு இருந்துச்சு. நீங்க எது வேணும்னு டிசைட் பண்ணிக்குங்க. ஆனா, எனக்கு அந்த உடன்கட்டை ஏர்றதுதான் பிடிச்சிருக்குங்க. புதுசா இருக்கு. ரொம்ப டிஸ்டர்ப் பண்ணுது!' என்றார். நான் என் டைரக்டரின் காலில் விழுந்தேன்.

பார்த்திபன் சார் முகத்திலும் பழைய சிரிப்பு.

போகும்போது டைரக்டர் சொன்னார். 'டேய், இனிமே நல்லா இருப்படா!'

'அனாதரட்சகனே சரணம் ஐயப்பா

ஆபத்பாந்தவனே சரணம் ஐயப்பா!'

என் மனைவி !

சமுத்திரம் என்பது கண்ணீர்த் துளிகள். கண்ணீர் என்பது ஒரு துளிச் சமுத்திரம்.

எத்தனை இனிப்பு தெரியுமா அந்த உப்பு!

உருவான கரு வளர்ந்து உருவம் பெற்ற பிறகு, பிரசவத்துக்கு முகூர்த்தம் குறிக்கப்பட்டது. பாரதி கண்ணம்மா பொங்கல் ரிலீஸ்!

இரவு - பகல் மறந்து, உணவு - உறக்கம் துறந்து, இதயம் துடிதுடிக்க வேலை பார்த்தோம். காவியும் தாடியுமாகத் திரிந்த எனக்கு அந்தக் காலகட்டத்தில் ஆயுதமும் கேடயமுமாக இருந்தவர்கள் என் உதவி இயக்குநர்கள். விஜய் சங்கர், ஜெகன், பாலா, முருகேஷ் என ஒவ்வொரு வரும் என்னைச் சுமந்தார்கள்.

திரையில் என் மண்ணின் குரல் வேண்டும் என்பதற்காக, கோடம்பாக்கத்தில் தேய்ந்துபோன தெரு நிலாக்களாக வாழும் எங்கள் அக்காக்களை அழைத்து டப்பிங் பேசவைத்தோம். கல்யாண வீட்டுக்கு வந்தது போல கலகலவென தியேட்டர் உள்ளே வந்து மைக்கின் முன் நின்று பேச ஆரம்பித்தவர்கள், இழவு வீட்டிலிருந்து கிளம்புபவர்கள் போல, கண்ணீரும் கம்பலையுமாக வெளியே வந்தனர். 'ஊர்க்காட்டுச்சவ போயி ஒறமொறகளப் பாத்துட்டு வந்தாப்ல

இருக்கப்பே ஓம் படம். நல்லாயிரு ராசா!'' என்று என் கன்னம் தடவி நெட்டி முறித்து நெக்குருகிப் போனார்கள்.

ரீ- ரிக்கார்டிங்கில் சபேஷ் - முரளி இருவரும் உயிர் ஊட்டினார்கள். க்ளைமாக்ஸ் ரீலைப் பார்த்த முரளி எழுந்து வெளியே போய் விட்டார். அரை மணிநேரத்துக்கு மேலாகியும் ஆளைக் காணோமே என்று தேடினால், ஒரு மூலையில் விக்கித்து உட்கார்ந்திருந்தார். ''என்னா சேரன், இப்பிடிப் பண்ணிட்டீங்க? ரொம்ப டிஸ்டர்பிங்கா இருக்குங்க. என்ன பண்றதுன்னே புரியாம, ரொம்ப ப்ளாங்க்கா இருக்குங்க'' என்றார். பிறகு முரளி வந்து எழுதித் தந்த இசைக் குறிப்புகளால் பிரளயமாயிற்று க்ளைமாக்ஸ்!

பொங்கல் தினத்தன்று படம் ரிலீஸ்!

புரசைவாக்கம் மகாலட்சுமி தியேட்டரில் காத்திருக்கிறோம். காலை 11.30 மணிக்கு முதல் காட்சி.

தியேட்டர் கதவு திறந்தது, டிக்கெட்டுகள் கிழித்தது, முதல் பெல் அடித்தது என அந்த ஒவ்வொரு விநாடியும் இன்னும் எனக்குள் உயிராச சித்திரமாக ஓடுகிறது. படம் ஆரம்பமாகிறது. எல்லோரும் திரையைப் பார்க்க, கதவோரமாக நின்றிருந்த நாங்கள் திரை வெளிச்சத்தில் மக்கள் முகங்களைப் பார்க்கிறோம். இடைவேளை வரை பார்த்திபன் - வடிவேலுவின் காமெடியில் சிரிப்பலைகள்.

இடைவேளை முடிந்து உள்ளே வந்து அமர்கிறார்கள். பார்த்திபன் மீதான தன் காதலை மீனா வெளிப்படுத்திய பிறகு இது என்னாகுமோ என்ற பதற்றம். அதன் பிறகு தியேட்டரில் கனத்த மௌனம். மீனாவுக்குத் திருமண ஏற்பாடுகள் நடக்கின்றன. ''தேவர் வீட்ல எழவு விழுந்திருச்சுடா!'' என்ற சவுண்டு கேட்டதும் பரபரவென நீளும் களேபரத்தில், உணர்ச்சிமயமான காட்சிகள். நெஞ்சுக் கூட்டை

நொறுக்கும் க்ளைமாக்ஸ். படம் முடிந்து விளக்குகள் எரிய, வெளியே வருகிற யார் முகத்திலும் எந்த எக்ஸ்பிரஷனும் இல்லை, பசியிலும் பயத்திலும் நிற்கிற எனக்கோ மூச்சே நின்றுவிட்டது.

அடுத்த காட்சிக்காக, வாசலில் க்யூவில் நின்றவர்களில் ஒருவர், ''ஹலோ பிரதர், படம் எப்பிடி இருக்கு?' என்று கேட்க, ''சூப்பர்ர்ர்ரு. பிச்சுட்டாம்ப்பா!'' என்று விதவிதமான குரல்களில் ஒரு கும்பலே பதில் சொன்னதும், நின்ற என் இதயம் திரும்பத் துடிக்க ஆரம்பித்தது.

வருகிற வழியில் புரசைவாக்கத்தில் அந்த லாட்ஜைக் காட்டினேன். ''இதுதான் என் மொத புரொடியூஸர் தங்கியிருந்த லாட்ஜு. தினமும் பொங்கல் வட, பூரி செட்டு, பிரியாணி, காபின்னு நா உபசாரம் பண்ணிட்டுக் கெடந்த இடம்'' என்றேன். ஏற்கெனவே அந்தக் கதை தெரிந்தவர்கள் என்பதால் என் உதவியாளர்கள் சிரித்தார்கள். 'ஒரு வித்தியாசமும் இல்ல, அப்பவும் பசியில கெடந்தீங்க, இப்பவும் பசியிலதான் இருக்கீங்க'' என்றான் ஜெகன். 'ஆனா, மனசு நெறஞ்சிருக்குடா'' என்றேன்.

நேரே வீட்டுக்கு ஓடினேன். பிரசாத் ஸ்டுடியோ அருகில் ஒரு ஐயப்பன் கோயிலில் இருமுடி கட்டி, ரயிலுக்குக் கிளம்பும் அவசரத்திலும் நான் படியேறியது ஆல்பட் தியேட்டரின் பதினெட்டுப் படிகளில்.

'நான்தான் டைரக்டர்ங்க'' என்றதும் கதவு திறந்தார்கள். இருளில் இருமுடி சுமந்தபடி, ஓரமாக நின்று நான் படம் பார்க்க, தியேட்டர் மேனேஜர் மாரியப்பன் வந்தார். என் இருமுடிக் கோலம் பார்த்ததும் பதறிப்போனவர், 'படம் நல்லா இருக்கு சார். நிம்மதியா கோயிலுக்குப் போயிட்டு வாங்க'' என்று அனுப்பிவைத்தார்.

இப்போது மாதிரி, அப்போது தகவல் தொடர்புக்கு செல்போன் வசதிகள் ஏதும் இல்லை, நானோ மன வருத்தத்தால் ஹென்றி சார்

ஆபீஸுக்கும் போவது இல்லை. சபரிமலை போய் வந்த பிறகு பார்த்துக்கொள்ளலாம் என்று ரயில் ஏறினேன்.

பெரிய பாதையில் பயணம். கூடவே, என் நண்பன் ஸ்டன்ட் மாஸ்டர் கனல் கண்ணனும் வருகிறான். ‘‘மாப்ளே, விடிஞ்சிருச்சுனு நெனச்சுக்க, நாளையில இருந்து நம்ம வாழ்க்கையே மாறுது!’’ எனச் சிரிக்கிறான்.

சபரிமலை எத்தனை எத்தனை நம்பிக்கைகள், வேண்டுதல்கள், மன்னிப்புகள் நிறைந்து கிடக்கிற சந்நிதானம்!

ஆபத்துக்கு நடுவே ஆறுதல் தேடுகிற மனசுக்கு ஆதரவாக இருப்பது இறை நம்பிக்கை. நதியில் குளித்து, மலையில் நடந்து, சரண கோஷங்கள் பாடியபடி இயற்கையின் மடியில் இன்னொரு பிள்ளையாகத் திரியும்போது மனது திறக்கும்.

மலைப் பயணத்தில் கடினமான பாதைகளில் சிரமப்பட்டு நடக்கும்போது ஒரு புத்துணர்வு பிறக்கும். இருபது இருபத்தைந்து வருட வாழ்க்கையை இருபத்தைந்து மைல்களில் கடப்பது போல ஒரு உணர்வு பூக்கும். அந்த மூலிகைக் காற்றும் எல்லோரும் ஒன்றே எல்லாமும் ஒன்றே!’ எனத் தோன்றும் சித்தாந்தமுமாக உடலும் மனமும் ஒரே நேரத்தில் சிறகு விரிக்கும். உடலே ஆலயம், மனமே இறைவன் என ஆன்மிகம் என்பதே இதுதானோ!

சந்நிதானத்தில், தரிசனம் முடிந்த பிறகு, அங்கே இருந்த ஒரு எஸ்.டீ.டி. பூத்தில் இருந்து முதல் போன் போட்டது தேனப்பனுக்கு. ‘‘இண்டஸ்ட்ரில ரொம்ப நல்ல டாக்கு. ரிப்போர்ட்டு இப்பத்தான் வர ஆரம்பிக்குது. நீ கெளம்பி வந்துரு, ஜெயிச்சுட்டம்டா!‘ என்று சிரித்தான்.

அடுத்த போன் ஊருக்கு. ‘ஹலோ அம்மாச்சி’’ என்ற என் குரல் கேட்டதும், அந்தப் பக்கம் பெருங் குரலெடுத்து அழுகிறாள் என் தாய்க்

கிழவி. ''யெய்யா சாமி. எந் தங்கம் படம் பாத்துட்டமப்பு' என்றது சந்தோஷத்தில்.

''நானு, கமலா, பாண்டி எல்லாரும் பழனிக்குப் பாத யாத்திரை போயிட்டு இப்பத்தேன் வந்தோம் கண்ணு. அங்கனக்குள்ள ஒரு தியேட்டர்ல ஒம் படம் வந்திருச்சுனு பாண்டிதேன் கூட்டிட்டுப் போய்க் காட்னான். 'பாப்பாத்தி கருப்பாயி எம் புள்ளையக் காப்பாத்து சாமின்னு கும்பிட்டுக்கே உள்ள போயி உக்காந்தேம்ப்பா.

ஆத்தி! கடேசியில் அந்த அழகுப் பொண்ணு நாண்டுக்கிட்டுத் தொங்குனதும், எனக்கு கெதக்குண்டு தூக்கிப் போட்ருச்சு சாமி. எம்புட்டு அழகுப் பொண்ணு, கொணவதி அப்பன்கிட்ட ஒரு வார்த்த சொல்லத் தைரியமில்லாம உசிர விட்ருச்சேடா. அய்யய்யோ இந்தப் பாரதி கிறுக்குப் பய... அவ மேல உசிரையே வெச்சிருந்தானேன்னு எனக்குன்னா அம்புட்டு அழுக. சுடுகாட்டுக்குப் புள்ளையத் தூக்கிட்டுப் போறப்ப, நம்ம வீட்டு உசிரு ஒண்ணு போகுதேடான்னு எனக்குன்னா தவிக்குது. காட்டுல போட்டு வெறகடுக்கி, சாங்கித்தியம் முடிச்சு நெருப்பப் பத்தவெச்சதும் தடதடன்னு ஓடி வந்து பாரதிப் பயலும் சிதையில் சேந்து விழுந்து எரிஞ்சு செத்துட்டானேடா!'' என்று அழுத அம்மாச்சி, 'ஏய்யா, யெய்யா, அன்னிக்கு வாழ வழி தெரியலேன்னா ஒனக்கும் அந்தக் கதிதானடா ஆகியிருக்கும்'' என என் முன்கதை சொல்லி, அம்மாச்சி கதறிக் கதறி அழுக, நான் அடுத்த போன் போட்டேன்.

'யக்கா, அண்ணன் போனு'' என்று பக்கத்துக் கடைப் பையன் சொன்னதும், எழுந்து ஓடி வந்தாள் அவள். நம்பர் 27, பாரதி தெரு, சாலிகிராமம் என்பது முகவரி. ஒரு ரூம், ஒரு கிச்சன் என மாதம் 400 ரூபாய் வாடகை வீடு. வறுமைக்கு வாழ்க்கைப்பட்டு, இடுப்பில் ஒரு குழந்தையைச் சுமந்து அலைகிற அவள் வந்து போனை எடுத்தாள்.

'ராணி, நான் சேரன் பேசுறேம்ப்பா சபரிமலையில் இருந்து. ' எதிர்ப்பக்கம் பேச்சே இல்லை. அழுதுகொண்டே இருந்த அவள் என் காதல் மனைவி செல்வராணி. என் அத்தை மகள். அவளை நான் காதலித்த கதையை நீங்கள் அறிவீர்கள். இது அவள் என் வாழ்வாய் வந்த கதை!

அனுபவித்தவன் சொல்கிறேன். ஆயிரமாயிரம் துயரங்களைத் துடைத்துத் தூர எறிந்துவிடும் வல்லமை கொண்டது ஒரு பெண்ணின் அன்பு!

யாருக்கும் தெரியாமல் காதலித்த போது, சுகமாக இருந்தது. ஆனால், அதைக் கல்யாணத்தை நோக்கி நகர்த்தும் வேளையில் எல்லோரும் படும் கஷ்டங்களை நாங்களும் அனுபவித்தோம்

இன்லேண்டு லெட்டரில் இரண்டு மூன்று வரிகளில் ஆரம்பித்த காதல் கடிதங்கள், ஒரு குயர் நோட்டு முழுக்க எழுதி அனுப்பியும் போதாது எனப் புலம்பும் அளவு வளர்ந்தது. செல்வராணி எனக்கு எழுதிய கடிதங்களும், என்னை நானே நம்பாத காலத்தில் தன்னையே எனக்குத் தந்த பேரன்பையும் என்னவென்று சொல்வேன்!

ஒரு கட்டத்தில் சூழல் இருண்டு கொண்டே வர, இனி விடியலுக்கு வழியே இல்லை என்பது போல அவள் எழுதிய ஒரு கடிதம் பார்த்து மிரண்டு போய் மதுரைக்கு ஓடினேன். என் வீட்டில் அன்றிருந்த சூழலில், சம்மதம் கிடைக்க வழியே இல்லை. பேசிச் சரி பண்ணும் அளவுக்கு எனக்குப் பிழைப்பும் இல்லை பக்குவமும் இல்லை. தவிர, இளமை வேகம் அதற்கு மேல் காத்திருக்கப் பொறுமையும் இல்லை.

'என்னை இப்பவே கூட்டிட்டுப் போயிடுங்க. ஆனா, அம்மாட்ட சொல்லாம வர மாட்டேன். அம்மாட்ட நீங்க வந்து பேசுங்க'' என அழுதாள் ராணி.

வாழ்க்கையில் என்னவாக வரப் போகிறேன் எனத் தெரியாத ஒரு பையன் வாசலில் வந்து நின்று, 'உன் மகளைக் கொடு' எனக் கேட்டால் எந்தத் தாய்தான் தருவாள்? ஆனால், என் அத்தை தந்தார்.

'ராணிய நீங்க கூட்டிட்டுப் போங்க தம்பி. பாருப்பா, நான் எம் புள்ளைகளுக்குக் கஞ்சி ஊத்துனதைத் தவிர எதும் செஞ்சதில்ல. ஆனா, ஒரு நிமிஷம்கூட கஷ்டப்பட விட்டதில்லப்பா. நீ எம் புள்ளைய தாராளமா கூட்டுப் போ. ஆனா, எங் கண்ணு முன்னால ஒரு தாலியக் கட்டிட்டு, இவள உம் பொண்டாட்டியா கூட்டுப் போ!'' என அழுதார்.

ஒரே நாளில் திருமணம். ஊருக்கு வந்திருக்கிறேன். ஆனால், பழையூர் பட்டிக்குத் தெரியாமல் இவ்வளவு பெரிய காரியம் நடக்கிறது. ஆசாத், மோகன், இளங்கோ , ரவி என என் மேலூர் நண்பர்கள் ஓடி வந்தனர். ஒருவன் தன் வீட்டில் இருந்த கதர்த் துணி கொண்டுவந்தான். அவசரமாகச் சட்டை - வேட்டி தைத்தோம். கைக்குக் கிடைத்த ஆயிரம் ரூபாய் பணத்தில் பேருக்குத் தங்கம் இருக்கிற மாதிரி ஒரு தாலியும் சேலையும் வாங்கினோம்.

செயின்ட் மேரீஸ் ஸ்கூல் பக்கம், நியூ டீலக்ஸ் தியேட்டர் அருகே காளி கோயிலில், சாயங்காலம் நாலு மணிக்குக் கல்யாணம். ஏழெட்டுப் பேர் எதிரில், செல்வராணிக்குத் தாலி கட்டினேன்.

அப்படியே பெட்டியுடன் பஸ் ஏறினோம். முதல் இரவு. திருவள்ளுவரின் மடியில் சென்னைக்குப் பயணமாகிறோம். பக்கத்து இருக்கையில் புதுத்தாலியுடன் அமர்ந்திருக்கிறாள் என் மனைவி, அழுது வழியும் விழிகள் மீறிய சந்தோஷம் அவள் முகத்தில் இனி என்னை நம்பி ஒரு ஜீவன் என்கிற நினைப்பே எனக்குப் புதுத் தெம்பு!

ஆனால், அசிஸ்டென்ட் டைரக்டர்களின் வாழ்க்கை, வறுமையால் எழுதப்பட்டது. கனவுக்கு அலைகிற மனிதர்களுக்குத் தங்கள்

உணவுக்குப் பிழைக்கத் தெரியாது. இருநூறும் முந்நூறுமாக கிடைத்ததை வாங்கி வந்து தருவேன். அதற்குள்தான் ஓட வேண்டும் வாழ்க்கைச் சக்கரம்!

காய்ச்சலுக்குக்கூட ஊசி போடக் காசு இல்லாமல், வீட்டுக்குள் அவள் சுருண்டு கிடந்த காலமெல்லாம் உண்டு. யாரிடமாவது இருபது முப்பது ரூபாய் வாங்கி வருவேன். ''குளிச்சிட்டு வர்றேன். ஆஸ்பத்திரிக்குப் போயிட்டு வந்துரலாம்'' என நான் போய்த் திரும்புவதற்குள், அந்தப் பணத்தை பக்கத்துக் கடையில் அரிசி, பருப்பாக மாற்றிச் சமைக்க ஆரம்பித்திருப்பாள்.

''என்னப்பா, டாக்டர்ட்ட போலாம்னு சொன்னேன்ல'' என்றால், ''டாக்டர்ட்ட போனா, நாலு இட்லி கெட்டிச் சட்னின்னுதான் மருந்து எழுதித் தருவார். அதை நாம இங்கியே சாப்பிட்டுக்கலாம்' என வேதனை மறைத்துச் சிரிப்பாள். இன்று நான் ஒரு இயக்குநராக இங்கே சிலருக்கு அறிமுகம் ஆகி இருக்கலாம். ஆனால், அன்று ?

'கைல காசே இல்ல. வாடகை எப்பிடித் தர்றதுன்னு தெரியலியே'' என் நான் புலம்பும்போதும், ''இப்போ ஒரு போட்டின்னா ஜெயிச்சதும் ஒரு கப் குடுப்பாங்கள்ல, அந்த கப் வாங்கினவங்க மட்டும்தான் ஜெயிச்சவங்கன்னு அர்த்தமா என்ன? அது மாதிரி கப் வாங்கணும்னா ஓடணும்ல. நீங்க இப்ப ஓடிட்டு இருக்கீங்க, அதாவது ஜெயிக்க ஓடிட்டு இருக்கீங்க. நீங்க கப் வாங்கிட்டு வரும்போது, பெருசா ஒரு கலர் போட்டோ எடுத்து இவ்ளோ பெரிசா நம்ம வீட்ல மாட்டிவைக்கணும்'' என்று பேச்சை மாற்றிச் சிரிப்பாள்.

பிளாஸ்டிக் குடங்களும் பக்கெட்டுமாக குடி தண்ணீர் தேடி அலைவாள். ரேஷன் கடை அரிசி, மண்ணெண்ணெய் கேன் சுமந்தபடி பிள்ளைத்தாய்ச்சியாக உடம்பு நோவ, வியர்வை வழிய வெயிலில்

அவள் வரும் கோலம் பார்க்கும் போது, எனக்கு நெஞ்சு துடிக்கும். எல்லாவற்றுக்கும் ஒரு சிரிப்பு. நான் ஜெயிப்பேன் என நம்பினாள். அவள் நம்பிதால்தான் நான் ஜெயித்தேனோ என்னவோ!

எங்களுக்கு ஒரு பெண் குழந்தை பிறந்த பிறகு, ஒரு நாள் வெளியே எங்கோ அலைந்து திரிந்து நான் வீடு திரும்பியபோது வாசலில் ஏதோ செருப்பு. உள்ளே நுழைந்தவள் என் அப்பாவைப் பார்த்ததும் உடைந்து நொறுங்கி காலில் விழுந்து கதறி அழ, என்னையும் எங்களையும் மன்னித்து ஆசீர்வதித்து அரவணைத்தது என் குடும்பம். இதோ, இடுப்பில் குழந்தையுடன் பலசரக்குக்கடை வாசலில் என்னுடன் போனில் பேசிக்கொண்டு இருக்கிறாள் என் மனைவி.

'நான் வந்ததும் போட்டோ எடுக்கணும்ப்பா. ரெடியா இரு'' என்றேன்.

அத்தனை அழுகைக்கு மத்தியிலும் 'போட்டோவா, எதுக்கு?' என்றாள்.

'நீதானப்ப சொல்வே, நான் ஜெயிச்சு கப்போட வர்றப்போ கலர் போட்டோ எடுத்து. பெருசா மாட்டிவைக்கணும்னு. அதான்!' - என்றதும் சிரிக்க ஆரம்பித்தாள் செல்வராணி. என் காதல் பெண்.

இன்பமும் துன்பமும் என்பது அடுத்தடுத்த படிகளா என்ன?

என் வாழ்வின் உயரங்களை, சிகரங்களை நோக்கி வெற்றி வெளிச்சத்தில் நான் நடைபோட ஆரம்பித்தது அப்போதுதான்.

அம்மாச்சி! என்ற எங்கள் குடும்பத்தின் குல விளக்கு, உயிர் விளக்கு அணைந்ததும் அப்போதுதான்!

அம்மாச்சி!

வெற்றி என்பது வெளிச்சம்!

போஸ்டரில் என் போட்டோ. பத்திரிகைகளில் என் பேட்டிகள் டி.வி-யில் என் நேர்காணல் வெற்றிப் படம்... அது தரமான படைப்பாகவும் இருந்ததால் வடபழனிவாசிகள் மரியாதையுடன் பார்த்தார்கள். நிறைய பிரபலங்கள் வாழ்த்தினார்கள். இயக்குநர்கள் பாராட்டினார்கள். என்னைப் போன்று வெடித்து வெளியே வரும் முதல் தலைமுறைக்கு அது கொண்டாட்டம்!

''நாம் ஒரு படம் பண்ணலாம்'' என என்னை 'பொறகாலம்' செய்ய அழைத்தார்கள் ரோஜா கம்பைன்ஸ் தயாரிப்பாளர்களான ஞானவேல், ஜெயபிரகாஷ், காஜா மொய்தீன் மூவரும்.

நான் கதையை உருவாக்குவதில் மும்முரமாக இருந்தேன். சில நாட்கள் கம்பெனி காரில் போய் வருவேன். இல்லையென்றால், நானும் என் உதவி இயக்குநர் ஜெகனும் சைக்கிளிலேயே கிளம்பிவிடுவோம். தற்செயலாக அப்படி ஒரு நாள், நான் சைக்கிளில் செல்வதைப் பார்த்துவிட்டு, 'என்ன சார் நீங்க?'' என்று வருத்தப்பட்டார் ஜெயபிரகாஷ்.

மறு நாள் நான் அலுவலகத்துக்குப் போனதும், என் கையில் ஒரு சாவியைக் கொடுத்தார் காஜா மொய்தீன். ‘வாங்க வாசல்ல நிக்குது உங்க குதிரை‘ என்று அழைத்துப் போனார் ஜெயபிரகாஷ். புத்தம்புது வெள்ளை நிற மாருதி ஜென். அதிர்ந்து போனேன்.

‘சார், நான் டி வி எஸ் 50- யைத் தவிர வேற எதுவும் ஓட்டினதுகூட இல்லைங்க. இதெல்லாம் பழக்கமில்ல சார். வேணாங்க’’ என்று மறுத்தேன்.

‘பழகுங்க... இது அங்குசம்தான். அப்புறம் யானையே வாங்குவீங்க’’ என்று வலுக்கட்டாயமாகச் சாவியைக் கொடுத்து, ஒரு டிரைவரை அமர்த்தி, ‘‘முதல்ல கோயிலுக்குக் கூட்டிட்டுப் போப்பா’’ என்றார்கள்.

நானும் மனைவியும் பிள்ளைகளும் வடபழனி முருகன் கோயிலுக்கு காரில் புறப்பட்டோம். நல்ல டிராஃபிக் டிரைவர் ஹார்ன் அடித்தபடி, சைக்கிள்களை விலக்கியபடி வேகமாக ஓட்ட, ‘‘ஹார்ன் அடிக்காதீங்க’’ என்றேன் அவசரமாக. ‘‘இல்லேன்னா ஒதுங்க மாட்டாய்ங்க சார், சாவுகிராக்கிங்க‘ என்றார் டிரைவர். ‘‘இல்லீங்க, ஹார்ன் அடிக்காதீங்க. நாம மெள்ளவே போலாம். நேத்து வரைக்கும் நானும் இப்பிடி சைக்கிள்லயே போயிட்டிருந்தவன் தாங்க’’ என்றதும், ‘‘ஸாரி சார்‘ என்று சந்தோஷமாகச் சிரித்தார் டிரைவர்.

நான் தங்கியிருந்த வீட்டைப் பற்றி கேள்விப்பட்ட தயாரிப்பாளர் (ஞானவேல்), ‘கங்கா நகர்ல புதுசா ஒரு ஃப்ளாட் இருக்கு. அதை வாங்குங்க’’ என்று வற்புறுத்தி அழைத்துப் போனார் ‘‘இல்ல சார், என் வீட்டுக் கடனை அடைக்கவே நான் இன்னும் ரெண்டு படம் வேலை பார்க்கணும்’’ என்று மறுக்க, ‘‘முதல்ல புது வீட்ல பாலைக் காய்ச்சிக் குடியேறுங்க. உங்க மனசுக்கு எல்லாம் நல்லபடியா நடக்கும்’’ என்றார். எங்கள் ஜாகை மாறியது!

ஊரில் இருந்து அம்மாச்சி, அம்மா, அப்பா மூவரையும் சென்னைக்கு ரயிலில் வரவழைத்தேன். எக்மோர் ரயில் நிலையத்தில் காத்திருந்து புதுக் காரில் ஏற்றினேன். மூவர் முகத்திலும் அப்படி ஒரு பூரிப்பு. புது வீட்டுக்குக் கூட்டி வந்ததும், அம்மாச்சிக்கு அப்படி ஓர் ஆனந்தம். மொசைக் தரையைத் தடவித் தடவிப் பார்த்து, ‘குளுகுளுன்னு இருக்குப்பா’’ என்றது. இதற்குத்தானே ஆசைப்பட்டாய் இளஞ்சேரா!

இரண்டு நாட்களுக்குப் பிறகு, மூவரும் ஊருக்குக் கிளம்புகிறோம் என்றார்கள். ‘‘அம்மாச்சி, இனிமே எல்லாரும் இங்கியே இருக்கலாம். எங்கூடவே இருந்துருங்க. எல்லாம் ஒண்ணா இருப்போம்’’ என்றதும் என் கன்னம் தடவிச் சிரித்தது அம்மாச்சி.

‘‘நீங்கள்லாம் மெட்ராஸ் புள்ளைகளாகிட்டீக. நாங்க பட்டிக்காட்டுச் சனம். வீடு, காடு, ஆடு மாடு, கோழி குருவின்னு இருந்தே பழகிட்டமப்பு. இங்கனக்குள்ள கதவைப் பூட்டிக் கிட்டுச் சொவத்தப் பாத்துக்கே ஒக்காந்திருக்க முடியாதுய்யா.

நல்லா இரு. மேலுகாலு சொகத்தோட இன்னும் பெரிய பெரிய ஒசரத்துக்குப் போணும். பாப்பாத்தியும் கருப்பாயியும் ஒனக்குப் புள்ளைகளாப் பொறந்திருக்குப்பா. ஒம் மனசுக்கும் நம்ம குடும்பத்துக்கும் இனி ஒரு கொறயும் இல்ல. அம்மாச்சி இப்ப அம்புட்டுச் சந்தோஷமா இருக்கேன். தெவ்வான பேரக் காப்பாத்தணும்யா’’ என்று எங்கள் எல்லோருக்கும் துண்ணூறு பூசி ஆசிர்வதித்துவிட்டுக் கிளம்பியது. எங்களை இத்தனை காலம் வளர்த்து ஆளாக்கியவர்கள் புறப்படுகிறார்கள். பெற்றவர்களுக்குப் பட்ட பிறவிக் கடனை பிள்ளைகள் தீர்க்கவே முடியாதோ?

நடிகர் திலகம் சிவாஜி கணேசனுக்கு தாதா சாகேப் பால்கே' விருது!

இயக்குநர்கள் அத்தனை பேரும் வாழ்த்தப் போயிருந்தோம். 'அன்னை இல்லம்' எங்கேயோ தொலைதூரத்துக் கிராமத்துச் சிறுவனாக இருந்தபோதே, என் கனவுகளில் உலவிய நாயகனின் அரண்மனை. என் எத்தனையோ சாயங்காலங்களைச் சந்தோஷப்படுத்திய ராஜகுமாரனை நேரில் சந்திக்கப் போகிறேன்.

'வாங்கப்பா டைரக்டர்ஸ்!'' எழுந்து நின்று வரவேற்கிறார் சிவாஜி. ஜிப்பா வேட்டியில் சிகப்பான பெரியப்பா போல இருக்கிறார். கூச்சத்தில் ஓரமாக ஒதுங்கிய என்னை முன்னே இழுத்து, ''இவன் சேரன். இவன்தான் இப்போ பெரிய டைரக்டர்' என்று சிவாஜியின் காலடியில் தள்ளுகிறார் பாரதிராஜா சார். விழுந்து வணங்கிய என் கை பற்றி, 'நல்ல்ல்ல்ல படம்ப்பா. நல்ல்ல்ல்லா பண்ணியிருந்தே. நல்ல்ல்ல்லா இரு!' என்று சிம்மக் குரலில் ராகம் போட்டு சிவாஜி சார் என்னை வாழ்த்த. இதைப் பார்க்க என் அம்மாவும் அம்மாச்சியும் பக்கத்தில் இல்லையே என ஏங்கினேன்.

சிவாஜி அய்யாவை வைத்து ஒரு படம் இயக்கவும் ஆசைப்பட்டேன். 'தேசிய கீதம்' படத்துக்கு என் முதல் சாய்ஸ் சிவாஜி சார்தான், கதை சொல்லப் போயிருந்தேன்.

முழுசாக இரண்டரை மணி நேரம் நான் கதை சொல்லச் சொல்ல என் முகத்தையே குறுகுறுவெனப் பார்த்தார். எமோஷனலாக நான் சில காட்சிகளை விவரிக்கும்போது, அவர் புருவங்கள் விளையாட, கண்கள் உருண்டோட முகபாவங்கள் மாறுவதைப் பக்கத்தில் இருந்து பார்க்க வேண்டுமே, அத்தனை அழகு!

நடுவே ஏதோ வெளியூருக்குக் கிளம்பிக் கொண்டு இருந்த அவரது பேத்தி, தாத்தா விடம் ஆசி வாங்க வந்து தயங்கி நிற்க, 'எக்ஸ்க்யூஸ் மி

டைரக்டர் சார், ஒரே ஒரு நிமிஷம் ப்ளீஸ்'' என்று பேத்தியின் தலை தொட்டு, கன்னத்தில் முத்தமிட்டு அனுப்பினார்.

'நல்ல கதை. பெருந்தலைவர் காமராஜர், என் நண்பன் கக்கன் மாதிரி நல்ல மனுஷங்க அரசியல்ல இருந்த காலமெல்லாம் எங்கடா போச்சுன்னு கேக்க வந்திருக்கே. நான் நிச்சயமா நடிக்கிறேன். அந்த க்ளைமாக்ஸ் சொன்னல்ல, ந்தா பாரு, இப்பிடி!' என்று எழுந்தார்.

ஒரே ஒரு ரசிகனுக்காக நடிகர் திலகமே நடிக்க எழுகிறார். முதுமையில் உடல் தள்ளாட, பெருங்கோபத்தில் உள்ளம் கொதிக்க 'நான் இப்பிடி நிக்கிறேன். நீ எதிர்ல ஃபேனை ஃபுல்லா போடு. காத்துல என் தாடி, தலைமுடியெல்லாம் பறக்குது. என் கண்ணு செவக்குது, கன்னம் துடிக்குது. எதிர்ல இருக்க ஒவ்வொருத்தனையும் பார்வையாலே பஸ்பமாக்கிற மாதிரி என் நெஞ்சு கொதிக்குது. 'இதுக்காடா நாங்க இவ்ளோ கஷ்டப்பட்டு சொதந்திரம் வாங்கினோம்?'னு அழுகையும் ஆத்திரமுமா நான் கேக்கிறேன். எப்பிடி, நல்லா இருக்கா? இது ஓ.கே.யா?'

எத்தனை உயர்ந்த மனிதர். என்னைப் போன்ற ஒரு சின்னப் பையனிடம், ஏதோ தன் முதல படதுக்கு வாய்ப்பு கேட்பதைப் போன்ற வேகத்துடனும் தாகத்துடனும் நடித்துக்காட்டுகிறாரென்றால், அதுதானே தொழில் பக்தி!

இன்றைக்கும் கேரவேன்களுக்கு வெளியே இயக்குநர்களைக் காக்கவைத்துவிட்டு திமிருடன் திரியும் சில நடிகர்களை நினைத்தால், எனக்குள் வேதனை வழியும்!

காரைக்குடியில் கொளுத்தும் வெயில் காலத்தில் படப்பிடிப்பு. கதைக்களம் அப்படி. அப்போது உடல் நலக் குறைவில் தொடர்ந்து சிகிச்சையில் இருந்த சிவாஜி சாரை கஷ்டப்படுத்திவிடக் கூடாது

என்பதால், எனக்கு அந்தப் பாக்கியம் இல்லாமல் போயிற்று.

என் மூன்றாவது படமான, 'தேசிய கீதம்' பெரிய சர்ச்சைகளுக்கு உள்ளானது. படம் பேசப்பட்ட அளவுக்கு பணம் வசூலாகவில்லை. . நிறைய மிரட்டல்கள். நிறைய அவமானங்கள். நிறைய காயங்கள்.

வாழ்க்கையில் கஷ்டப்படும் போது, 'அவன் நல்லா வந்திரணும்ப்பா' என எல்லோரும் வேண்டுகிறார்கள். ஆனால், நிமிர்ந்து எழுந்துவிட்டாலோ, 'இவனுக்கெல்லாம் அடிக்குது பார்றா யோகம்' என்று அதுவே எரிச்சலாகி, பொறாமையாகி, பள்ளம் பறிக்கிற வேலையில் இறங்கிவிடுகிறார்கள். நண்பர்கள் சிலரே. அது போராட்டக் காலம். நான் பொறுமை காத்தேன்.

அடுத்த படம் எது என்று தெரியாமல் நான் காத்திருந்தபோது, சிவசக்தி பாண்டியன் சாருக்குப் படம் பண்ணுகிற வாய்ப்பு முரளி மூலமாக வந்தது. சிவசக்தி பாண்டியன் நான் மதிக்கிற நல்ல தயாரிப்பாளர்களில் ஒருவர். சிரமங்களுக்கிடையே வளர்ந்து வந்தவர். கடுமையான உழைப்பாளி. வெற்றிக் குதிரைகளின் மீது சவாரி செய்ய விரும்பாமல், புதியவர்களுக்கு வாய்ப்புக்கள் வழங்கும் நல்ல மனசுக்காரார். எங்கள் எல்லோருக்கும் தேவை ஒரு வெற்றி என்பதால், பார்த்திபன் - முரளி இணைந்து நடித்த அந்தப் படத்துக்குப் பொருத்தமாக வைத்தேன் ஒரு தலைப்பு... 'வெற்றிக்கொடி கட்டு'. 'என்ன வளம் இல்லை இந்தத் திருநாட்டில், ஏன் கையேந்த வேண்டும் இன்னும் வெளிநாட்டில் ?' என்பதுதான் கதை.

தென்காசியில் லொகேஷனில் இருந்தபோது போன் வந்தது. 'சேரா.'' அழுகையுடன் அப்பாவின் குரல்.

''ப்பா. என்னப்பா?'

‘அம்மாச்சிக்கு ஒடம்பு சரியில்லப்பா ‘ - அடக்க முடியாமல் அழுகிறார் அப்பா.

கோடி இடிகள் கூடி என் இதயத்தில் விழுந்தன.

‘காலைல வாசல்ல நின்னு பல்லு வெளக்கிக்கிட்டு இருந்துச்சு. திடீர்னு அப்பிடியே மட்டமல்லாக்க விழுந்து தலைல அடிபட்ருச்சுப்பா. பேச்சு மூச்சில்லாமக் கெடக்கு. ஆஸ்பத்திரி யில சேத்திருக்கோம்பா.’’

என் கையில் ஒரு லட்ச ரூபாய் மொத்தமாக இருந்தது. அவசரமாக வண்டி பிடித்து ஓடினால், மருத்துவமனையில் வெங்காயச் சருகு போல கிடந்தது அம்மாச்சி. ‘சேரன் வந்துட்டான்’’ என்று உலுக்கினார்கள் அம்மாச்சியை. மெள்ளக் கண் திறந்து பார்த்த அம்மாச்சி சிரித்தது.

‘பாப்பாத்தி கருப்பாயி, எம் பேரன் வந்துட்டான். நான் மெட்ராஸ் போறேன் எம் பேரன் வந்துட்டான். நான் மெட்ராஸ் போறேன் எம் பேரன் வந்துட்டான். நான் மெட்ராஸ் போறேன்.’’ திரும்பத் திரும்ப, திரும்பத் திரும்ப இதையே சொல்லிக்கொண்டு இருந்தது அம்மாச்சி. பயந்துபோன நான் டாக்டரைப் பார்க்க, ‘‘மூளையில் பாதிப்பாகி இருக்குங்க. பார்ப்போம். லெட்ஸ் ஹோப் தி பெஸ்ட்’’ என்றார். கையில் காசு இல்லாதபோது மனசில் தெம்பு இருந்தது. உடலில் வலு இருந்தது. இப்போது காசு இருக்கிறது. அம்மாச்சியோ ஆண்டவன் காலடியில் கிடக்கிறாள்!

ஒரு வாரம் பத்து நாளாகியும் அப்படியே கிடந்தாள். மெள்ள மெள்ள மோசமாகி நினைவு தப்ப ஆரம்பித்தது. பஞ்சாக நரைத்த தலையும், எலும்பு துருத்திய தேகமுமாக. ஏதோ இயற்கை விளையாடிக் களைத்து வீசி எறிந்த பழைய பொம்மை போலக் கிடந்தாள்.

சினிமா வேலைகள் என்னை இழுக்க, தென்காசிக்கும்

பொள்ளாச்சிக்கும் போய்ப்போய் வருகிறேன். மனசு மட்டும் அம்மாச்சி மடியிலேயே கிடக்கிறது. யாருக்கோ போன் அடித்தாலும் எனக்குத் தூக்கிவாரிப்போடும்.

அண்ணன் மகன் அனாதையாகிவிடக் கூடாதே என்று தான் கல்யாணமாகிப் போகும் வீட்டுக்கு கைக் குழந்தையாக இருந்த என் அப்பனையும் அள்ளிப் போன அன்புத் தாய். கணவன் பிரிந்து போன பிறகு, தனி ஒரு மனுஷியாக உலகத்துடன் போராடிப் பிள்ளைகளை வளர்த்து ஆளாக்கிய போராட்டக்காரி. 'வீட்லயே மாப்பிள்ளை இருக்க, வேறெவனுக்கு என் பொண்ணைக் குடுப்பேன்?' என்று மல்லுக்கட்டி தன் மகளை அழைத்துவந்து வீட்டுக்குள்ளேயே கல்யாணம் நடத்திவைத்த வீறாப்புக்காரி.

கூலி வேலைக்குப் போய், கூடையில் கிழங்கு சுமந்து விற்று, பெட்டிக்கடை வைத்துப் பிழைப்பு நடத்தி, இட்லி, பணியாரம் விற்றுப் பசியாறி, என் பிள்ளைகளே உலகம் என வாழ்ந்த ஒருத்தி. அவள் நல்ல சேலை கட்டி நான் பார்த்ததே இல்லை. மேலுக்கு முடியாத பொழுதுகளிலும், வீட்டுக்கு நாயாக உழைத்தவள். ஊருக்குள் யார் அழைத்தாலும் ஒத்தாசைக்கு ஓடியவள். குழந்தைகளுக்கு மருத்துவச்சியாக, அத்தனை பேருக்கும் அம்மாச்சியாகவே வாழ்ந்தவள். பாப்பாத்தி கருப்பாயி' எனத் தெய்வங்களோடு பேசித் திரிந்த தேவதை.

எல்லோரும் சாப்பிட்ட பிறகு மிச்சம் இருந்தால் சாப்பிட்டவள். அப்போதும் என்னை அழைத்து 'இது சாமிச்சோறு'' என்று ஊட்டியவள். யாருக்கு நல்லது என்றாலும் வாழ்த்தியவள். யாருக்கோ கெட்டது என்று கேள்விப்பட்டாலும், வேண்டியவள். அப்படி ஒரு அழகரசி என் பழையூர்பட்டி வீட்டில் சாகக் கிடக்கிறாள்!

ஒரு நாள் 'மாமா' போன் போட்டு, "நாளைக்கு ஊருக்கு வர்றியாப்பா" என்றார். உதறலுடன் கிளம்பிப் போனேன். எனக்காகத் தான் காத்திருந்தார்கள்.

'ஆத்தாள இப்பிடியே போட்டு வெச்சிருந்தா எப்பிடி அது நெஞ்சுக்கூட்டுக்குள்ள என்னமோ நெனப்பு இன்னும் கெடக்கே. அதேன் சீவன் இழுத்துக்கே இருக்கு. அது என்னான்னு பாருங்கப்பா" என யாரோ சொல்ல, காலையில் இருந்தே ஆளாளுக்கு ஏதோ பேசுகிறார்கள்.

"ஏய்யா, நீ மெட்ராஸ் பக்கம் போயிட்ட, என்னிக்காச்சும் இந்தக் கெழவிக்கு ஏதாச்சும் ஆகிப்போச்சுன்னா, வந்து பாப்பியா?' - சாதாரணமாக ஒரு நாள் பேசிக்கொண்டு இருந்தபோது திடீரெனக் கேட்டது அம்மாச்சி.

'ந்தா, அம்மாச்சி, என்னமாச்சும் சொல்லாதீங்க, அப்பிடிலாம் சொல்லக் கூடாது" என்று நான் கோபமாக, சிரித்த அம்மாச்சிதான் சொன்னது, "நீ வேண்ணா பாரு, அப்பிடி ஒண்ணு ஆகிப்போச்சுன்னா, நீ இந்தக் கெழவியப் பாக்க வர்றியான்னு நான் நல்லா முழிச்சுப் பாத்துட்டே இருப்பேன்'.

இன்று அப்படித்தான் கிடக்கிறதோ அம்மாச்சி. நினைக்க நினைக்க நெஞ்சுக் குழி நடுங்கியது.

"ஏ சாமிகளா, இந்தக் கெழவி செத்தேன்னா, காட்டுப் பக்கம் கொண்டு போயி பொதச்சிராதீகப்பா. நம்ம தோட்டத்துலயே ஒரு ஓரமாப் போட்டு மண்ணைத் தள்ளி மூடிருங்க. அப்பப்ப நீங்க வந்து போறதயாச்சும் ஆசையாப் பாத்துக்கிருப்பேன்" என்ற அம்மாச்சி சொன்னதெல்லாம் நினைவுக்கு வந்தது.

ஒவ்வொருவராகப் பால் ஊற்றுகிறார்கள். அப்பா, மாமா, அத்தை, தங்கச்சிகள், கொள்ளுப் பேரன்கள், பேத்திகள் என ஒவ்வொருவராக மூங்கிலுக்குள் இருக்கும் இசை போல, எதற்கோ ஏங்கித் தவிக்கிற மாதிரி ஒட்டிக் கிடக்கிறது அம்மாச்சியின் உயிர். தனக்குத் தாய்ப் பால் ஊட்டி வளர்த்தவளுக்கு என் தாய் சங்கில் பால் புகட்டுகிறாள். கரகரவெனக் கண்ணீரும் பாலும் கன்னத்தில் வழிய வழியக் கிடக்கிறாள் அம்மாச்சி. ஒரு வகையில் இது கருணைக் கொலை. கருணை என்ன கருணை...? இது கொலை!

எங்கள் எல்லோரையும் இந்தப் பூமிக்குக் கொண்டு வந்து பாலூட்டி, தாலாட்டி, சீராட்டி வளர்த்த தெய்வத்தை பூமிக்குள் புதைக்க, நடத்துகிற கடைசி நாடகம்!

'சேரா, நீ வாப்பா!'' என்று அழைக்கிறாள் அம்மா. ''ஒம் பேரன் வந்துட்டான்... சேரன் வந்துட்டான்' - உசுப்புகிறார்கள் தாய்க் கிழவியை உதடுகள் நடுங்க, புருவங்கள் துடிக்க, விழிகள் திறக்க, காற்றில் அலைகின்றன கண்மணிகள்!

'அம்மாச்சி... எப்பப் பாத்தாலும் 'பாப்பாத்தி கருப்பாயி'ன்னு சொல்லிட்டே இருப்பேல்ல, எனக்குப் பாப்பாத்தியும் நீதேன்... கருப்பாயியும் நீதேன்...' குரலும் விரல்களும் நடுங்க, என் பங்குப் பாலை கிழவியின் வாயோரம் புகட்டியதும்,

திக்கென்று உறைந்தன

அம்மாச்சியின் விழிகள்!

அப்பா!

பூக்களின் நறுமணம் ஊர் புகழும்

வேர்களின் புழுக்கம் யாரறிவார்?

ஒரு யானை நடந்து செல்லும் போது அதன் காலடியில் நசுங்கிச் சாகும் சிற்றெறும்புகள் பற்றி சரித்திரம் பதியாது. அப்படி ஒவ்வொரு வெற்றிக்குப் பின்னும் இருக்கிற காயங்கள், சோகங்கள், தியாகங்கள் அவரவர் மனமே அறியும்!

என் பாண்டவர் பூமிக்கு ஒளிப்பதிவாளர் தங்கர்பச்சான். கலகக்காரர். சமகாலச் சினிமாவில் என்னைப் பாதித்த நல்ல படங்களில் ஒன்று. தங்கரின் 'அழகி'. ஒரு நாள் தன் புதிய படத்தின் கதையை என்னிடம் சொல்லிக்கொண்டு இருந்தார் தங்கர். ''நல்லா இருக்கு தங்கர்' என்ற என்னிடம், 'எப்போ ஷூட்டிங் போலாம்?'' என்று கேட்டார். முதலில் எனக்குப் புரியவில்லை .

'அட, இதுல நீதாம்ப்பா நடிக்கணும். உன்னைவிட்டா இதுக்கு நான் வேற யாரை யோசிக்கிறது?' என்றார் சாதாரணமாக. 'என்னது. நான் நடிக்கிறதா? ஹலோ, ஆளைவிடுங்க. எனக்கு நடிக்கவெல்லாம் வராது'' என்றேன் கூச்சத்தில்.

‘பாரு, நான் கதாநாயகன் தேடி வரலை. இந்தக் கதையைச் சொல்ல ஒருத்தன் வேணும். அவ்ளோதான். வீட்ல ரோட்ல நாம பார்க்கிற சாதாரணமான பையனா இருக்கணும். நீ ஷூட்டிங் ஸ்பாட்ல மத்தவங்களுக்கு நடிக்கச் சொல்லிக் குடுக்கிறதை நானும் பாத்திருக்கேன், அது போதும் எனக்கு’’ என என்னைச் சம்மதிக்கவைத்துவிட்டார்.

முதல் முறை மேக்-அப் போட்ட போது, நிஜமாகவே கூச்சமாக இருந்தது. எனக்கு ஆதரவாக நின்று, தயாரிப்பாளர் பஞ்சு அருணாசலம் சாரும் தங்கர்பச்சானும் என் வாழ்வில் இன்னொரு அத்தியாயத்தை ஆரம்பித்துவைத்தார்கள்.

’சொல்ல மறந்த கதை’ பற்றி சொல்ல மறக்கக் கூடாத ஒரு நினைவு உண்டு எனக்கு.

நான் நடித்த முதல் படம். அபிராமி தியேட்டரில் முதல் காட்சி!

அம்மா, அப்பா, தங்கைகள், மனைவி, குழந்தைகள் என எல்லோரையும் அழைத்துப் போயிருந்தேன். அபிராமி தியேட்டரின் உரிமையாளர் ராமநாதன் வந்தார். என் அப்பா மட்டும் கும்பிட்டபடியே நிற்க, ‘சார்! இது எங்க அப்பா‘ என்றேன். ‘‘வணக்கம், வணக்கம்‘ என்று அருகில் வந்தவரிடம், அப்பா லேசான பதற்றத்துடன் ‘‘மொதலாளி என்னைத் தெரியுதுங்களா?‘ என்றார் கும்பிட்ட கைகளுடன். ‘நான் பாண்டிங்க. மதுரப் பக்கம் பழையூர்பட்டிக்காரன். அங்க வெள்ளலூர்ல காளையப்பா டூரிங் டாக்கீஸ் ஆபரேட்டருங்க. இங்க நம்ம தியேட்டர்ல ரெண்டு வருஷம் ஆபரேட்டரா இருந்தேனுங்க. உங்க கையால சம்பளம் வாங்கியிருக்கேன் மொதலாளி’’ என்றதும், பதறி அப்பாவின் கைகளைப் பற்றிக்கொண்ட ராமநாதன் நெகிழ்ந்து போனார்.

'அய்யா, நீங்க கொடுத்து வெச்சவங்க. எத்தனை பேருக்குக் கிடைக்கும் சொல்லுங்க, இந்தக் கொடுப்பினை. நீங்க வேலை பார்த்த தியேட்டர்லயே இன்னைக்கு உங்க பையன் நடிச்ச படம் ஓடுது.

எல்லாம் உங்க மனசுதாங்க' என்றார்.

படம் முடிந்து வெளியே வந்தோம். என் பின்னாலேயே வந்தார் அப்பா. என்னையே பார்த்துக்கொண்டு நின்றார். 'என்னப்பா?'' என்றேன். எதுவுமே சொல்லாமல், எல்லாம் சொல்லும்படியாகச் சிரித்தார் கண்கள் பனிக்க.

ஆணுக்கு, பெண் எப்போதும் அதிசயம்தான். அடைய முடியாப் பொருளின் மீது ஆசை தீராது. அபிமானம் மாறாது' என்கிற தேவதாஸின் குரலே மிகச் சரியான தீர்மானம்.

ஒருமுறைதான் காதல் வரும்- தமிழர் பண்பாடு. அந்த ஒன்று எது என்பதுதான் கேள்வி இப்போது' - இது கவியரசர் எப்போதோ எழுதிய பாடல். எப்போதும் பொருந்தும் பாடல்.

வயசும் மனசும் விழிக்கும் வேளையில் முளைக்கிறது அவரவர்க்கான முதல் சூரியன்!

பெயர் தெரியாப் பறவைகளின் சிறகசைப்பில் திளைக்கிறது இளமை வானம். பயத்திலும் தயக்கத்திலும் உதிர்கின்றன சிலபல நட்சத்திரங்கள். வழி நெடுக முளைக்கின்றன கனவுத் தாவரங்கள். பூக்களின் நறுமணத்தில் கிறுகிறுக்கின்றன இதயக் கூடுகள். நழுவவிட்டதில் பிரபஞ்சமெங்கும் கோடிக்கோடி ரத்தச் சில்லுகள் நெஞ்சை அறுக்கின்றன ப்ரியப் பறவைகளின் நினைவுப் பாடல்கள்!

இப்படிக் கடந்த வாழ்வில் இழந்த தேவதைப் பெண்கள் குறித்த மென்சோகங்கள் இருக்கின்றன எல்லோரிடத்திலும். ஒரு குடம் தண்ணி

ஊத்தி ஒரு பூ பூத்த கதை எல்லோருக்கும் வாய்ப்பதில்லை. ஒரு பெண்ணுக்கும் அதிகமாக நேசித்தவர்களே இங்கே நிறைய. அப்படி நம் வாழ்வை நிறைத்த காதல்கள் பற்றிய ஆட்டோகிராஃப் பண்ண ஆசைப் பட்டேன்.

முன்னணியில் இருக்கும் நாயகர்கள் சிலரிடம் கதை சொன்னேன். ''ரொம்ப ஃபீலிங்கா இருக்கு சார். ஆனா, இது கொஞ்சம் ரிஸ்க்கா இருக்குமோ?'' எனச் சிலர் தயங்கினார்கள். 'தீபாவளி, பொங்கல், தமிழ்ப் புத்தாண்டுன்னு நம்ம படம் வருஷத்துக்கு ரெண்டு மூணாச்சும் ரிலீஸாகணும். நீங்க சொல்றதைப் பார்த்தா, வெயிட் குறைச்சு லாங் ஹேர் வளர்த்து ஒரு வருஷம் ஓடிப் போயிருமே'' எனச் சிலர் ஆர்வம் இருந்தும் ஒதுங்கினார்கள். என்ன செய்வதெனத் தெரியாமல், நான் உடைந்து திரிந்தபோது, எனக்கு உரமாக இருந்தவர்கள், நண்பர்கள்.

''நீயே பண்ணிடு சேரா!'' என்றனர். ஒரு நடிகனாகத் தொடர்வது பற்றிய யோசனையே இல்லை எனக்கு. 'அட, இது உன் வாழ்க்கை ஒரு சாதாரண பையனோட கதை. தைரியமா செய்'' என்றனர். அதன் பிறகு நான் யோசிக்கவே இல்லை. ஆனால், இந்தக் கதைக்குப் புதிதாக ஒரு தயாரிப்பாளர் தேட எனக்கு மனம் இல்லை. அது மறுபடி என்னைச் சோர்வின் உச்சத்துக்குக் கொண்டுபோய் நிச்சயம் குப்புறத் தள்ளிவிடும் என்று தெரியும். நானே தயாரிக்க முடிவு செய்தேன். ஆட்டோகிராஃப்' படம், எனக்கு மிக நல்ல இதயங்களையும் மிகக் கொடூர முகங்களையும் ஒருசேர அறிமுகப்படுத்திய அனுபவம்.

'மனசுக்குள்ளே காதல் வந்துச்சா' பாடலுக்கு, குளுமையான ரசனை களைக் குவித்துக் காட்சி பிரித்தோம். ஆதாம் - ஏவாள் ஆப்பிள் முதல், தமிழ்ச் சேலை வரை ஒவ்வொரு காட்சியையும் கவிதைப்படுத்தினோம். அதில் ஒன்று இளவரசனாக நான் வாள் வீசி

விளையாடும் அரண்மனைக் காட்சி. மேக்-அப் ரூமில், அத்தனை பெரிய கண்ணாடிக்கு முன்னால் அரசிளங்குமரனாக மாறிக்கொண்டு இருந்தேன். என்னைப் பார்க்க எனக்கே பெருமிதமாகவும் வெட்கமாகவும் இருந்தது.

அரங்கில் நின்று நான் வாள் வீசிப் பழகும்போது, ''சார், ஊர்லேர்ந்து உங்க ஃபாதர் வந்திருக்காருங்க'' என்றனர். திரும்பிப் பார்த்தால், தன் பிறவிப் பெரும் பயனை அடைந்துவிட்ட பரவசத்தில், என் அப்பா!

''சேரா, அப்பிடியே வாத்தியார் போலவே இருக்கப்பா. 'ஆயிரத்தில் ஒருவன் கெணக்கா''என்றார்.

''உத்தமபுத்திரன் சிவாஜி மாதிரி இருக்கேன்னு சொல்றாங்க'' என்றேன்.

'யாரு சொன்னா? சும்மா ஏமாத்துவாய்ங்கப்பா' என்ற எம்.ஜி.ஆர். ரசிகர் கேட்டார்.

என்னிடம் ஆசையாக... 'ஏம்ப்பா, ஒம் பக்கத்துல நின்னு ஒரு போட்டோ எடுத்துக்கட்டுமா?'

டூரிங் டாக்கீஸ் ஆபரேட்டரின் மகன் சினிமாவில் அரசன ஆன கதை இதுதான்!

ஒரு கதவு மூடினால், மறு கதவு திறக்கும் என்பார்கள். சினிமாவில் நான் சம்பாதித்தது நம்பிக்கை. ஆட்டோகிராஃப்' படத்தின் வெற்றி, என்னை இன்னும் இன்னும் உயரம் தொட, ஆழம் தேட அழைத்துச் செல்கிறது. நம்பிக்கை விதைப்பதே நல்ல படைப்பு எனத் திடமாக நம்புபவன் நான்.

இன்று நான் இருக்கிற இந்த இடத்துக்கு இரண்டே காரணங்கள், ஒன்று, நேர்மையான முயற்சியும் கடுமையான உழைப்பும் நம்மைக்

கைவிடாது என்ற அனுபவம். முக்கியமான மற்றொன்று என் வாழ்நாளின் வழிநெடுக என்னைத் தங்களின் தோளிலும் இதயத்திலும் தூக்கிச் சுமந்த நல்ல ஆத்மாக்கள்!

வடபழனிச் சாலைகளில் வண்டியில் செல்லும்போது. தெருவோரக் கடைகளில், நடைபாதைகளில், பழைய சைக்கிள்களில், பஸ் படிக்கட்டுகளில் சில நேரங்களில் சில மனிதர்களைப் பார்க்கும்போது தூக்கிவாரிப்போடும். திசை தெரியாது நான் தடுமாறிய தருணங்களில், என்னைத் துரத்தியடித்த பெரியவர்கள், தளர்ந்து நான் தவித்த போது ஆறுதலாக இருந்த சகோதரர்கள், என் சின்னக் கனவுகளுக்கும் சிறகு பூட்டிப் பறக்கவிட்ட நண்பர்கள், எனக்கு முன்னும் பின்னுமாக ஓடி வந்து இடையில் களைத்து நின்றுவிட்ட கலைஞர்கள் என ஒவ்வொரு முகமும் ஒரு கதை சொல்லும். அப்படிப் பலர் இன்னும் ஒரு வாய்ப்புக்காக, வாழ்க்கையைப் பணயம் வைத்து அலைகிறார்கள்.

என்னைவிடத் திறமைசாலிகள், புத்திசாலிகள் நிறைய பேர் உண்டு இங்கு. ஆனால், நான் காரில் செல்ல அவர்கள் தெருவில் திரிவது எதனால்? எது எப்படி யாரை இடம் மாற்றுகிறது?

பலர் விழுவதும், சிலர் எழுவதும் ஒரே இடத்தில்தான். அது உழைப்பு!

தொலைதூரத்துக் கிராமத்துச் சிறுவன் நான். எனக்கு இருந்தது கனவுகூட இல்லை, எத்தனையோ பேருக்கு இருப்பது போல சினிமா மீது ஓர் ஆசை, அவ்வளவே!

இலக்கியங்களும் தெரியாது. இலக்கணங்களும் புரியாது. ஆனாலும், ஆசை வளர்த்தேன். தளபதி ஆவதற்கு முதல் தகுதி... சிப்பாயாக இருப்பது என்பதை எனக்கு உணர்த்தியது காலம். சுய மரியாதை என்ற சொல்லையும் அதன் பொருளையும் மறக்கடிக்கிற

(1)

அளவுக்கு என்னை இழுத்தெறிந்தது வாழ்க்கை. இருந்தாலும் இழக்கவும் இல்லை. இரையாகவும் இல்லை .

எதுவும் தெரியாதுதான் எனக்கு. ஆனால், எல்லாம் கற்றுக்கொள்ளும் ஆர்வமும் ஆசையும் இருந்தது. எச்சில் தட்டைக் கழுவிய போது காட்டிய ஒழுங்குதான், எடிட்டிங் டேபிளிலும் கைகொடுக்கிறது. பசியும் பட்டினியுமான பால்யம்தான், சக மனிதர்களை நேசிக்கக் கற்றுத் தந்தது. எத்தனையோ பேர் என்னைத் தொட்டுத் தூக்கியதன் நன்றிதான் என்னை இப்போது நேர்வழியில் செலுத்துகிறது.

எனக்கு நேர்ந்த அவமானம் இன்னொருவனுக்கு நேரக் கூடாது என்பது என் தன்மானம். எனக்குக் கிடைக்காத அன்பு, என் சார்ந்த கடைசி மனிதனுக்கும் கிடைக்க வேண்டும் என்பது நான் கற்றுத் தேர்ந்த பண்பு.

உலகத்தின் மிகச் சிறந்த நறுமணம், வியர்வையின் வாசம் என்பதை உணர்ந்தவர்களில் நானும் ஒருவன்!

கூட்டுப் புழுவாய்க் குறுகிக்கிடக்கும்போது, அவமானத்தில் கூச வேண்டிய அவசியம் இல்லை. அது காலம் நமக்குச் சிறகு தயாரிக்கும் களம் என்பதைப் பட்டாம்பூச்சிகளே சொல்லும்.

வாழ்க்கை ஒரு பரமபதம் போல, தன் வழி நெடுக வாய்ப்புகளை ஒளித்துவைத்திருக்கிறது நண்பர்களே

பசி இருந்தால்தான் புரியும் ருசி!